जागतिक अभिजात साहित्याचा फेरफटका

वाचनवाटा

आदिनाथ चव्हाण

सकाळ प्रकाशन

सकाळ प्रकाशन

VachanVata
© Adinath Chavan, 2023

वाचनवाटा

© आदिनाथ चव्हाण, २०२३

प्रथम आवृत्ती	: जून २०२३
प्रकाशक	: सकाळ मीडिया प्रा. लि. ५९५, बुधवार पेठ, पुणे ४११ ००२
मुखपृष्ठ	: निशांत चव्हाण
मांडणी	: शांतिनाथ चौगुले
मुद्रणस्थळ	: विकास प्रिंटिंग अ‍ॅण्ड कॅरिअर्स प्रा. लि. प्लॉट नं. ३२, एमआयडीसी, सातपूर, नाशिक
ISBN	: 978-81-19311-02-6
संपर्क	: ०२०-२४४० ५६७८ / ८८८८८ ४९०५० sakalprakashan@esakal.com

एक चांगला वाचक
मरण्यापूर्वी हजारो आयुष्यं जगतो!

वाचलेल्या हजारो पुस्तकांना,
जगलेल्या हजारो आयुष्यांना !

अंतरंग

● विभाग ३ ●

कभी किसी को मुक्कमल जहाँ नहीं मिलता

● विभाग ४ ●

तोरा मन दर्पण कहलाए

● विभाग ५ ●

निसर्गराजा ऐक सांगतो !

प्रस्तावना

पाचशे वर्षांपासून पिढ्यान्‌पिढ्या ज्यांच्या अक्षरधनावर पोसल्या, ते तुकोबा आत्मसंवाद साधताना म्हणत होते,

कोणाच्या आधारे करू मी विचार। कोण देईल धीर माझ्या जीवा॥
शास्त्रज्ञ पंडित नव्हे मी वाचक। यातिशुद्ध एक ठाव नाही॥

कठीण प्रसंगातच नव्हे तर एरवीही योग्य मार्गानं जाण्यासाठी काय करावं, याचं हे दिशादर्शन आज अधिक गरजेचं आहे. त्यामुळेच ते शब्दांना रत्न, धन, शस्त्र, जीवन, गौरव, पूजा व देव मानत होते. शब्द कधीही, कुठेही व कसेही मदतीला धावून येऊ शकतात. अनेक ज्ञानी लोकांनी, 'उत्तम वाचणे' पाहणे व ऐकणे हा ज्ञान मिळवण्याचा सोपा मार्ग आहे,' हे सांगून ठेवलं आहे. आता सध्याच्या 'पडदानशींचं' (छोट्या-मोठ्या पडद्यात मग्न) जगात वाचन मंद मंद होत चाललं आहे.

अमेरिकेतील 'प्यु रिसर्च सेंटर' ही विना नफा कार्य करणारी विश्वस्त संस्था, सामाजिक विषयांवर संशोधन करते. त्यांनी २०१४ साली 'चलतध्वनीचा (मोबाईल) सामाजिक परिणाम' ह्या विषयावर सखोल संशोधन करून सांगितलं होतं, 'सामाजिक संवाद चालू असताना नव्वद टक्के प्रौढ हे चलतध्वनी पाहत असतात. घरीसुद्धा एकत्र बसल्यावर जेवताना, गप्पा चालू असताना पालक चलतध्वनीवरील संदेश पाहण्यास व उत्तर देण्यास अधिक प्राधान्य देतात. त्यामुळे संवाद नाहीसा झाला आहे, असं ऐंशी टक्के लोकांना वाटतं. स्वतःच्या मुलांशीच संवाद कमी होणं हे भीषण आहे. बालकांच्या भावनिकतेवर आणि व्यक्तिमत्त्व विकासावर होणारे दुष्परिणाम पाहता हा आगीशी खेळ आहे.' (नऊ वर्षे उलटल्यावर पुन्हा नव्याने तपासणी केल्यास काय आढळेल?) शरीराचा वापर न होणारा भाग निकामी होतो, तसा आपसातील संवाददेखील गळून पडत आहे. मानवी जीवनाचा व संस्कृतीचा, कुटुंबांचा व समाजाचा, नातेसंबंधांचा गाभा असलेला संवादच आता लोकांना नकोसा झाला आहे. हे अमेरिकेतील सामाजिक मानसशास्त्रज्ञ व शैक्षणिक

सल्लागार डॉ. शेरी टर्केल यांच्या लक्षात आल्यामुळे त्या याच्या शोधात निघाल्या आणि त्यातून *रिक्लेमिंग कॉन्व्हर्सेशन - द पॉवर ऑफ टॉक इन डिजिटल एज* हे अनन्यसाधारण महत्त्वाचं पुस्तक आकाराला आलं. टर्केल ह्या उपकरण आणि माणूस यांमधील संबंधांचा शोध सातत्यानं घेत आहेत. त्या म्हणतात, ''यंत्रं, कसलीही मागणी न करता विनाशर्त काम करतात. त्यांच्यापासून फसवणूक होत नाही. ते जवळीक न साधता मैत्री असल्याचा आभास निर्माण करतात. त्यामुळे भावनिक गरजाही भागवल्या जातात. माणसांना यंत्रांच्या मदतीनं आभासी जगात रममाण होणं सुखावह वाटत असल्यानं, ते माणसांपेक्षा निर्जीव यंत्रांवर अवलंबून राहणं पसंत करीत आहेत. मानवी गरजा भागविण्याकरिता दाखल झालेल्या सामाजिक यंत्रमानवांमुळे आपण सामाजिक विनाशाच्या उंबरठ्यावर उभे आहोत.''

प्रगत देशांत कौटुंबिक व सामाजिक पातळीवर संवाद वाढवण्यासाठी प्रयत्न करणाऱ्या व्यक्ती व संस्था वाढत आहेत. त्या सर्वांचा अनुभवांती निष्कर्ष आहे, 'निसर्ग रपेट व वाचन हे दोन प्रभावी उपाय आहेत.' निसर्ग भ्रमण व वाचन यांची महती नव्यानं समजावून सांगताना शास्त्रज्ञ आर्जवपूर्वक सांगत आहेत, 'वाचनामुळे एकाग्रता, स्मरणशक्ती व सहानुभूती यांत वाढ होते. संवाद कौशल्य व नातेसंबंधांमध्ये सुधारणा होते. तणाव कमी होऊन मानसिक आरोग्य सुधारते.'

प्रत्येकाला 'उत्तम वाचक होण्यासाठी काय वाचावं? क्रम कसा असावा,' अशा प्रश्न मालिकांतून जावं लागतंच. ख्यातनाम साहित्यिक डॉ. राजन गवस म्हणतात, ''वाचन महत्त्वाचं आहे, असं म्हणत राहायचं; पण त्यासाठी ठोस काहीही करायचं नाही, यातून आपलं भविष्य कसं घडणार? आपण एखादा विचार सर्वदूर कसा पोहोचवता येईल याची पद्धत वा शास्त्र तयार करण्याचा विचार कधीही केलेला नाही. पुस्तक किंवा पुस्तकातील विचार कोणापर्यंत व कसा पोहोचेल? त्याचा त्या विचारांच्या बाजूनं व विरोधात असणाऱ्यांवर काय परिणाम होईल? हे कसं जाणता येईल? त्या विचारांत तसूभर का असेना वाढ व्हावी अशी पुस्तकाकडे नेणारी पद्धत आपण तयार केली नाही. थोडक्यात वाचनवाढ व्हावी यासाठी आपण पद्धतशीरपणे काहीच केलं नाही.'' इंग्रजीमध्ये वाचनवाढीला चालना देणाऱ्या पुस्तकांविषयीच्या पुस्तकांचं (बुक्स ऑन बुक्स) समृद्ध दालन आहे. मागील काही वर्षांत डॉ. गवस यांच्या अपेक्षेनुसार मराठीमध्येही अशी पुस्तकं येत आहेत. *ॲग्रोवन*चे संपादक आदिनाथ चव्हाण यांनी त्यांच्या 'वाचनवाटा' मधून घडवलेली ग्रंथयात्रा हा त्यातीलच एक महत्त्वाचा टप्पा.

ॲग्रोवन ह्या शेतकरी व शेतीविषयक समग्र दृष्टी देणाऱ्या दैनिकात परंपरा व आधुनिकता याचा उत्तम मिलाफ घडवला जातो. राज्याच्या कानाकोपऱ्यातील वाचकांपर्यंत राज्यशास्त्र, अर्थशास्त्र, समाजशास्त्र, पर्यावरणशास्त्र व साहित्यविषयक विविध पैलू सादर

केले जातात. आदिनाथ यांना शेतीसंस्कृती उमजून तिची वर्तमानकाळाशी सांगड कशी घातली जावी, याची जाण आहे. त्यांना ग्रामीण भागातील बदलत्या वातावरणाचा अदमास असल्यामुळे तिथं काय रुजवलं जावं, याची विषयपत्रिका ते ठरवत जातात. आदिनाथ यांच्यामुळे *ॲग्रोवन* ला दर्जेदार व बहुव्यापी तोंडवळा प्राप्त झाला.

आदिनाथ बहुश्रुत व चतुरस्र वाचक असल्यामुळे त्यांना दैनंदिन व्यापातून सवड काढत वाचनानंद घेता येतो. त्यांनी एक वर्ष 'मला भावलेलं पुस्तक' हे सदर *ॲग्रोवन* मधून लिहले. त्यातून ते वाचकाला माणूस, त्याचं मन व जीवन, त्याचे जगतानाचे संघर्ष, त्याची प्रेमभावना व त्यातून घडणारं दिव्य यांना भिडवतात. निसर्गाचं सौंदर्य व गूढता दाखवतात. जगातील अभिजात साहित्य, त्याची महत्ता व समकालीनता जाणवून देत वाचकाला अंतर्मुख करतात. प्रस्तुत पुस्तकातून ते वाचकांना, साहित्यिक विश्वातील एकेक अनमोल नक्षत्रं निरखून पाहण्याची रीत दाखवतात. साहित्यकृतीतून आपली मानसिकता व कुवतीनुसार दरवेळी वेगवेगळे अर्थ निघू शकतात, हे सांगण्यासाठी त्यांनी कॅनव्हास विशाल केला आहे. इतिहास, राजकारण, तत्त्वज्ञान, समाजशास्त्र आणि मानसशास्त्र ह्या क्षेत्रांमध्ये वाचकांनी विषयप्रवेश करावा, ही कळकळ घेऊन ते आपल्याला लिओ टॉलस्टॉय, हेन्री डेव्हिड थोरो, खलिल जिब्रान, ऑस्कर वाईल्ड, अर्नेस्ट हेमिंग्वे, जॉर्ज ऑरवेल, बर्ट्रांड रसेल, गॅब्रिअल गार्सिया मार्केझ, सिंग्मंड फ्रॉइड व सिमोन द बोव्हुआर आदी महानुभावांच्या अनुभव व विचारविश्वाचं प्रतिबिंब असलेल्या महान साहित्यकृतींची यात्रा घडवतात. कादंबरी ते चित्रपट निर्मिती करताना कल्पनांचं सादरीकरण कसं पालटत जातं? हे सांगताना *शिंडलर्स लिस्ट, ॲना कॅरेनिना, लिटल विमेन, द इयरलिंग, द मोटारसायकल डायरीज, दी ब्रिजेस ऑफ मॅडीसन कौंटी, द ग्रेप्स ऑफ रॉथ, शेरलॉक होम्स* यांसारख्या हॉलिवूडच्या चित्रपटांचा आस्वाद घ्यायला लावतात. त्यावर आधारित हिंदी चित्रपटांचे संदर्भ देतात.

त्यांनी निवडलेल्या अडतीस पुस्तकांना पाच गटांत विभागलं आहे. माणूस व माणूसपण जाणून घेणारी-'मन वढाय वढाय', माणसांच्या वाट्याला येणारं जीवन - 'जिंदगी एक सफर' व त्यासाठीचा संघर्ष - 'कभी किसी को मुकम्मल जहाँ नही मिलता', अत्यंत विपरीत परिस्थितीतही बहरणारे उत्कट प्रेम- 'दो लफ्जों की है' आणि आत्मशोधात निसर्गरम्यता- 'निसर्गराजा ऐक सांगतो,' यातून वाचकाला समृद्ध करणारा साहित्यानुभव मिळत जातो.

आपल्या सर्वांना माणूस पाहण्याची, त्याची चेहरेपट्टी, देहबोली व कृती यांवरून त्याचा 'स्व-भाव' जोखण्याची सवय असते. मानवी स्वभावाचा अदमास लावण्याची आवड असल्यामुळे आदिनाथ यांनी स्वभावशास्त्राचा धांडोळा घेतला. आपण आयुष्यभर इतरांनी कसं वागावं, हेच सांगत बसतो. 'स्व' बदलण्याकडे अजिबात लक्ष देत नाही.

विवेकनिष्ठ मानसशास्त्र विकसित करणारे डॉ. अल्बर्ट एलिस म्हणतात, 'सहसा सर्व घटना एकसारख्या असतात. त्याला मिळणारा प्रतिसाद तीव्र असला की खटके उडतात व विसंवाद निर्माण होतो. हे जाणून घेऊन संताप वा दु:खाच्या सातव्या मजल्यावर जाऊन बसू नका. प्रतिक्रियेची तीव्रता कमी करणं हाच विवेक!' आपल्याकडील ज्ञानदेव-तुकाराम ते गांधी-कृष्णमूर्ती यांनी स्वत:ला उदात्त करण्यासाठी काय केलं, हे ते समजावून सांगतात. पुढं लेखक, वाचकाला फ्रॉइड व एलिसकडे नकळत घेऊन जातात. अंजली जोशी यांनी *मी अल्बर्ट एलिस* ह्या पुस्तकातून दाखवलेला विवेकाचा मार्ग का आवश्यक आहे? हे स्पष्ट करतात.

माणसाची घडण पाहिल्यावर कुशलपणे आदिनाथ विचारतात, स्त्री कशी घडते?' सांख्यांनी स्त्री हीच प्रकृती व कर्तीधर्ती तर पुरुष हा केवळ निमित्तमात्र असल्याचा 'प्रकृती-पुरुष' सिद्धान्त सांगून ठेवला आहे. मात्र स्त्रियांना शतकानुशतके कुटुंबापासून ते धर्मसंस्थेपर्यंत, समाजापासून ते राजकारणापर्यंत सर्वत्र दुय्यम स्थान दिलं गेलं आहे. १९४९ साली फ्रेंच तत्त्वज्ञ सिमोन द बोव्हुआर यांनी द *सेकंड सेक्स* ह्या ग्रंथातून 'स्त्री ही जन्माला येत नसून ती घडवली जाते. तिच्यावर लादलं गेलेलं दुय्यमत्त्व हे नैसर्गिक वा जीवशास्त्रीय नसून ते पुरुषसत्तेचं राजकारण आहे.' हा सिद्धान्त मांडला. त्यातूनच स्त्रीवादाची पायाभरणी झाली. जगभर सर्वत्र स्त्रीकडे शारीरिक व बौद्धिक क्षमता नसते, असा प्रचार व प्रसार हा दंतकथा, कहाण्या, म्हणी, विनोद यांतून रूढ केला गेला. ती परंपरा शतकानुशतकं चालू ठेवली जाते. यांतून बालपणापासून 'स्त्री' तयार केली जाते. पुरुषांनी स्वत:ची भिन्न 'संस्कृती' तयार करून त्याला सामाजिक आधार देत स्त्रियांना हीन लेखण्याची रीत तयार केली आहे, असा परामर्श घेत लेखक म्हणतात, ''अर्ध्या जगाला टाचेखाली ठेवून कोणीच सुखी होऊ शकणार नाही. स्त्रीत्वाला न्याय देणारं वर्तन विकसित करणं आणि स्त्रीलाही माणूस म्हणून स्वीकारणारं नवं जग तयार करणं ही आपणां सर्वांची जबाबदारी आहे.'' त्यासाठी करुणा गोखले यांनी केलेला द *सेकंड सेक्स* चा मराठी अनुवाद वाचणे अनिवार्य आहे.

भारताचं स्वातंत्र्य व फाळणी याविषयी सातत्यानं दुष्प्रचार कसा केला जातो? त्यातून गांधी यांना खलनायक ठरवून त्यांच्या हत्येचं जाहीर समर्थन केलं जातं. हे वातावरण विखारी व समाजस्वास्थ्य बिघडवणारं असल्यामुळे लेखक अस्वस्थ होतात. त्यातून ते डॉमनिक लॅपिए आणि लॅरी कॉलिन्स यांनी *फ्रीडम ॲट मिडनाइट* ह्या ग्रंथातून प्रदीर्घ संशोधनांती सादर केलेले तटस्थ वास्तव समोर ठेवतात. (मराठी अनुवाद : माधव मोर्डेकर) 'फाळणीचा निर्णय झाला तेव्हा लोकसंख्या आणि भौगोलिक आकाराच्या आधारे वाटणी करण्याचा करार लॉर्ड माऊंटबॅटन यांच्या पुढाकारानं झाला होता. त्यानुसार आपण पाकिस्तानला पंचाहत्तर कोटी रुपये देणं लागत होतो. सुरुवातीला मध्यवर्ती बँकेमार्फत

२० कोटी रुपये पाकिस्तानला दिले गेले. नंतर पाकिस्ताननं काश्मीरवर हल्ला केल्यानंतर उरलेले पैसे देण्याबाबत नेहरू व पटेल यांनी दिरंगाईची भूमिका घेतली. ते पैसे द्यावेत, असा आग्रह गांधींनी जरूर धरला होता, मात्र त्यासाठी त्यांनी उपोषण केलं आणि म्हणून भारताला हे देणं पाकिस्तानला द्यावं लागलं यात तथ्य नाही. आंतरराष्ट्रीय करारानुसार हे पैसे द्यावेच लागणार होते. ते दिले नसते तर आंतरराष्ट्रीय स्तरावर आपली नाचक्की झाली असती आणि पैसे देणंही टाळता आलं नसतं. याबाबत नथुराम गोडसे आणि त्याच्या साथीदारांनी केलेलं समर्थन पूर्णपणे लंगडं असल्याचं समोर येतं.'

वाचकांना विश्वासात घेत नवनवीन विषयांकडे ओढून नेण्याचं कौशल्य असलेले संपादक व लेखक केवळ पुस्तक परिचय करून देत नाहीत. ते लेखकाची माहिती, त्याची घडण, पुस्तकामागील पार्श्वभूमी, पुस्तकाचं ऐतिहासिक महत्त्व व त्याची समकालीनता हे सारं काही हळूहळू उलगडत नेतात. बहिणाबाई, ग. दि. माडगूळकर, सुरेश भट, साहीर लुधियानवी व मिर्झा गालिब यांच्या काव्याचा स्पर्श करून वाचकाची अभिजात साहित्याशी जवळीक निर्माण करतात. ह्या साहित्याचं आपल्याशी कोणतं नातं लागतं? त्यातून आपण काय घ्यावं? हे संयमी भाषेत हळुवारपणे सांगत जातात. क्षुद्र व हिंसक वृत्तीचा धिक्कार करताना त्यामागील कार्यकारणभाव सौम्यपणे व्यक्त करतात.

'नोबेल'ने सन्मानित अर्नेस्ट हेमिंग्वे यांच्या *दि ओल्ड मॅन अँड दि सी* (अनुवाद- पु. ल. देशपांडे : *एका कोळीयाने*) कादंबरीमधील दुर्दम्य इच्छाशक्तीची महानता सांगताना त्यांची भाषा बहरते. ''आपण आपल्या क्षमतांचे गुलाम असतो. त्यांना आव्हान मिळेल अशी कोणतीही गोष्ट करायला धजावत नाही. त्यामुळे आपली होडी कधी खोल समुद्रात जातच नाही. काठावरच ती हेलकावत राहते. जिद्द व चिकाटी नसेल, प्रयत्नांचा अभिषेक नसेल तर भव्यदिव्य यश कसं मिळणार? ते हवं असेल तर म्हाताऱ्यासारखा चिवटपणा अंगी बाळगायला हवा. वारंवार अपयश आलं तरी आपली होडी खवळलेल्या दर्यात लोटायला हवी. अंगात बळ नसलं तरी चालेल, पण मीच जिंकेन हा आत्मविश्वास असेल तर दर्याचं पोट चिरून हवा तो मासा बाहेर खेचण्याचं सामर्थ्य आपल्या ठायी असतंच असतं.''

युद्धातील अत्याचारामुळे होरपळणारी चिमुरडी तिच्या नजरेतून जग दाखवते, तेव्हा *डायरी ऑफ ॲन फ्रँक* जगाला हादरवून सोडते. त्या काळातच आर्यन वंशाभिमानी हिटलरला ज्यूंचा निःपात करायचा होता. एक खोटं वारंवार सांगून व सर्वत्र त्याचा डंका वाजवला की बलवान असत्य हे सत्य भासू लागतं. याची जाण असणाऱ्या नियोजनकारांनी विखारी प्रचार केला. त्यातून सर्वसामान्य जर्मनांच्या मनात ज्यूंनी आपले व्यवसाय, रोजगारसंधी बळकावल्याची भावना बळावत गेली. आदिनाथ ज्यूंच्या छळाच्या प्रसंगांचं वर्णन वाचकांपुढे ठेवतात. 'आपापलं सामान ढकलगाड्यांमध्ये टाकून मध्यमवर्गीय ज्यू

कुटुंबं घेटोच्या दिशेनं निघाली होती. 'स्ट्राडोम' रस्त्याच्या दुतर्फा पोलिश नागरिक, अगदी त्यांची लहान मुलंसुद्धा जाणाऱ्या ज्यूंना शिव्याशाप देत होती. दगडधोंडे, चिखल, जे हाताला येईल ते फेकून मारत होती आणि 'गुडबाय ज्यू' म्हणून आनंदानं किंचाळत होती. शरमेनं मान खाली घालून जाणाऱ्या ज्यूंचं स्वागत घेटोचा एक भला प्रचंड दरवाजा करत होता. ह्या दरवाजावर एक दिलासा देणारा शब्द लिहिला होता, 'ज्यूईश टाऊन!' एकूण ३२० पैकी ३०० छळछावण्या पोलंडमध्ये उघडल्या होत्या. अशा भयग्रस्त वातावरणातही ऑस्कर शिंडलर हा कत्तलीसाठी निवडल्या गेलेल्या बाराशे ज्यूंना हिकमतीनं वाचवण्याची किमया साधतो. मद्यपी आणि पक्का बाईलवेडा म्हणून एरवी 'कामातून गेलेला' असं विशेषण लाभलं, अशी व्यक्ती शेकडो ज्यूंना जीवदान देते. थॉमस केनेली यांनी अशा शिंडलरची कहाणी *शिंडलर्स लिस्ट* या विश्वविख्यात कादंबरीतून मांडली. या कादंबरीला 'बुकर'सह अनेक आंतरराष्ट्रीय सन्मान लाभले. त्याला स्टिव्हन स्पिलबर्ग यांनी मोठ्या पडद्यावर आणलं आणि 'शिंडलर्स लिस्ट'ला उत्कृष्ट चित्रपट, उत्कृष्ट दिग्दर्शनासह विविध वर्गवारीत तब्बल सात ऑस्कर पुरस्कारांचं भरजरी कोंदण लाभलं.

साहित्य आणि निसर्गात रममाण होणारा हेन्री डेव्हिड थोरो ह्या दोन्ही मार्गांनी स्वतःच्या आत आत जायचा. निसर्गाप्रमाणे स्वतःला अधिकाधिक शुद्ध करण्याचा त्यानं ध्यासच घेतला होता. माणसांच्या सान्निध्यापेक्षा निसर्ग पसंत करणारा थोरो अगदी तरुणपणीच अरण्यात गेला. १८४५ मध्ये त्यानं अमेरिकेतील कॉन्कॉर्डजवळील वॉल्डन या तळ्याकाठी झोपडी बांधून निसर्गस्नेही जीवनपद्धती अंगीकारण्याचा निर्णय घेतला. तो त्यामागील भूमिकाही सांगतो, 'माझं जगण्यावर प्रेम असल्यानं मला संन्यास घ्यायचा नव्हता. आयुष्याला जोखायचं होतं. तिन्ही त्रिकाळ निसर्ग जवळून अनुभवायचा होता. जीवनाच्या अत्यावश्यक सत्याला सामोरं जायचं होतं. म्हणून मी जंगलात राहण्यास गेलो.' तिथं तो दोन वर्षं दोन महिने राहिला. ती आधुनिक काळातील बुद्धाचीच यात्रा होती. *वॉल्डन* ह्या सार्वकालिक पुस्तकातून थोरो निसर्ग आणि माणसाविषयी मूलभूत चिंतन मांडत गेला. लेखक, थोरोची दृष्टी त्याच्याच शब्दांतून सांगतात, "पावसाच्या एकाच हलक्या सरीने हिरव्यागार व टवटवीत झालेल्या गवताला पाहून आपलंही मन प्रफुल्लित होतं, विचारही सकारात्मक होतात. गवताचं पातं त्यावर पडणाऱ्या प्रत्येक दवबिंदूचा फायदा उठवितं. आयुष्यातील हुकलेल्या संधींचा वृथा शोक करण्यात काय अर्थ आहे? आत्ताचा क्षण जगण्यातच जगण्याचं मर्म दडलं आहे." गांधीजी हे थोरोला मनःपूर्वक मानत होते, हे सांगून आदिनाथ लिहितात, "स्वतःच्या विवेकबुद्धीला मान्य नसणाऱ्या अन्याय्य व जाचक कायद्यांचं पालन करण्यास नम्रपणे तरीही ठाम नकार देण्याची संकल्पना थोरो यांनीच प्रथम मांडली. महात्मा गांधी यांनी त्यातूनच 'सविनय कायदेभंगाचे' अमोघ अस्त्र निर्माण केलं."

या पुस्तकातील प्रत्येक लेख म्हणजे विश्व वाङ्मयातील अजरामर कृतींचं रसग्रहणात्मक सार आहे. शिवाय ते संदर्भासह आपल्या दैनंदिन जगण्याशी भिडवलेलं आहे. साहजिकच हे लिखाण आपल्या मनाचा ताबा घेतं, मूळ पुस्तक वाचल्याचा आनंद देतं. उत्तम वाचनाची सवय जडलेल्यांच्या वाचनवाटांवर प्रकाश टाकणारा हा ऐवज आहे. आपल्या सभोवतालच्या अनेक विषयांकडे नेत अंतर्मुख करणारं हे पुस्तक वाचकाला वैश्विकतेची अनुभूती देतं. मनाला विराट करणारी ही विचारांची वैश्विकता भावली तर पुस्तक व वाचकांमध्ये अडसर असणारे 'पडदे' दूर होत जातील. तेव्हा तुकोबा-ज्ञानोबा ते विनोबा आदी प्रभृती, काय व का म्हणाल्या हे उमजत जाईल.

- अतुल देऊळगावकर

पर्यावरण अभ्यासक आणि ज्येष्ठ लेखक

लेखकाचे मनोगत

आपल्या वाचनविकासाची ढोबळ का असेना, एक रीत असते. कविता, कथा, कादंबरी, चरित्रं-आत्मचरित्रं, इतिहास, राजकारण, समाजकारण, वैचारिक, संशोधनात्मक, अध्यात्म असं आपलं वाचन हलक्या-फुलक्याकडून जडत्वाकडे प्रवास करत जातं. अर्थात व्यक्तिनिहाय या वाटचालीला वेगवेगळे फाटेही फुटतात. काही जण आयुष्यभर एकाच थांब्यावर रेंगाळतात. बरेच जण या साऱ्या पंचपक्वानांची लज्जत लुटतात. काही मोजक्यांना आंग्ल भाषेतील अथांग वाङ्मयसागरात विहरायचं भाग्य लाभतं. त्यातही बालवयातल्या वाचनाची गंमतच वेगळी. अनेकांप्रमाणे माझ्या बालपणालाही 'चांदोबा'सारख्या सुरेख नियतलिकानं 'चार चाँद' लावले. कार्टून हा प्रकार तेव्हा आमच्यापर्यंत पोहोचलेला नव्हता. 'चांदोबा'तील चित्रकार शंकर यांची रंगीत चित्रं मनोहारी असायची. या चित्रांत एक प्रकारची गेयता असायची, कसलंही व्यंग नसायचं त्यात! तेव्हाच्या आमच्या कृष्ण-धवल विश्वात रंगही दिसायचे ते पाना-फुलांत, इंद्रधनुष्यात, चित्रकलेच्या रंगांच्या पेटीत आणि 'चांदोबा'त. चित्रपट हळूहळू कृष्ण-धवलकडून ईस्टमनकलरकडे प्रवास करीत होते. दूरचित्रवाणीचा तर पत्ताही नव्हता. वृत्तपत्रंही कृष्ण-धवलच होती. या साऱ्याला थोडी जोड होती रेडिओ सिलोनची. बुधवारी रात्री रस्त्याकडेला उभं राहून उडप्याच्या हॉटेलमधील रेडिओवर अमीन सायानींची बिनाका गीतमाला ऐकणं ही अत्युच्च करमणूक! तेव्हा 'लैला मजनू'मधील 'कोई पत्थर से ना मारे मेरे दिवानें को..' हे गाणं दीर्घकाळ प्रथम क्रमांकावर राहिल्याचं अजूनही आठवतं आणि कित्येत बुधवारी हॉटेलबाहेर थांबून ते ऐकल्याचंही स्मरतं. गावातल्या टुरिंग टॉकीजमध्ये पाहिलेले सिनेमे अंगावर रोमांच उभे करत. त्यातूनही वेळ उरलाच तर भरपूर व्यायाम घडवणारे मैदानी खेळ असायचेच. अशा साऱ्या वातावरणात 'बोअर' व्हायला अजिबातच वेळ मिळायचा नाही.

कोल्हापूर जिल्ह्यातील शिरोळ हे माझं गाव. तिथल्या राजर्षि शाहू नगर वाचन मंदिराचा माझ्या आजवरच्या अल्प-स्वल्प वाटचालीत मोलाचा वाटा राहिला. आयुष्यात जे काही कमावता आलं त्याचं बहुतांश श्रेय या वाचनालयाचंच! ऐपत नसतानाही वाचनाची भूक

भागवता आली ती इथल्या समृद्ध ग्रंथसंग्रहामुळे. त्याविषयी केवळ कृतज्ञता व्यक्त करून ऋणमुक्त होता येणार नाही. ते ऐंशीचं दशक होतं. गावात वीज आली होती; पण आमच्या भाड्याच्या घरी ती नव्हती. रॉकेलच्या दिव्याच्या उजेडात मध्यरात्रीपर्यंत अस्मादिकांची वाचनसमाधी लागायची, ती इतकी, की बऱ्याचदा दिव्याच्या काजळीचा लेप चेहऱ्यावर चढायचा (पण बुद्धीवरची काजळी मात्र उतरायची). शिवाय मुलखामहागाचं दुर्मीळ रॉकेल जाळलं म्हणून सकाळी आईचा ओरडा ठरलेला. आजच्यासारखी गॅझेटस् नसल्यानं इतर व्यवधानं नव्हती. आयुष्य कसं शांत, संथपणे उपभोगता येत होतं. घरात गरिबी होती; तशी ती आजूबाजूलाही होती. तिचे चटके बसत होते, पण ते कळत नव्हतं. वाचनानं जणू सारं जिणं सुगंधित होऊन गेलं होतं.

दैनिकांबरोबरच *स्वराज्य* सारखी साप्ताहिकं, *दक्षता, स्त्री, किर्लोस्कर* सारखी मासिकं राजर्षि शाहू नगर वाचन मंदिराच्या वाचनालयात फुकट वाचता यायची. शिवाय तिथला ग्रंथसंग्रहही अफाट होता. साधारणतः दररोज एक, किंवा थोडं जाडजूड असेल तर दोन-तीन दिवसांत एका पुस्तकाचा फडशा पडायचाच. संध्याकाळी शाळा सुटली की दप्तर घरात टाकून पुस्तक बदलायला ग्रंथालयाकडे धाव ठरलेली. बालपणाचा टप्पा कुमारवयाकडे सरकल्यावर गुलशन नंदा यांच्या अनुवादित कादंबऱ्या, बाबा कदम यांच्या कादंबऱ्या, बाबूराव अर्नाळकरांच्या धनंजय, काळा पहाड आणि झुंजार या नायकांच्या रहस्यकथांचं वेड लागलं. रणजित देसाईंची *श्रीमानयोगी* तर शाळेत प्रार्थनेच्या वेळी मराठीचे राजमाने गुरुजी क्रमशः वाचून दाखवायचे. दररोज पंधरा मिनिटांच्या या वाचनामुळे आम्ही सारे शिवकाळात तल्लीन होत असू. शिवाजी सावंतांची *मृत्युंजय, छावा* याच वयात वाचल्याचं आठवतं. वि. स. खांडेकरांच्या साहित्याचीही तेव्हाच ओळख झाली. *ययाती, श्रीमानयोगी, स्वामी, मृत्युंजय, छावा* ही पुस्तकं वाचलेली नसतील तर वाचनाचा छंद जोपासणाऱ्यांमध्ये त्या काळी कमीपणाचं मानलं जायचं. वक्तृत्व स्पर्धांतही ही पुस्तकं वट राखून असायची. गंमत म्हणजे मुलाखतीत कोणती पुस्तकं वाचलीत, या प्रश्नावर बहुतांश उमेदवार अगदी अलीकडेपर्यंत याच पुस्तकांचा उल्लेख करायचे. *टारझन* चे दहा भाग तर दोनदा वाचून झाले. तेव्हा या साऱ्या पुस्तकांसाठी ग्रंथालयात चक्क प्रतीक्षायादी असायची. आयुष्यातला सर्वोत्तम काळ कोणता, असा प्रश्न मला कोणी विचारला तर त्याचं उत्तर असेल, 'हाच'!

पुढं महाविद्यालयीन शिक्षण कोल्हापुरात झाल्यानं वाचनाचा परिघ आणखी विस्तारला. उभा मारुती चौकातील बलभीम बँकेचं श्रीपतराव शिंदे वाचनालय, त्याचबरोबर महाराष्ट्र हायस्कूल, न्यू कॉलेज, केएमसी कॉलेजच्या ग्रंथालयांनीही माझी वाचनाची हौस स्वस्तात पुरवली. बिंदू चौकातील लोकवाङ्मय गृहातील रशियन भाषांतरित साहित्याचा खजिना सतत हाकारत असायचा. उत्तम निर्मितिमूल्यं असलेली ही किफायतशीर किमतीची पुस्तकं

चाळताना एखादा दागिना हाताळल्याचा आनंद व्हायचा. महाद्वार रोडवरील महाराष्ट्र ग्रंथ भांडारलाही अधेमधे चक्कर ठरलेली. तिथं डॉ. सुमंत मुरंजन यांचं प्राज्ञ पाठशाळेनं प्रसिद्ध केलेलं आणि तर्कतीर्थ लक्ष्मणशास्त्री जोशी यांची अभ्यासपूर्ण दीर्घ प्रस्तावना लाभलेलं *पुरोहीतवर्गवर्चस्व व भारताचा सामाजिक इतिहास* हे पुस्तक घेतल्याचं आठवतंय. या पुस्तकानं माझं सामाजिक भान आणि जाण चांगलीच उंचावली. ते आजही माझ्या संग्रही आहे. प्रसिद्ध समीक्षक रा. भा. पाटणकर यांचं *सौंदर्य मीमांसा* हे पुस्तकही तिथंच घेतलं. या विद्वजड पुस्तकानं माझ्या वाचनाचा वेग एकदम कमी केला.

ताराबाई रोडवर लक्ष्मी टॉकीजसमोर एक जुन्या पुस्तकांचं दुकान होतं. तिथं काही चांगली मराठी, इंग्रजी पुस्तकं दीड-दोन रुपयाला विकत मिळायची. नवी पुस्तकं परवडायची नाहीत, त्यामुळे बऱ्याचदा जुन्यावरच हौस भागवावी लागायची. महाविद्यालयात शिकत असताना संध्याकाळच्या फेरीत तिथं जाणं आणि खिशाचा अंदाज घेऊन एखादं पुस्तक खरेदी करणं व्हायचं. माझा आवडीचा विषय असलेल्या मानसशास्त्रावरील बरीच इंग्रजी पुस्तकं या टपरीवजा दुकानातून रद्दीच्या भावात घेतल्याचं आठवतंय. तिथून पुढं रंकाळ्याच्या कट्ट्यावर बसून मित्रांबरोबर जुन्या हिंदी गाण्यांवर गप्पा मारताना रात्र कधी उतरली कळायचंच नाही. साहीर लुधियानवी, शकील बदायूँनी, राजा मेहंदी अली खाँ, पंचमदा, सी. रामचंद्र यांचं गीत-संगीत, शब्दांचा वापर, किशोर-रफी-मुकेशची शब्दफेक यावर चर्चा रंगायच्या. तेव्हा 'गुगल' नसतानाही आपल्याला बरंच कळायचं हे आजची एकारलेली पिढी पाहताना जाणवतं. त्याचं कारण संवाद; 'गुगल'नं आज तोच संपुष्टात आणला आहे.

'सकाळ'मध्ये बातमीदार म्हणून काम करायला लागल्यानंतर काही साहित्यिकांच्या जवळ जाता आलं. एकदा तर चक्क रणजित देसाईंकडे लेखनिक म्हणून दिवाळी अंकासाठी एक कथा लिहून घेण्याची संधी मिळाली. तेव्हा प्रख्यात कवी सुरेश भट यांच्या गझलांच्या प्रेमात होतो. प्रदीप निफाडकर हा त्यांचा शिष्य माझा मित्र. त्याच्यामुळे भटांनाही पुण्यात भेटता आलं. प्रासादिक, अल्पाक्षरी शैलीत लिहिणारे व्यंकटेश माडगूळकर ऊर्फ तात्या अत्यंत आवडते लेखक. तेव्हाचे *कोल्हापूर सकाळ*चे संपादक अनंत दीक्षित आणि माझा सहकारी मित्र विजय चोरमारे याच्यासमवेत प्रभात रस्त्यावरच्या 'अक्षर' निवासस्थानी माडगूळकरांशी भेटण्याची, गप्पा मारण्याची संधी मिळाली. बाबा कदम कोल्हापुरातच राहायचे. त्यांचीही भेट व्हायची. 'ह्या बाबा कदमानं महाराष्ट्राला वाचायला शिकवलं,' असं ते अभिमानानं सांगायचे. काही अंशी ते खरंही होतं. गमत्या स्वभावाचे ग्रामीण कथाकार शंकर खंडू पाटील यांच्यासमवेत तर दैनिक *नवसंदेश* मध्ये काम करता आलं. प्रसिद्ध ग्रामीण साहित्यिक राजन गवस तेव्हा *सकाळ*चे गारगोटीचे बातमीदार म्हणून काम करायचे. त्यामुळे त्यांच्याशीही सहज संपर्क व्हायचा. साहित्य संस्कृती मंडळाच्या वतीनं

पन्हाळ्यावर झालेल्या नवलेखक शिबिरात ह. मो. मराठे, कवी शंकर वैद्य यांच्यासारख्या दिग्गजांशी दोन दिवस सहज संवाद साधता आला, त्यांना ऐकता आलं. संदेश देण्याची विनंती केल्यावर वैद्य यांनी त्यांच्या प्रसिद्ध कवितेच्या काही ओळी माझ्या डायरीत बारीक आणि सुरेख हस्ताक्षरात लिहून दिल्या. आजही त्या आठवतात...

'तू दोऱ्यात झेंडूची फुले ओवीत होतीस
माळ गुंफीत होतीस
फुले ओवता ओवता सगळा दोरा
केशरी होत गेला
...तुझ्या माझ्या संबंधात
मला एवढेच सांगायचे आहे!'

ही डायरी पुढं कुठं तरी हरवली, आता ती सापडत नाही. काही पुस्तकंही हरवली. काहींनी वाचायला नेली ती परत केली नाहीत. बहुतेक ग्रंथसंग्राहकांच्या बाबतीत जे जे बरंवाईट होतं, ते ते सारं माझ्या बाबतीतही घडलं. ग्रंथसंग्रह वाढत गेला. नोकरीत दोन-तीनदा झालेल्या बदल्यांमुळे त्याची देखभाल करणं जिकिरीचं होत होतं. तरीही त्यात भरच पडत गेली. वाचनातलं वैविध्यही वाढत गेलं. हौसेनं खरेदी केलेली मराठी, इंग्रजी पुस्तक आता वारंवार घरात येत राहतात. वाचनाचा अवकाश मात्र कमी होत चालला आहे. ही पुस्तकं आपल्याला कधी मानवी स्पर्श होतो याची आशाळभूतपणानं वाट पाहत असल्याचा भास होतो आणि मनातली अपराधी भावना वाढीला लागते. काही पुस्तकांचं धावतं वाचन होतं, काही पुस्तकं मात्र सवडीनं वाचायची म्हणून हेरून बाजूला ठेवली जातात. त्यांचं भाग्य कधी उजळणार माहीत नाही!

वाचन पत्रकारितेला पूरक असतं, किंबहुना उत्तम वाचन असल्याशिवाय कोणी चांगला पत्रकार होऊ शकत नाही. वाचनातून ज्ञानप्राप्तीबरोबरच भाषाशैलीही विकसित होते, की जी लेखनाचा प्राण असते. आपण काय सांगतो, याबरोबरच ते कसं सांगतो हे महत्वाचं असतं. पत्रकारांना हे कथनकौशल्य मिळवण्यासाठी वाचनाशिवाय दुसरा कोणता सोपा किंवा जवळचा मार्ग नाही. वाचनात होणारा बौद्धिक विकास, विवेकपूर्ण विचारक्षमता तुम्हाला इतरांपेक्षा वेगळं बनवते. एकुणात काय, तर वाचनाशिवाय माणसाला जगता येतं यावर माझा विश्वास नाही. त्यामुळे न वाचणारी माणसं जगण्यासाठी कोणता आधार घेतात, याचं कुतूहलपूर्ण आश्चर्य मला नेहमीच वाटत आलं आहे.

ॲग्रोवन च्या नवीन वर्षासाठीच्या (सन २०२२) आशय नियोजनाच्या बैठकीत इंग्रजीतून मराठीत अनुवादित झालेल्या उत्तम जागतिक वाङ्.मयाची ओळख करून देणारं सदर रविवारी सुरू करावं अशी कल्पना पुढं आली आणि त्याची जबाबदारीही

'रविवार'चं काम पाहणारे रमेश जाधव आणि सहकाऱ्यांच्या आग्रहामुळे माझ्याकडेच आली. त्यासाठी वेळ काढता येईल का, ही धास्ती होती. वाचलेलं पुस्तक पुन्हा चाळणं, चांगलं असूनही पूर्वी वाचता न आलेलं पुस्तक वाचणं, त्याचे संदर्भ इंटरनेटवर तपासणं, त्यावर चित्रपट निघाला असेल तर तो पाहणं हे सगळं वेळखाऊ काम होतं. रात्री दोनपर्यंत जागून ते करावं लागायचं. त्रास होत होता, पण आवडीचं काम असल्यानं त्याचं ओझं वाटत नव्हतं. शिवाय 'मला भावलेलं पुस्तक' असं सदराचं नाव निवडल्यानं पुस्तकांच्या निवडीची मुभा माझ्याकडे होती. या सदरात जगातील सर्व उत्तम पुस्तकांवर लिहिलं आहे, असा वृथा दावा मी करणार नाही. तसं करणं कोणा एकाला शक्यही नाही इतकं जागतिक वाङ्.मय अफाट आहे. ही पुस्तक परीक्षणं नाहीत (मी समीक्षक नाही), तर हा पुस्तकांचा रसग्रहणात्मक परिचय आहे. त्यामुळे वाचकांना मूळ पुस्तक वाचण्याची प्रेरणा मिळावी आणि त्यांचं जगणंही समृद्ध व्हावं हा उद्देश. सुरुवातीला या लिखाणाचा साचा ठरला नव्हता. लिहिता लिहिता मला तो सापडला आणि वाचकांनाही तो प्रचंड भावला. बघता बघता ३८ पुस्तकांवर लिहून झालं. कादंबरी, इतिहास, युद्ध साहित्य, चरित्र-आत्मचरित्र, मानसशास्त्र अशा विविधांगी विषयांवरील पुस्तकांचा त्यात समावेश आहे. आपलं भान उंचावणारी, जगण्यासाठी नवी दिशा देण्याचं सामर्थ्य बाळगणारी ही पुस्तकं. हा ऐवज अत्यंत उपयुक्त आहे आणि तो संकलित करावाच, या सन्मित्रांच्या आग्रहाचं दृश्य रूप म्हणजे हे पुस्तक!

रविवारची सकाळ आनंददायी वाचक संवादात जायची. वाचक दूरध्वनीवरून भरभरून बोलायचे. सकाळ माध्यम समूहाचे अध्यक्ष प्रतापराव पवार यांनी या लेखमालेचं सुरुवातीपासून कौतुक केलं. काही वाचकांकडून वेगळे अनुभवही आले. मुंबईतील अनिता नारकर या आवर्जून दर रविवारी फोन करायच्या; पुस्तकाविषयी, लेखाविषयी भरभरून बोलायच्या. पुस्तकांवर बोलायला हल्ली कोणी मिळत नाही हो, ही त्यांची तक्रार. बेळगाव जिल्ह्यातील उगार खुर्दमध्ये एका कार्यक्रमानिमित्त गेलो असताना स्मिता शहा यांनी वेगळाच अनुभव सांगितला. *डायरी ऑफ ॲन फ्रॅन्क* या पुस्तकावरील लेखाचा शेवट वाचताना त्यांना एकदम रडू कोसळलं होतं. परभणीचे अरुण चव्हाळ लेख आणि त्यातील शब्दांचा वापर यावर मनमोकळी चर्चा करायचे. कृषी खात्यातील तसेच विविध कंपन्यांतील अधिकारी आवर्जून प्रतिक्रिया द्यायचे. दौऱ्यावर असताना भेटणारे शेतकरीही लिखाणाला दाद द्यायचे. काही बुक क्लबमध्ये या लेखांवर चर्चा झडायच्या. लेख वाचल्यावर संबंधित पुस्तके विकत घेतल्याचे सांगणारेही अनेक भेटले. कृषी खात्याचे माजी मुख्य सचिव सुधीरकुमार गोयल, पुण्यातील उद्योजक रवी नातू त्यांपैकीच. त्यामुळं हुरूप वाढला. विस्तारभयास्तव सर्वांचा नामोल्लेख शक्य नाही; पण मित्रांसह अनेकांनी चांगल्या प्रतिक्रिया दिल्या, सुधारणा सुचवल्या, आपल्या आवडीच्या काही पुस्तकांवर

लिहायला सांगितलं. या लेखांचं पुस्तक करण्याच्या सूचनाही मित्रांच्याच! या सर्वांचा मी ऋणी आहे.

माझे संपादकीय सहकारी रमेश जाधव, मुद्रितशोधक प्रदीप साठे, 'ॲग्रोवन'च्या अंकात लेखाची सजावट करणारे आर्टिस्ट शांतिनाथ चौगुले यांचे मनापासून आभार. लेखमाला सुरू झाल्यापासून माझ्याशी आस्थेनं चर्चा करणाऱ्या 'सकाळ प्रकाशन'च्या संपादक दीपाली चौधरी, बिझनेस हेड आशुतोष रामगीर यांचं सहकार्य आणि आग्रह याशिवाय हे पुस्तक होते ना! माझा मुलगा निशांत आर्टिस्ट असल्यानं या पुस्तकाचं मुखपृष्ठ आपणच करणार असल्याचं त्यानं आधीच जाहीर केलं होतं आणि त्यानं ते देखण्या स्वरूपात पूर्णही केलं. पर्यावरणाविषयी आस्थेनं, पोटतिडकीनं लिखाण करणारे आणि उत्तम वाचक, साहित्य-संगीतप्रेमी असलेले मित्रवर्य अतुल देऊळगावकर यांनी या पुस्तकासाठी प्रस्तावना देण्याची विनंती तत्काळ मान्य केली. व्यस्त दिनक्रमातून वेळ काढून त्यांनी इतकी सुरेख प्रस्तावना लिहिली की ती या पुस्तकाचं कोंदण ठरावी. अतुल यांचे मनःपूर्वक आभार.

काय वाचावं आणि का वाचावं, याचं नेमकं उत्तर या पुस्तकातून वाचकांना मिळेलच असा दावा मी करणार नाही. 'व्यक्ती तितक्या प्रवृत्ती' या उक्तीनुसार प्रत्येकाची आवड-निवड वेगळी असते आणि तिचा आपण आदर केला पाहिजे. माझ्या अल्प मतीनुसार केलेल्या या प्रयत्नातून वाचनाचा अल्पसा आनंद जरी वाचकांना देता आला तरी मी भरून पावेन. या वाचनवाटांवरील साऱ्या सहप्रवाशांना पुन्हा एकदा धन्यवाद!

- आदिनाथ चव्हाण

वाचनवाट

दो लफ्ज़ों की हैं,
दिल की कहानी...

हम इश्क़ के मारों का, इतना ही फ़साना है
रोने को नहीं कोई, हँसने को ज़माना है
ये इश्क़ नहीं आसाँ, इतना ही समझ लीजे
इक आग का दरिया है, और डूब के जाना है

- जिगर मुरादबादी

नात्यास नाव अपुल्या देऊ नकोस काही...

कोणी काहीही म्हटलं तरी प्रेम ही भावना सुखदच. ती नकोशी वाटणारा कोणी तीसमारखाँ असलाच, तर त्याच्याकडे 'अपवाद' म्हणून दयाबुद्धीनं पाहावं माणसानं! काही गोष्टी करायच्या असतात, काही आपोआप होतात. प्रेम त्यातलंच. झाल्यावर त्याचा विचार नसतो करायचा. प्रेम माणसाला तरुण बनवतं. सदासतेज ठेवतं.

पुस्तक : अद्वैत

मूळ पुस्तक : The Bridges Of Madision County

मूळ लेखक : रॉबर्ट जेम्स वॉलर

अनुवाद : लीना सोहोनी

प्रकाशक : मेहता पब्लिशिंग हाऊस

तो पन्नाशीच्या पार पोचलेला घटस्फोटित, ती पन्नाशीच्या उंबरठ्यावर असलेली पुरंध्री. तो जिप्सी; छायाचित्रणाच्या छंदापोटी, व्यवसायापोटी भटकभटक भटकणारा; पण भ्रमर नव्हे. एकटा; पण एकाकी नव्हे. ती अमेरिकेतल्या आयोवा प्रांतातील एका शेतकऱ्याची कर्तव्यदक्ष पत्नी. पती कुटुंबवत्सल, प्रेमळ. ग्रामीण भागातलं, शेतीभातीतलं कष्टाचं जिणं वाट्याला. तरुणपणी पाहिलेला स्वप्नातला राजकुमार स्वप्नातच बंदिस्त झालेला. तरीही खेद नाही, खंत नाही. कुटुंबासाठी कष्ट उपसण्याची तयारी. जोडीला आहे त्यात समाधान मानण्याची स्त्रीसुलभ वृत्ती. वरकरणी सारं छानच, पण आतून ती अस्वस्थ, अतृप्त. अशातच तिच्या बंदिस्त आयुष्यात चार दिवसांसाठी एक वादळ वस्तीसाठी येतं. ते सारं काही उद्ध्वस्त करण्याच्या तयारीनंच आलेलं. तिची मुळं घट्ट. थोडी वाहवते; पण पुन्हा स्थिरावते ती! स्वप्नांना गाडून संसारासाठी सारं काही त्यागते. त्याआधीचे ते चार दिवस मात्र तिचेच असतात; म्हणजे तिचे आणि त्याचे! हे कसलं नातं, त्याचं नाव काय? 'प्रतारणा' हा व्यवहार्य दोषारोप झाला. त्यामुळे चार दिवसांच्या या प्रेमवर्षावाचं महत्त्व उणावत नाही. खरं तर आपल्या कुसुमाग्रजांनी म्हटल्याप्रमाणे...

रॉबर्ट जेम्स वॉलर

नात्यास नाव अपुल्या देऊ नकोस काही।
साऱ्याच चांदण्यांची जगतास जाण नाही।

...अशी काहीशी स्थिती. तिचं हे वागणं नैतिक म्हणावं की अनैतिक? ...हा प्रश्नच फिजूल वाटावा अशी ही सुरेख, हुरहूर लावणारी प्रेमकहाणी. सुखान्त नसल्यानं एकदा वाचल्यावर सतत काट्यासारखी टोचत राहणारी.

तरूण वयातला थिल्लरपणा, नवथरपणाचा लवलेशही नाही या कहाणीत. ना ओरबाडणं, ना आक्रस्ताळेपणा. आहे ते संथपणे, शांतपणे एकमेकांत मिसळणं. तरीही *दी ब्रिजेस ऑफ मॅडीसन कौंटी* ही कादंबरी आतपर्यंत पोचते, हळव्या कोपऱ्यांतील जखमांवरची खपली काढते. तिची मांडणी खूपच संयतपणानं केलेली. भौतिकतेला चटावलेला चंगळवादी समाज म्हणून आपण अमेरिकनांची किंवा एकूणच पाश्चात्त्यांची हेटाळणी करतो. ही कादंबरी आणि तिची लोकप्रियता त्याला पूर्णपणे छेद देणारी. रॉबर्ट जेम्स वॉलर हे तिचे कर्ते. गणित, अर्थशास्त्र या तशा रूक्ष विषयांचे ते प्राध्यापक. त्यांनी लिहिलेल्या या चित्रदर्शी आणि भावरम्य कादंबरीच्या सन १९९२ पासून ६४ आवृत्त्या अमेरिकेत निघाल्या. मराठीसह ३६ जागतिक भाषांमध्ये तिचा अनुवाद झाला. *न्यू यॉर्क टाईम्स*च्या बेस्ट सेलर पुस्तकांच्या यादीत सलग तीन वर्षांहून अधिक काळ शीर्षस्थानी राहण्याचा मान तिनं पटकावला. प्रेमाकडे

'दि ब्रिजेस ऑफ मॅडीसन कौंटी' चित्रपटात मेरिल स्ट्रीप आणि क्लिंट ईस्टवूड.

पाहण्याचा आपला दृष्टिकोन तसा आत्मकेंद्री आणि सापेक्षच. लैला-मजनू, हीर-रांझा आदी कहाण्या उदात्त वाटतात आपल्याला. आजूबाजूला असं काही घडत असेल तर आपल्या दृष्टीनं भानगड किंवा लफडं असतं ते. स्वतःच्या आयुष्यात असं काही गोड, अंगावर रोमांच उठवणारं असेल तर हरखून जातो आपण; त्यासाठी समाजाशी, घरच्यांशीही संघर्षाचा पवित्रा घेतो. आपली बहीण, मुलगी यांनी मात्र या वाटेला अजिबात जाता कामा नये; आपण ठरवून देऊ तिथं लग्न करून मुकाट खाली मान घालून जावं असा आपला हेका!

...तर ही पुलाची गोष्ट, दोघांना जोडणाऱ्या छपरी पुलाची. १९६५ सालातली. रॉबर्ट किन्सेड हा *नॅशनल जिओग्राफिक* या प्रतिष्ठित नियतकालिकासाठी काम करणारा छायाचित्रकार आणि लेखक. आयोवातील मॅडीसन कौंटीत तो रोझमन ब्रिज या छप्पर असलेल्या अनोख्या पुलाची छायाचित्रे काढण्यासाठी दाखल होतो. तिथे रस्ता विचारण्याच्या मिषानं त्याची ओळख होते फ्रॅन्सेस्का जॉन्सन या पंचेचाळिशी ओलांडलेल्या देखण्या प्रौढेशी. ती इटलीतून नवऱ्यापाठोपाठ अमेरिकेत जगण्यासाठी आलेली आणि रानात टुमदार शेतघर बांधून शांत आयुष्य जगणारी. त्या दिवशी सकाळीच तिचा पती रिचर्ड आणि मुलं शेजारच्या इलिनॉय स्टेटमध्ये भरलेल्या शेतकी प्रदर्शनात गेलेले. फ्रॅन्सेस्का रोझमन ब्रिज दाखवण्यासाठी रॉबर्टच्या छोट्या पिकअप ट्रकमधून जाते. परत येताना तो तिच्या निमंत्रणावरून कोल्ड कॉफी घ्यायला तिच्याकडे थांबतो. नंतर त्याला मिळतं रात्रीच्या जेवणाचं निमंत्रण. दोघांचे सूर जुळतात. तिनं दडपून ठेवलेल्या इच्छा, आकांक्षांना जणू नवे धुमारे फुटतात. रेडिओवरच्या प्रेमगीताच्या पार्श्वभूमीवर त्या शांत शेतघरात ते तन्मय होऊन नृत्य करतात. शृंगाररसात ती अक्षरशः न्हाऊन निघते. पुढचे चारही दिवस ती प्रेमाच्या हिंदोळ्यावर झुलत राहते. शेवटी पती आणि

मुलं परतायचा दिवस येतोच. रॉबर्ट सारं सोडून तिला आपल्याबरोबर येण्याचं निमंत्रण देतो. आपल्या संसाराची, कुटुंबाची वाताहत टाळण्यासाठी फ्रॅन्सेस्का त्याला नकार देते; आणि रॉबर्ट तिच्या इच्छेला मान देऊन कसलीही आदळआपट न करता दुःखावेगानं तिचा निरोप घेतो. 'गुमराह' चित्रपटातील साहीर लुधियानवींच्या *चलो इक बार फिरसे, अजनबी बन जाएं हम दोनों* या मुखड्याच्या दर्दभऱ्या नज्ममधील दोन ओळी इथं प्रकर्षानं आठवतात...

वो अफसाना जिसे अंजाम तक लाना न हो मुमकीन
उसे इक खूबसूरत मोड देकर छोडना अच्छा!

हे वळण पाठीशी टाकणं एवढंच रॉबर्ट आणि फ्रॅन्सेस्काच्या हातात शेवटी उरलेलं असतं.

हे कथासार असलं तरी सारी कादंबरी तपशिलात वाचणं, फ्रॅन्सेस्काच्या मनाची आंदोलनं अनुभवणं खरोखरीच समृद्ध अनुभव. लेखकानं हे सारं ताकदीनं साकारलं आहे. मेहता पब्लिशिंग हाऊसनं *अद्वैत* या नावानं हे पुस्तक मराठीत आणलं. लीना सोहोनी यांनी या काव्यात्म आणि रोमांचक कादंबरीचा सुरेख अनुवाद केला आहे. वाचकांच्या आग्रहावरून लेखकानं या दुःखान्त कादंबरीचा पुढचा भागही लिहिला. *अ थाउंजड कंट्री रोडस* नावाची ही भाषांतरीत जोडकादंबरीही याच मराठी पुस्तकात समाविष्ट केलेली आहे.

बऱ्याचदा गाजलेल्या साहित्यकृतींवर चित्रपट बेतले जातात. बहुतांश वेळा असे चित्रपट त्या साहित्यकृतीला न्याय देऊ शकत नाहीत हे आपल्याला माहिती आहे. अमोल पालेकरांनी पडद्यावर आणलेली व्यंकटेश माडगूळकरांची *बनगरवाडी* पट्टीच्या वाचकांना कधीच भावली नाही, भावणार नाही. काही कृतींबाबत मात्र मूळ पुस्तक श्रेष्ठ की चित्रपट अशी दुविधा तयार होते. ते भाग्य १९९५ मध्ये पडद्यावर आलेल्या *दी ब्रिजेस ऑफ मॅडीसन कौंटी* ला लाभलं. *न्यू यॉर्क टाईम्स*सह अनेक आघाडीच्या वृत्तपत्रांच्या चित्रपट समीक्षकांनी कादंबरीपेक्षा चित्रपट उजवा असल्याचं प्रमाणपत्र मोकळ्या मनानं दिलं. ऑस्करसह अनेक मानाच्या पुरस्कारांवर नाममुद्रा उमटवलेली गुणी अभिनेत्री मेरिल स्ट्रीपनं ताकदीनं आणि सहजपणानं फ्रॅन्सेस्काची आव्हानात्मक भूमिका साकारली. तिला छान साथ लाभली आहे हॉलिवूडचा तगडा आणि देखणा अभिनेता क्लिंट ईस्टवूडची. ॲक्शनपटासाठी मशहूर असलेल्या क्लिंटनं चार दिवसांच्या प्रियकराच्या, रॉबर्टच्या, भूमिकेत अक्षरशः जीव ओतला आहे. अर्थात सर्वाधिक भाव खाऊन जाते ती मेरिल स्ट्रीपच आणि ते स्वाभाविकही. या हळव्या हळुवार कहाणीच्या दिग्दर्शनाचं शिवधनुष्यही क्लिंट ईस्टवूडनंच पेललं आहे. आधी हा चित्रपट स्टीव्हन स्पिलबर्ग करणार होता, पण तो 'शिंडलर्स लिस्ट'च्या चित्रीकरणात व्यस्त असल्यानं क्लिंट ईस्टवूडकडे ही संधी चालून आली आणि त्यानं तिचं सोनं केलं. ही कहाणी जिवंत अनुभवायची असेल तर हा चित्रपट कोठूनही पैदा करून पाहायलाच हवा.

काही माणसं डोळ्यांतूनही हसतात. कातडीचा रंग कोणताही असला तरी ती सुंदरच

असतात. मेरिलला ती किमया साधलीय. तिचे सहजतेचे विभ्रम मनोहारी. शेतकरी महिलेचं रांगडेपण तिनं प्रयत्नपूर्वक शिकून तशी देहबोली पूर्ण चित्रपटभर अवलंबली आहे. वेगवेगळ्या प्रसंगांतील-पायपुसणं झाडणं, फ्रीजचा दरवाजा लाथेनं ढकलणं, मक्याच्या शेतात काम करणं, ट्रॅक्टर चालवणं, पाय नाचवत हसणं-हे सारं ग्राम्य राहणीमानाला साजेसंच. शेतघरात रॉबर्टच्या गळ्यात हात टाकून सुरेल गीताच्या तालावर हळुवार पदन्यास करणारी फ्रॅन्सेस्का अगदी खरीखुरी प्रेमिका वाटते. रॉबर्टच्या आगमनानंतर सुरुवातीला संभ्रमात असणारी ती यथावकाश त्याला सारं काही मुक्तपणानं देऊ करते. शेकोटीच्या साक्षीनं केलेलं हे समर्पण म्हणजे या कहाणीतला अत्युच्च बिंदू. 'मला कुठेतरी घेऊन चल. जगाच्या दुसऱ्या टोकाला जाऊ आपण,' हा संवाद फिल्मी असला तरी तिच्या तोंडी तो अस्सलच वाटतो. रॉबर्टची भूमिका साकारणाऱ्या क्लिंट ईस्टवूडच्या वाट्याला तसे मोजके, पण नेमके संवाद आलेत. चित्रपटसृष्टीतील आपल्या मूळ प्रतिमेला बगल देणारी ही भूमिका त्यानं इतक्या ताकदीनं साकारली आहे की त्याच्याशिवाय दुसऱ्या कोणाची या पात्रासाठी योजना करणे अन्याय्य ठरलं असतं, असं वाटल्याशिवाय राहत नाही. सुरेख छायाचित्रण, उत्तम संगीत ही या चित्रपटाची आणखी एक जमेची बाजू.

ब्रिजेस ऑफ मॅडीसन कौंटी सारखं पुस्तक वाचल्यानंतर किंवा ही प्रेमकहाणी पडद्यावर पाहिल्यानंतर काही सनातन प्रश्न विनाउत्तर उरतातच. माणूस प्रेम का करतो? प्रेमाचं काही एक शास्त्र असतं का? या प्रश्नांचं उत्तरही एका वाक्यात देता येण्यासारखं नाही. भल्याभल्यांना ते देता आलेलं नाही. विख्यात पाश्चात्त्य कादंबरी आणि नाटककार विल्यम सॉमरसेट मॉम यानं तर म्हटलंय की,

> *'मानवानं वंशसातत्य राखावं यासाठी निसर्गानं योजलेली एक घाणेरडी युक्ती म्हणजे प्रेम!' (Love is only a dirty trick played on us to achieve continuation of the species.)*

आता याला काय म्हणावं? अर्थात कोणी काहीही म्हटलं तरी प्रेम ही भावना सुखदच. ती नकोशी वाटणारा कोणी तीसमारखाँ असलाच तर त्याच्याकडे 'अपवाद' म्हणून दयाबुद्धीनं पाहावं माणसानं. काही गोष्टी करायच्या असतात, काही आपोआप होतात. प्रेम त्यातलंच. झाल्यावर त्याचा विचार नसतो करायचा. हिशोबीपणाचा तर सवालच नाही उठत. जातीपातीच्या, राहणीमानाच्या, सामाजिक दर्जाच्या, सांपत्तिक स्थितीच्या गोष्टी तर त्याही पलीकडच्या. प्रेम माणसाला तरुण बनवतं. सदासतेज ठेवतं, आपल्या देव आनंदसारखं! प्रेमात पडलेल्या माणसाचं मनोबल इतकं वाढलेलं असतं की प्रियेसाठी चंद्र-तारे तोडून आणण्याची किंवा गेला बाजार ताजमहाल तरी बांधण्याची ग्वाही तो देऊ धजतो. म्हणून कोणी तरी शहाण्यानं म्हटलंय, 'प्रेम हा वेड्यांचाच प्रांत आहे!'

प्रेम कर भिल्लासारखं...

लौकिकार्थानं ज्याला व्यभिचार म्हटलं जातं ती वाकडी वाट माणूस का निवडतो, याचं उत्तर नीतिशास्त्र कदाचित देणार नाही. मानसशास्त्र आणि जीवशास्त्र मात्र याचा उलगडा करण्याचा प्रयत्न करतं. माणूस हा कितीही समाजशील असला, तरी शेवटी प्राणीच आहे. त्याच्या जनुकांत मुक्त संबंधांचा हुंकार सातत्यानं गुंजत असतो.

पुस्तक : ॲना कॅरेनिना

मूळ पुस्तक : Anna Karenina

मूळ लेखक : लिओ टॉलस्टॉय

अनुवाद : ललितागौरी कवली

'प्रत्येक आनंदी कुटुंबाच्या आनंदाची कारणं सारखीच असली तरी प्रत्येक दुःखी कुटुंबाच्या दुःखाची कारणं मात्र वेगवेगळी असतात!'

- लिओ टॉलस्टॉय,

('ॲना कॅरेनिना' या कादंबरीतील एक अवतरण)

जागतिक वाङ्मयात रशियन साहित्याचं स्थान अव्वल आहे. फ्योदोर दोस्तोवस्की, लिओ टॉलस्टॉय, अंतोन चेकॉव्ह, अलेक्झांडर पुष्कीन, निकोलाई गोगोल ही नुसती नावं घेतली तरी भलेभले कानाच्या पाळीला हात लावतात. आपल्याला अमेरिकेचं, तिथल्या साहित्यिकांचं कोण कौतुक! रशियासारखा खंडप्राय आणि गूढतेचं वलय सांभाळणारा साम्यवादी देश मात्र आपल्या खिजगणतीतही नसतो. हल्ली पुतिनबाबांच्या धसमुसळ्या कारभारानं आणि अरेरावीनं देखण्या लोकांचा हा निसर्गरम्य देश साऱ्या जगाचं लक्ष वेधून घेतो आहे. कथा, कविता, कादंबरी, नाटक अशा सर्व प्रांतात लीलया मुशाफिरी करणारे तगडे साहित्यिक रशियाच्या मातीत निपजले. त्यांच्या काल आणि पात्ररचनेचा व्यापक पट असलेल्या किमान पाचशे-सहाशे पृष्ठसंख्येच्या भरभक्कम कादंबऱ्या जागतिक साहित्यात अजरामर झाल्या.

साहित्यविश्वातला अढळ तारा म्हणून लौकिक लाभलेल्या काउंट लिओ टॉलस्टॉयचा जन्म ९ सप्टेंबर १८२८ रोजी सेंट पीटसबर्गजवळील उमराव घराण्यात झाला. लहानपणीच मातृछत्र हरपल्यानं आलेल्या पोरकेपणानं त्याच्या आयुष्यावर सखोल परिणाम झाला. लिखाणातून युद्धविरोधाचा, शांततेचा, मानवतेचा, नैतिकतेचा पुरस्कार करणाऱ्या टॉलस्टॉयचं आयुष्य मात्र अंतर्विरोधानं भरलेलं होतं. तो छंदीफंदी आयुष्य जगला. जुगार, मद्यपान, मनसोक्त स्त्रीसंग करण्यात त्यानं थोडीही हयगय केली नाही. अनेक लढायांमध्ये त्यानं भाग घेतला. युद्धातलं क्रौर्य, सामान्य माणसांचं होरपळणं पाहून तो युद्धविरोधी बनला. अखेरपर्यंत त्यानं शांततेचा, अहिंसेचा पुरस्कार केला. महात्मा गांधींनीही त्याची तत्त्वं अनुसरली. सविनय कायदेभंगाचा मंत्र देणाऱ्या हेन्री डेव्हीड थोरोप्रमाणे टॉलस्टॉयलाही गांधी गुरू मानत. अनुभवाची भरभक्कम शिदोरी गाठीशी असल्यानं टॉलस्टॉयच्या प्रतिभेला सातत्यानं धुमारे फुटायचे, पण आळसामुळे बऱ्याचदा तो लिखाणाकडे दुर्लक्ष करायचा. *वॉर अँड पीस* ही त्याची सगळ्यात गाजलेली कादंबरी. तब्बल १२०० पानांच्या या महाकादंबरीत ५८० व्यक्तिरेखा आणि त्यांच्या परस्परसंबंधांचं चित्रण आहे. जागतिक साहित्यविश्वातील पहिल्या दहा कलाकृतींत तिचा समावेश करता येईल, इतकी ती मोलाची आहे.

मानवी संबंधांतील बारकावे टिपणारी, नैतिक-अनैतिकतेच्या कल्पनांवर रोकडं भाष्य करणारी *ॲना कॅरेनिना* ही टॉलस्टॉयची तितकीच महत्त्वपूर्ण कादंबरी. प्रेमाचा त्रिकोण आणि त्याची शोकांतिका हा या महाकादंबरीचा विषय आपल्यासाठी तसा जुनापुराणाच, मात्र

टॉलस्टॉयच्या परिसस्पर्शानं या कथानकाचं सोनं झालं आहे. रशियातच नव्हे तर जगभरात ती प्रचंड लोकप्रिय ठरली. सुरुवातीला तिचे भाग *रशियन हेरॉल्ड* या नियतकालिकात क्रमशः प्रसिद्ध व्हायचे. त्यासाठी या नियतकालिकाचा संपादक काटाकोव्ह यानं टॉलस्टॉयला तब्बल २० हजार रुबल्स ही त्या काळातील भलीभक्कम रक्कम दिली होती. तेव्हा तो लोकप्रियतेच्या अत्युच्च शिखरावर होता. हे भाग वाचण्यासाठी लोक उत्सुकतेने *रशियन हेरॉल्ड* च्या अंकाची वाट पाहायचे. उमराव घराण्यातील काही स्त्रिया तर आपल्या नोकरांना छापखान्यात पिटाळून या लेखांकांची मुद्रित प्रुफे मिळवून वाचायच्या. त्यावर सार्वत्रिक चर्चा घडत. पतीला, मुलाला सोडून प्रियकराच्या मागे लागलेल्या ॲनाचं पुढे काय होणार, याची उत्सुकता सगळ्यांनाच होती. असं अहोभाग्य वाट्याला येणं ही लेखकाच्या दृष्टीनं किती मोलाची गोष्ट.

टॉलस्टॉयला मात्र या साऱ्याचं फारसं कौतुक नव्हतं. तो साध्या राहणीचा पुरस्कार करायचा, पण प्रत्यक्षात ऐषआरामी आयुष्य जगायचा. त्याच्या दिमतीला नोकर-चाकरांची फौज असायची. कोणत्याही कर्तृत्ववान पुरुषांप्रमाणे त्याला प्रचंड कामेच्छा होती. या बाबतीत स्वतःवर नियंत्रण ठेवणं त्याला कधी जमलं नाही. परिणामी, त्याच्यापेक्षा १६ वर्षांनी लहान असलेली त्याची पत्नी सोफायाला १३ मुलांना जन्म द्यावा लागला, त्यांतली आठ जगली. आयुष्यातला १० वर्षांचा काळ या माउलीला गर्भारपणात घालवावा लागला. त्यांचं वैवाहिक आयुष्य टॉलस्टॉयच्या मृत्यूपर्यंत टिकलं असलं, तरी ते फारसं सुखाचं नव्हतं. त्याला उभयतांत सातत्यानं होणाऱ्या भांडणांची करकरीत काळी किनार होती. जगण्यातले हे सारे कटू-गोड अनुभव टॉलस्टॉयच्या साहित्यात या ना त्या प्रकारे प्रकटले.

ॲनाची गोष्ट घडते एकोणिसाव्या शतकाच्या उत्तरार्धात, साधारणतः सन १८७० च्या आसपास. अमीर-उमरावांचं प्राबल्य असलेल्या, रूढीप्रिय रशियन समाजातील एका देखण्या तरुणीची ही शोकांत कहाणी. ॲना ही ॲलेक्सी कॅरेनिना या उमरावाची तरुण आणि देखणी पत्नी. श्रीमंत रशियन खानदानात जन्मलेला कॅरेनिना तिच्यापेक्षा वीस वर्षांनी मोठा असतो. या लग्नात ती फारशी सुखी नसते. आपल्या मुलावर मात्र ती मनापासून प्रेम करते. आपल्या भावाच्या वैवाहिक जीवनात आलेलं विघ्न दूर करण्यासाठी म्हणून ती सेंट पीटसबर्गहून मॉस्कोला रेल्वेनं जाते. तिथं रेल्वे स्टेशनवर तिची नजरानजर होते ॲलेक्सी व्रोन्स्की या रुबाबदार सैन्य अधिकाऱ्याशी. तोही तिच्या वरताण देखणा. सोनेरी केस, निळे डोळे, रेखीव चेहरा लाभलेल्या व्रोन्स्कीच्या रूपाचा एखाद्या रूपगर्वितेनंही हेवा केला असता. पाहता क्षणी ती त्याच्या प्रेमात पडते. त्याचीही हालत फारशी वेगळी नसते. साहजिकच एका नृत्याच्या कार्यक्रमात दोघे एकत्र येतात आणि त्यांच्यातील जवळीक वाढतच जाते. मोहाच्या एका क्षणी ते रत होतात. घसरण्याचा क्षण बेसावधपणे माणसाला गाठतो. त्याचं सुरेख वर्णन टॉलस्टॉयनं या कादंबरीत केलं आहे...

सन २०१२ मध्ये आलेल्या 'ॲना कॅरेनिना' चित्रपटातील नृत्याच्या प्रसंगात ॲरॉन टेलर जॉन्सन (व्रोन्स्की) आणि कियारा नाइटली (ॲना कॅरेनिना).

'मला दिवस गेले आहेत. तुमच्या बाळाची मी आई होणार आहे!' ती म्हणाली; परंतु त्याच्या मुखावरची तिची दृष्टी क्षणभरही ढळली नाही. या बातमीचा तो कसा काय स्वीकार करेल? ती उत्सुकतेनं बघत होती. व्रोन्स्कीचा चेहरा पडला. काही तरी तो बोलणार; परंतु त्याच्या मुखातून शब्द बाहेर पडले नाहीत. त्याने मान खाली घातली.

तिला वाटलं, 'जिंकले,' तिच्या अडचणी त्याला समजल्या, परंतु स्त्री या दृष्टीनं तिला वाटणारे या प्रसंगाचं महत्त्व तो त्या रीतीनं समजू शकला नव्हता. त्याला एवढेच समजले होते, की काही तरी करण्याची वेळ येऊन ठेपली आहे. नवऱ्याच्या छायेत ॲना फार काळ राहू शकणार नाही आणि ही अवघड, अधांतरी अवस्था संपवलीच पाहिजे. व्रोन्स्कीला तो दिवस आठवला, ज्या दिवशी ॲना सर्वस्वाने त्याची झाली होती. संपूर्णपणे त्याच्या आधीन झाली, तो दिवस, तो क्षण. त्या वेळी तिची झालेली ती दयनीय अवस्था, सोफ्यावरून ती त्याच्या पायाशी कोसळली होती.

'ॲना, ॲना फॉर गॉड सेक -' तिच्यावर ओणवून तो म्हणाला होता.

'माय गॉड, फरगिव्ह मी,' हुंदके देत देत ती शोक करीतच राहिली.

खून केल्यानंतर प्राणविरहित कलेवराकडे बघून एखाद्या खुन्याला जे वाटावं, तसंच काहीतरी तळमळून रडणाऱ्या ॲनाकडे बघून व्रोन्स्कीला वाटत होतं आणि मग खुन्याने त्या प्रेतावर स्वतःला लोटून द्यावं तसाच व्रोन्स्की ॲनावर कोसळला होता आणि त्याने तिच्यावर चुंबनांचा वर्षाव केला होता. काही क्षणानंतर ॲना

सावरली होती. व्रोन्स्कीला दूर ढकलत कापणाऱ्या स्वरात त्याला ती म्हणाली होती, 'सगळं काही संपलंय. तुझ्याशिवाय मला कुणीही उरलं नाही हे लक्षात ठेव.'

ती त्याच्या समोरून दूर झाली होती. तिला वाटले होते, या नवीन नात्यात शिरताना तिच्या मनात जो भावनांचा कल्लोळ उडाला होता - शरम, राग, तिरस्कार, भीती, आनंद तो ती योग्य शब्दांतून साकार करू शकणार नाही. तिला वाटलं, उद्या बघू, जरा मन शांत झाल्यावर! परंतु तो उद्या कधीच उजाडला नव्हता. आपल्या हातून हे काय अघटित घडलं आणि पुढे आपलं कसं व्हायचं? याच विचाराच्या चक्रात ती गरगर फिरत राहिली होती. रात्री स्वप्नात जेव्हा ॲनाचे विचार स्थिर असत, तेव्हा तिने स्वतःची करून घेतलेली खरीखुरी अवस्था नागड्या उघड्या स्वरूपात तिच्यासमोर येऊन धीटपणे उभी राहत असे. एका स्वप्नात (जे रोज रात्री तिला पडे) तिला दोन नवरे असत. एक व्रोन्स्की आणि दुसरा - ? आणि दोन्ही तिच्यावर एकदम प्रेम करीत. ते दुःस्वप्न तिला विलक्षण भयभीत करी.

व्रोन्स्कीच्या मोहपाशातून दूर होणं कठीण असल्याची जाणीव ॲनाला होते, पण पती आणि लाडक्या मुलाचं प्रेम तिचे पाय मागे खेचत असतात. शेवटी ती आपल्या गावी परतायचा निर्णय घेते, पण व्रोन्स्की तिचा पाठलाग करत रेल्वेमध्ये दाखल होतो. ती त्याला झिडकारायचा प्रयत्न करते, पण ते तिला जमत नाही. सेंट पीटसबर्गमध्ये तिच्या पतीसमोरही व्रोन्स्की तिचा अनुनय करत राहतो. ॲलेक्सी कॅरेनिनाला दोघांच्या संबंधांचा सुगावा लागतो. त्याला न जुमानता दोघे उघडपणे भेटत राहतात. त्यांच्या संबंधांचा समाजात गवगवा होतो. याच काळात व्रोन्स्कीपासून तिला एक मुलगीही होते. ॲलेक्सी कॅरेनिना ॲनाला समजावण्याचा प्रयत्न करतो, पण ती ऐकत नाही. उलट घटस्फोटाची मागणी करते, त्यानं मुलालाही आपल्याकडे सोपवावं असं तिला वाटत असतं. अलेक्सी कॅरेनिना या दोन्ही गोष्टींना नकार देतो. त्यामुळे ती व्रोन्स्कीबरोबर लग्नाविनाच राहण्याचा निर्णय घेते. पण रूढीप्रिय समाजात व्रोन्स्कीची रखेल म्हणून तिची पदोपदी हेटाळणी होत राहते. त्यातून व्रोन्स्कीचे बाहेर कोणाशी संबंध आहेत की काय, असा संशय तिला यायला लागतो. त्यासाठी ती त्याच्यावर पाळतही ठेवते. या साऱ्या परिस्थितीमुळे मानसिक संतुलन ढळल्यानं ती शेवटी रेल्वेखाली उडी टाकून आत्महत्या करते. एका तरुण, देखण्या आणि घरंदाज स्त्रीचा अशा प्रकारे अंत व्हावा ही घटनाच धक्कादायक. त्यामुळे ही दुःखान्त कादंबरी लोकांच्या मनात घर करून बसली. रशियातील तत्कालीन समाजरचना, प्रथा-परंपरा, चालीरीती, लोकांचे षौक, त्यांच्या विचार करण्याच्या पद्धती असा व्यापक पट डझनाहून अधिक प्रमुख पात्रांच्या साहाय्यानं टॉलस्टॉयनं या कादंबरीत ताकदीनं रेखाटला आहे. त्यामुळे हे पुस्तक आपल्याला वेगळ्याच विश्वात घेऊन जातं. चित्रदर्शी शैलीमुळे ते

आणखी वाचनीय झालं आहे.

ही गोष्ट इथंच संपत नाही. ॲनाच्या मृत्यूमुळे व्रोन्स्की भावनिकदृष्ट्या उद्ध्वस्त होतो. बाल्कन युद्धात भाग घेण्यासाठी जात असताना रेल्वे स्टेशनवर त्याचा सामना कॉन्स्टँटिन लेव्हीनशी होतो. लेव्हीननं व्रोन्स्कीची पूर्वाश्रमीची प्रेयसी किट्टीशी लग्न केलेलं असतं. शेतीभातीत रमलेल्या या कुटुंबाचा संसार सुखाचा असतो. टॉलस्टॉय केवळ ॲनाची शोकांत प्रेमकहाणी सांगून थांबत नाही. लेव्हीन आणि किट्टीची सफल संसारगाथा सांगून तो चिरस्थायी प्रेमाचं समर्थन करतानाच भ्रमरवृत्तीमुळे घडलेल्या सर्वनाशाकडे मूकपणे अंगुलिनिर्देश करतो. एकनिष्ठता हाच चिरस्थायी गुण असल्याचा संदेश देणारा टॉलस्टॉय प्रत्यक्षात मुक्त लैंगिक आयुष्य जगला, हा विरोधाभास लक्षात घेण्यासारखा. याउलट त्याची पत्नी सोफाया मात्र डझनभर पोरांना जन्म देत त्याच्याशी एकनिष्ठ राहिली.

प्रेम माणसाला उभं करतं, तसं ते आडवंही करू शकतं हे सांगणारी ॲनाची कहाणी चटका लावून जाते. 'प्रेम कर भिल्लासारखं' या कवितेत आपले कुसुमाग्रज म्हणतात...

मोरासारखा छाती काढून उभा राहा,
जाळासारखा नजरेत नजर बांधून पाहा
सांग तिला, तुझ्या मिठीत स्वर्ग आहे सारा।
प्रेम कर भिल्लासारखं बाणावरती खोचलेलं,
मातीमध्ये उगवून सुद्धा मेघापर्यंत पोहोचलेलं।

फक्त इंग्रजीत *ॲना कॅरेनिना* चे पंधराहून अधिक अनुवाद झाले. शिवाय जगभरातील प्रमुख भाषांत ही कादंबरी पोहोचली. एका महान लेखकाची महान कृती म्हणून जगभर ही महाकादंबरी आजही आपला रुतबा राखून आहे. या कादंबरीची मराठी प्रत मला महत्प्रयासानं मिळाली. *ललितागौरी कवली* यांनी तीस-बत्तीस वर्षांपूर्वी भाषांतरित केलेल्या या कादंबरीची छायाप्रत अनेक प्रयत्नांनी हाताशी आली. आणखी एका प्रकाशकाने ती मराठीत आणली आहे, पण ती बाजारात कोठे उपलब्ध नाही. आपल्याकडे अनुवादित पुस्तकांचा बाजार सध्या तेजीत असला, तरी रशियन साहित्यातल्या खूप कमी कलाकृती मराठीत अवतरल्या आहेत. दोन-तीन दशकांपूर्वी प्रकाशित झालेली बहुतांश रशियन भाषांतरित पुस्तकं आता बाजारातून गायब झाली आहेत.

*ॲना कॅरेनिना*ची कहाणी चित्रपटसृष्टीला भुरळ न घालती तरच नवल! या कथानकावर सन १९११ पासून आजवर पंधराच्या वर चित्रपट निघाले. रशियनबरोबरच इंग्लिश आणि विविध युरोपीयन भाषांत ही कहाणी चित्रपटांच्या माध्यमातून पोहोचली. दूरचित्रवाणी मालिका, नाटकं, नृत्य रूपांतरं यांची तर गणतीच नाही. हॉलिवूडमध्ये १९२७ मध्ये निघालेला चित्रपट विशेष गाजला. प्रख्यात अभिनेत्री ग्रेटा गार्बो हिनं त्यात ॲनाची भूमिका साकारली. विशेष

म्हणजे या चित्रपटाचे दोन शेवट चित्रित केले गेले, एक शोकान्त आणि दुसरा सुखान्त. खास अमेरिकन प्रेक्षकांसाठी सुखान्त शेवटाची योजना केली होती. सन २०१२ मध्ये आलेला या कथानकावरचा चित्रपट अधिक प्रभावी ठरला. त्याला ऑस्करसाठी चार नामांकनं मिळाली. पैकी वेशभूषेसाठीच्या ऑस्करवर त्याला मोहोर उठवता आली.

लोकहो, लौकिकार्थानं ज्याला व्यभिचार म्हटलं जातं ती वाकडी वाट माणूस का निवडतो, याचं उत्तर नीतिशास्त्र कदाचित देणार नाही. मानसशास्त्र आणि जीवशास्त्र मात्र याचा उलगडा करण्याचा प्रयत्न करतं. माणूस हा कितीही समाजशील असला तरी शेवटी प्राणीच आहे. त्याच्या नैसर्गिक जनुकांत मुक्त संबंधाचा हुंकार सातत्यानं गुंजत असतो. बंधनं त्याला काचत असतात. समाजानं नीतिनियम बनवायच्या आधी तो लक्षावधी वर्षं असंच मुक्त आयुष्य जगायचा. विवाहसंस्कृती तर अलीकडची, काहीशे वर्षांपूर्वी अस्तित्वात आलेली. समाजमान्य असो की अमान्य, आपल्या आजूबाजूला हे सारं घडतं आहे, हे आपल्याला नाकारता येणार नाही. अर्थात, त्याचं समर्थन करायचं की नाही यासाठी प्रत्येकानं आपापली मोजपट्टी वापरावी. 'रोटी' या चित्रपटात राजेश खन्नाच्या तोंडी आनंद बक्षी यांनी लिहिलेलं एक गीत आहे...

यार हमारी बात सुनो, ऐसा इक इंसान चुनो
जिसने पाप ना किया हो, जो पापी ना हो
कोई है चालाक आदमी, कोई सीधा सादा
हममें से हर एक है पापी, थोड़ा कोई ज़्यादा
इस पापन को आज सजा देंगे, मिलकर हम सारे
लेकिन जो पापी न हो, वो पहला पत्थर मारे

असेल असा कोणी चोख आणि हिंमतबहाद्दर तर त्यानं जरूर ॲनाच्या चारित्र्यावर दगड फेकावा. ॲना खरंच चुकली होती, पण ती एकटीच या चुकीला जबाबदार होती का; तिचा पती, प्रियकर, समाज यांचा या चुकीतला वाटा किती होता, त्याचं माप त्यांच्या पदरात बांधण्याची आपली तयारी आहे का, की पुरुषी वर्चस्व दाखवत तिला एकटीलाच दोषी धरून आपण झोडपणार? हे प्रश्न एकांतात स्वतःलाच विचारून पाहा. तरीही नैतिकतेचा किडा वळवळत असेल तर मग खुशाल ॲनाला झोडपा!

लुत्फ़ जो मिला इंतज़ार में

प्रतीक्षेच्या समईतल्या वाती मंदावतात तेव्हापावेतो प्रेमिकाशी मिलनापेक्षाही वाट पाहण्यातच आनंद वाटायला लागलेला असतो. एखादाच फ्लोरेंतिनो अरिसा असतो ज्याला म्हातारपणी का असेना, आपलं प्रेम गवसतं. उरलेल्यांच्या वाट्याला येतो तो ठाम नकाराचा पूर्णविराम किंवा अंतहीन इंतजार!

पुस्तक : लव्ह इन द टाइम ऑफ कॉलरा

मूळ पुस्तक : Love In The Time Of Cholera

मूळ लेखक : गॅब्रिअल गार्सिया मार्केझ

अनुवाद : प्रणव सखदेव

प्रकाशक : मंजुल प्रकाशन

हम इंतजार करेंगे तेरा कयामत तक
खुदा करें के कयामत हो और तू आयें

– साहीर लुधियानवी

असं कुणी कुणाची वाट पाहतं का? तेही इतका दीर्घकाळ? जगबुडीपर्यंत? सारंच कसं अजब, न पटणारं! पण असं कुणी तरी असतं, कुठं तरी... आपल्या मंगेश पाडगावकरांनी म्हटल्याप्रमाणे, 'नदीच्या काठी सजणासाठी गाणे गात झुरावे...' अशा साच्यातलं! साऱ्याच प्रेमकहाण्या सुखान्त नसतात, बहुतांश कहाण्यांचा अंत शोकात्मच. कारणं काहीही असोत, ताटातूट ठरलेली, पण जगरहाटी काहीही असली तरी प्रेम करायचं कोणी थांबतं का? दुनियेच्या आरंभापासून हा सिलसिला सुरू आहे आणि अंतापर्यंत तो सुरूच राहील. साहीर लुधियानवी म्हणतात तसं, 'कल्पांतापर्यंत (प्रलय) तिची वाट पाहण्याची त्याची तयारी आहे. परमेश्वर करो, तो विश्वाचा अखेरचा दिवस उजाडावा आणि तू यावंस!' ही कविकल्पना असली तरी प्रियेसाठी अवघ्या जगाला 'कयामत'च्या जोखडात अडकवण्याची तयारी दाखवणाऱ्यांची कमी नाही दुनियेत!

जळगाव जिल्ह्यातील चाळीसगावमधील एक कलाकार केकी मूस यांची दंतकथेसारखी वाटणारी प्रेमकथा कदाचित तुम्ही ऐकली असेल. आंतरराष्ट्रीय ख्यातीचा हा कलाकार आता हयात नाही. तो चित्रकार होता, छायाचित्रकार होता, शिल्पकार होता, ओरिगामी कलाकार होता. मूर्ख लोकांच्या संगतीत राहण्यापेक्षा एकटेपण परवडलं, असं त्याचं रोकडं मत. सुमारांची संगत टाळून त्यानं एकांतवास पत्करला. जगाला फाट्यावर मारून कलासाधनेत रमला. त्यासाठी चाळीसगाव रेल्वे स्थानकाजवळील वडिलार्जित दगडी बंगल्यात त्यानं स्वतःला अक्षरशः कोंडून घेतलं आणि झपाटल्यासारखी कलानिर्मिती केली. तत्कालीन पंतप्रधान पंडित नेहरूंसह देश-विदेशांतील अनेक मातब्बर त्याच्या कलेचे दिवाने होते. तरुणपणी मुंबईतील एका तरुणीवर त्याचं प्रेम होतं, पण त्यांच्या लग्नाला तिच्या वडिलांचा विरोध होता. का, तर हा भिकारडा कलाकार तुला कसा सुखात ठेवेल, हा व्यवहार्य प्रश्न. त्याचं उत्तर ना तिच्याकडे होतं, ना त्याच्याकडे. तरीही तिनं केकी मूसला सांगितलं, 'तू निघ. मी कलकत्ता मेलनं चाळीसगावला येते.' तो चाळीसगावला परतला. कलकत्ता मेल दररोज मुंबईहून येत होती, पण ती काही आली नाही. तो मात्र कलासाधना करता करता दररोज कळत नकळत कलकत्ता मेलची वाट पाहायचा. तब्बल ५० वर्षं हा क्रम अविरत सुरू राहिला. त्याची प्रतीक्षा संपली नाही. ३१ डिसेंबर १९८९ रोजी तिच्या भेटीविनाच त्यानं अखेरचा श्वास घेतला. चटका लावणारी ही कहाणी आपल्या भवतालातली तर आहे. एकमेकांसाठी जीव देणाऱ्या लैला-मजनूपेक्षा आयुष्यभर जीव झुरणीला लावणारं हे संयत समर्पण खचितच महान आहे, नाही का!

लव्ह इन द टाइम ऑफ कॉलरा ही विश्वविख्यात कादंबरी. दक्षिण अमेरिकेतील नोबेल पुरस्कार विजेते लेखक गॅब्रिअल गार्सिया मार्केझ यांची ही कलाकृती. तिचं कथासूत्रही साधारण असंच, केकी मूसच्या जातकुळीतलं, पण सुखान्त. फ्लोरेंतिनो अरिसा आणि फर्मिना डाझा यांची ही प्रेमकहाणी. दक्षिण अमेरिकेतील व्हाइसरॉय या शहरातला डॉ. जुव्हेनल अर्बिनो हा एक प्रथितयश डॉक्टर. कादंबरीच्या सुरुवातीला त्याचा जवळचा मित्र जेरेमी मरतो. डॉ. अर्बिनो मृतदेहाची तपासणी करायला जातो. जेरेमीनं वयाच्या साठाव्या वर्षी 'गोल्ड सायनाइड व्हेपर्स' वापरून आत्महत्या केलेली असते. कारण त्याला म्हातारं व्हायचं नसतं. डॉक्टर अर्बिनो घरी परततो तेव्हा त्याचा लाडका पोपट पिंजऱ्यातून उडून आंब्याच्या झाडावर जाऊन बसलेला असतो. पोपट पकडायला गेलेला डॉक्टर शिडीवरून घसरून पडल्यानं मरतो. नंतर या कादंबरीचा नायक फ्लोरेंतिनो अरिझा प्रवेश करतो. फर्मिना ही डॉ. अर्बिनोची बायको. त्याआधी तरुणपणाच्या उंबरठ्यावर असताना फर्मिनाचं फ्लोरेंतिनोवर आत्यंतिक प्रेम असतं. फर्मिनाच्या वडिलांना ते पसंत नसल्यानं ते फर्मिनाला एका नातेवाइकांकडे पाठवतात. परत आल्यावर १७ वर्षांची झालेली फर्मिना, फ्लोरेंतिनोनं तिला विसरावं असं सांगते आणि डॉ. अर्बिनोसोबत लग्न करते. फर्मिना आणि अर्बिनो हे एक आनंदी जोडपं असल्याचं भासवत असलं तरी प्रत्यक्षात तसं नसतं. डॉ. अर्बिनो बाहेर दुसऱ्या एका महिलेत गुंतलेला असतो.

गॅब्रिअल गार्सिया मार्केझ

अर्बिनो प्रख्यात डॉक्टर असल्याचं आणि त्याला समाजात मोठं स्थान असल्याचं लक्षात आल्यावर फर्मिनाला प्राप्त करण्यासाठी फ्लोरेंतिनोही यशस्वी व्हायचं ठरवतो आणि ते स्वप्न पूर्णही करतो. काहीही करून फर्मिनाचं प्रेम मिळवायचंच हे त्याचं उद्दिष्ट. त्यासाठी कितीही काळ वाट पाहायची त्याची तयारी असते. सुरुवातीला दुसऱ्या कोणत्याच स्त्रीसोबत संबंध ठेवायचे नाहीत असं ठरवणारा फ्लोरेंतिनो एका जहाजाच्या सफरीवर रोझाल्बा नावाच्या महिलेच्या संपर्कात येतो. नंतर तो अनेक स्त्रियांशी संबंध ठेवतो. डॉ. अर्बिनोच्या मृत्यूनंतर फ्लोरेंतिनो परत एकदा फर्मिनाचं मन जिंकायचा प्रयत्न करतो. ताटातूट झाल्यानंतर ५१ वर्षं ९ महिने आणि ४ दिवस तो तिच्या विरहाचं दुःख उराशी बाळगून असतो. सुरुवातीला त्याला नकार देणारी फर्मिना अखेरीस होकार देते. एका जहाजावर ते दोघं अखेरीस एकमेकांच्या मिठीत विसावतात. मात्र त्यांना कोणीतरी बघेल या भीतीनं फर्मिना भांबावते. तेव्हा फ्लोरेंतिनो जहाजावर कॉलरा असल्याचं निदर्शक पिवळं निशाण फडकवायला सांगतो. ते जहाज त्याच्याच कंपनीचं असतं. आता ते जहाज कॉलऱ्याच्या साथीच्या भीतीनं कोणीच थांबवणार नसतं आणि जहाजातून स्वैर संचार करायला हे वयोवृद्ध प्रेमी मोकळे होतात. तेव्हा

फ्लोरेंतिनोचं वय असतं अवघं ७६ आणि फर्मिनाचं वय असतं ७२. अशी 'अजब प्रेमाची गजब कहाणी' सांगणारी ही कादंबरी.

ऐंशी वर्षांचं एक अमेरिकन जोडपं दरवर्षी अकापुलाकोला भेटायचं. त्यांचं दोघांचंही प्रत्यक्षात दुसऱ्या जोडीदारांशी लग्न झालेलं होतं. एक दिवस ते बोटीत असताना बोटमननंच त्यांची हत्या केली, तेव्हा त्यांच्या गोपनीय प्रेमसंबंधाची कहाणी जगासमोर आली. या कथेचं मार्केझला खूपच आकर्षण वाटलं आणि त्याला *लव्ह इन द टाइम ऑफ कॉलरा* चं कथासूत्र सापडलं, असं सांगितलं जातं. ही कादंबरी १९८५मध्ये स्पॅनिश भाषेत प्रथम प्रकाशित झाली. पुढं १९८८मध्ये ती इंग्रजीत अवतरली. सन २००७मध्ये तिच्यावर चित्रपटही आला. लायन्सगेट या ओटीटी प्लॅटफॉर्मवर तो उपलब्ध आहे. जगभरातील अनेक भाषांत ती अनुवादित झाली. मराठीत मंजुल प्रकाशननं प्रकाशित केलेल्या आणि आगळा वाचनानुभव देणाऱ्या या कादंबरीचा सरस अनुवाद आघाडीचे तरुण लेखक प्रणव सखदेव यांनी केला आहे. खरं तर हे कठीण काम. दक्षिण अमेरिकेतील संस्कृती, भाषा, सामाजिक वर्तन व्यवहार हे सारंच वेगळं. प्रणव सखदेव यांच्या प्रत्ययकारी अनुवादामुळे मूळ कादंबरीतला आशय आपल्यापर्यंत ठाशीवपणे पोहोचतो. इथं कथासूत्र थोडक्यात सांगितलं असलं, तरी या कादंबरीचा पट विशाल आहे. दक्षिण अमेरिकी समाजजीवन, तिथल्या समजुती - गैरसमजुती, श्रद्धा-अंधश्रद्धा, कॉलऱ्याच्या साथीनं उडालेली धूळधाण, रात्री रंगणाऱ्या मेजवान्या, शहरांतली वेगवेगळी प्रेमप्रकरणं याचं नेटकं वर्णन लेखक करतो. भाषावैभव तर अफलातून. जगण्याविषयी कसलीही भिडभाड न ठेवता मांडलेलं लख्ख तत्त्वज्ञान चकित करणारं. वैश्विक वाङ्मय थोर का असतं, हे समजून घ्यायचं असेल, तर ३७० पानांत ऐसपैस पसरलेलं हे पुस्तक वाचायलाच हवं. वानगीदाखल, फ्लोरेंतिनो आणि फर्मिना शेवटी बोटीतून प्रवासाला निघतात त्या वेळीचं वर्णन करणारा हा उतारा...

> *बोट दृश्य प्रवाहांमधून, दलदलीतून जिथे कोळ्यांच्या बोटींचे दिवे शांतपणे हिंदकळत होते तिथून पुढे गेली आणि शेवटी तिने माग्दालेना नदीच्या विशाल पात्रात मुक्त श्वास घेतला. मग बँड लोकप्रिय धून वाजवू लागला, आनंदी प्रवाशांची गर्दी जमली आणि त्या गर्दीत नाच सुरू झाला. फर्मिना डाझाने तिच्या केबिनमध्ये थांबून राहणं पसंत केलं. त्या संपूर्ण संध्याकाळभर ती एकही शब्द बोलली नव्हती आणि फ्लोरेंतिनो अरिसाने तिला तिच्या विचारांत मग्न राहू दिलं. ती दमली नव्हती, तिला जरा थंडी वाजत होती आणि तिने त्या दोघांनी थोडा वेळ तिच्या खासगी डेकवर नदी पाहत बसावं असं सूचित केलं. फ्लोरेंतिनो अरिसाने चाकांच्या बांबूच्या दोन खुर्च्या आणल्या, दिवे बंद केले, तिच्या खांद्यावरून लोकरी शाल पांघरली आणि तिच्याशेजारी बसून राहिला. ती काही बोलत नव्हती. क्षितिजावरचे शहरी दिवे*

'लव्ह इन द टाइम ऑफ कॉलरा' या चित्रपटात फर्मिनाच्या भूमिकेत इटालियन अभिनेत्री गिओव्ना मेझोगिओर्नो.

हरवून गेले. पौर्णिमेच्या चांदण्यामध्ये अंधाऱ्या डेकवरून शांत, सहज वाहणारी नदी दिसत होती आणि दोन्ही किनाऱ्यांवरची कुरणं अंधारात चमकत होती. वेळोवेळी अधूनमधून मोठी शेकोटी पेटवलेली दिसायची, त्याच्या शेजारी झोपडी असायची. तरुण असताना केलेल्या प्रवासाच्या धुगधुगत्या आठवणी अजूनही फ्लोरेंतिनो अरिसाला आठवत होत्या आणि चमकणाऱ्या विजांचं प्रतिबिंब नदीत पाहून त्या पुन्हा जिवंत झाल्या, जणू काही ते सगळं कालपरवा घडलेलं असावं. त्यातल्या काही आठवणी त्याने फर्मिना डाझाला सांगितल्या, त्यामुळे कदाचित ती थोडी हालचाल करेल असं त्याला वाटलं होतं; परंतु ती धूम्रपान करत वेगळ्याच कुठल्यातरी जगात गेली होती. फ्लोरेंतिनो अरिसाने त्याच्या आठवणी सांगणं थांबवलं आणि तिला तिचं तिचं राहू दिलं. मध्यरात्रीनंतर संगीत संपून गेलं, प्रवाशांचे आवाज विरून गेले आणि झोपाळू कुजबुज सुरू झाली. डेकच्या अंधारात दोन एकटी हृदयं बोटीच्या श्वासोच्छ्वासाबरोबर त्या कालौघात धडधडत होती.

कादंबरीचे लेखक गॅब्रिअल गार्सिया मार्केझ मूळचे दक्षिण अमेरिकेतील कोलंबियाचे. ६ मार्च १९२८ रोजी जन्मलेले मार्केझ उत्कृष्ट लॅटिन-अमेरिकन साहित्यिक म्हणून ओळखले जातात. लहानपणीच मार्केझच्या पालकांनी त्याला त्यांच्या आजी-आजोबांच्या स्वाधीन केले, ज्यांनी त्याला आठ वर्षांचा होईपर्यंत वाढवलं. तो अरकाटाका, कोलंबिया येथे लहानाचा मोठा झाला. या शहराचा उत्पन्नाचा मुख्य स्रोत केळीच्या बागा हा होता. त्याचे आजोबा निवृत्त कर्नल होते. त्यांनी अनेकदा मार्केझला युद्धभूमीवरच्या शौर्यकथा सांगितल्या. त्याची आजीदेखील एक चांगली कथाकथनककार होती आणि तिनं मार्केझला लोककथा, दंतकथा

आणि भुतांच्या कथा सांगितल्या. बालपणीचं हे संचित त्याच्या लेखक म्हणून झालेल्या जडण-घडणीत उपयुक्त ठरलं. मार्केझचं स्वतःचं जीवनदेखील कॉलराच्या काळातील प्रेमाच्या घटना आणि पात्रांशी समांतर आहे. फर्मिना डाझाप्रमाणेच, मार्केझच्या प्रेयसीनं लग्नासाठी हात मागण्यासाठी त्याला प्राथमिक शाळेतून पदवीधर होईपर्यंत प्रतीक्षा करण्यास सांगितलं होतं. तिच्याशी लग्न करण्यासाठी मार्केझला चौदा वर्षं वाट पाहावी लागली. असं वास्तव आणि अद्भुत एका कल्पित कथेत गुंफून सादर करण्याच्या लेखनप्रकाराला 'मॅजिकल रिॲलिझम' म्हटलं जातं आणि मार्केझना या प्रकारातलं वस्ताद मानलं जातं. १९६७ मध्ये प्रकाशित झालेल्या *वन हंड्रेड इयर्स ऑफ सॉलिट्यूड* या कादंबरीसाठीही मार्केझ प्रसिद्ध आहेत. जगातील मोजक्या अभिजात साहित्यात या अव्वल कलाकृतीची गणना होते.

काही लोक कमालीचे हट्टी असतात. *लव्ह इन द टाइम ऑफ कॉलरा* चा नायक फ्लोरेंतिनो अरिसा तर हट्टीपणाचा अर्कच! फर्मिनाच्या प्रेमानं पछाडलेला फ्लोरेंतिनो अखेर तिला प्राप्त करतोच. एखादी गोष्ट नाही मिळाली तर काही जण हट्टानं पेटून उठतात. काही करून ती त्यांना हवी असते, पण सहजतेनं मिळालेल्या उत्तम गोष्टींचं मोल मात्र माणसाला नसतं. प्रख्यात शायर निदा फाजली यांची जगजित सिंग आणि चित्रा सिंग यांच्या गायकीनं अमर झालेली ही सुंदर गझल जरूर ऐकली पाहिजे...

दुनिया जिसे कहते हैं, जादू का खिलौना है।
मिल जाये तो मिट्टी है, खो जाये तो सोना है।

वाट पाहणं, प्रतीक्षा करणं हे संयमाचंच काम. हलक्या लोकांचा हा घास नाही. असा संयम किती काळ टिकतो किंवा टिकावा, याचं उत्तर व्यक्तिनिहाय वेगवेगळं असू शकतं. काही वेळा ही प्रतीक्षा अंतापर्यंत चालते. फना निजामी कानपुरी यांची जगजितसिंग आणि चित्रा सिंग यांनीच गायिलेली आणखी एक छान गझल...

दिन गुज़र गया ऐतबार में, रात कट गई इंतज़ार में।
वो मज़ा कहाँ वस्ल-ए-यार में, लुत्फ़ जो मिला इंतज़ार में।

प्रतीक्षेच्या समईतल्या वाती मंदावतात तेव्हापावेतो प्रेमिकाशी मिलनापेक्षाही (वस्ल-ए-यार) वाट पाहण्यातच (इंतजार) आनंद (लुत्फ़) वाटायला लागलेला असतो. एखादाच फ्लोरेंतिनो अरिसा असतो ज्याला म्हातारपणी का असेना, आपलं प्रेम गवसतं. उरलेल्यांच्या वाट्याला येतो तो ठाम नकाराचा पूर्णविराम किंवा अंतहीन इंतजार! 'तू नहीं तो और सही...' च्या या जमान्यात 'अब कौन करेगा इतना इंतजार?'

इतकी रसाळ, की तत्कालीन बर्नार्ड शॉ, एडवर्ड कार्सन यांसारख्या पट्टीच्या वक्त्यांचाही त्याच्यापुढं निभाव लागत नसे. या वाक्चातुर्याच्या बळावर त्यानं अमेरिकेची व्याख्यानांची निमंत्रणं स्वीकारली. अमेरिकेत बोटीतून उतरताना कस्टम अधिकाऱ्यानं, 'आपल्याकडे डिक्लेअर करण्यासारखं काही आहे का,' असा प्रश्न विचारला. त्यावर हजरजबाबी वाईल्डनं, 'आय हॅव नथिंग टू डिक्लेअर बट माय जीनिअस' (माझ्या प्रतिभेखेरीज माझ्याकडे करपात्र चीज कोणतीच नाही) असे उद्गार काढले. त्याच्या या चमकदार विधानाचा जगभराच्या साहित्यविश्वात आजही कौतुकानं उल्लेख केला जातो. दीर्घ दौरा करून त्यानं अमेरिकी साहित्यरसिकांना वेड लावलं. तिथं मिळालेला बखखळ पैसा युरोपात परतल्यावर लगोलग चैनी करून उडवूनही टाकला. ऑस्कर वाईल्डची मांडणी आजच्या काळातही बंडखोर ठरावी. तेव्हाची त्याची अनेक अवतरणं (कोट्स) आजही धक्कादायक वाटत असली, तरी मुक्त जीवनशैलीचा अंगीकार करणाऱ्या अनेकांनी ती दिलखुलासपणे स्वीकारली. वानगीदाखल त्याची ही काही मतं...

ऑस्कर वाईल्ड

'जे काम परवा करता येईल ते उद्या करू नका,' (उद्या करायचं ते आज करा, या सुविचाराचं हे विडंबन)

'मोहाखेरीज मी कशाचाही प्रतिकार करू शकतो,'

'रात्री स्वतःच्या दुर्गुणांची आठवण झाली, की मला तत्काळ झोप लागते',

'मित्र हा सुंदर असावा, चारित्र्यवान माणसाशी आपण फक्त परिचय करावा आणि शत्रू बुद्धिमान निवडावा.'

ऑस्कर वाईल्डची द *पिक्चर ऑफ डोरियन ग्रे* ही कादंबरी जागतिक वाङ्मयातली एक अद्वितीय कृती मानली जाते. पुत्राकडून यौवन उसनं घेऊन हजार वर्षं भोगात रमलेल्या, तरीही वासनातृप्ती न झालेल्या ययातीची कहाणी आपल्याला माहिती आहे. प्रख्यात साहित्यिक वि. स. खांडेकर यांनी या विषयावर लिहिलेली *ययाती* कादंबरी भारतीय अभिजात वाङ्मयात अव्वल स्थान बाळगून आहे. डोरियन ग्रेची कथा याच जातकुळीतली. वार्धक्य आपल्या चित्रावर आरोपीत करून तो भोगविलासात रममाण होतो. त्यासाठी हिंसा आणि कुटिल कारवायांचाही आधार घेतो. हे कथानक एकोणिसाव्या शतकाच्या अखेरीस इंग्लंडमध्ये घडतं. त्यामध्ये वाईल्डच्या शैलीला साजेसं वास्तव आणि अद्भुताचं अजब मिश्रण केलेलं आढळतं. पॅरिसमधला वीस वर्षांचा हा देखणा युवक आपल्या नुकत्याच मरण पावलेल्या आजोबांच्या गडगंज संपत्तीचा वारस म्हणून लंडनमध्ये दाखल होतो.

देखणेपणामुळे तिथल्या अमीर-उमरावांच्या वर्तुळात तो चर्चेचा विषय ठरतो. बेसिल हा चित्रकार त्याचं अप्रतिम चित्र रेखाटतो. त्याच वेळी लॉर्ड हेन्री त्याला जीवन रसरसून जगण्याचा सल्ला देतो. बेसिलनं रेखाटलेलं चित्र असंच देखणेपण मिरवत राहील, आपण मात्र वृद्धत्वाकडे वाटचाल करीत राहू, अशी धास्ती डोरियनला वाटते. आपलं चित्र वृद्ध व्हावं, आपण मात्र सदासतेज जवान राहावं अशी कामना तो करतो. होतंही तसंच. त्याच्या जवानीतल्या प्रत्येक भोगाबरोबर, दुष्कृत्याबरोबर ते चित्र कुरूप बनत जातं. डोरियन मात्र आहे तसं तारुण्य मिरवत, उपभोगत राहतो. शेक्सपिअरच्या नाटकांमध्ये नायिकेची भूमिका करणाऱ्या सिबिल व्हेन या सुंदर षोडशेच्या प्रेमात तो पडतो आणि नंतर तिला नाकारतो. प्रेमभंग झालेली सिबिल आत्महत्या करते. त्या धक्क्यातून सावरून डोरियन पुन्हा मदिरा, मदिराक्षी यांच्या सहवासात रमतो. अनेक वळणं घेत जाणाऱ्या कथानकाअंती डोरियन मृत्यू पावतो, तेव्हा तो तारुण्य गमावून अचानक जख्खड म्हातारा बनलेला असतो, तर ते चित्र पुन्हा आहे तसं विशीतल्या डोरियनचं देखणं रुपडं धारण करतं.

'इंद्रियांच्या समाधानातच आत्म्याचे कल्याण आहे. मोहाचा प्रतिकार करण्यासाठी मोहाला शरण जावे. सदसद्विवेकबुद्धी आणि भेकडपणा यांत काहीच फरक नाही,' अशा आशयाचे बंडखोर विचार कादंबरीत येतात. विशेषतः लॉर्ड हेन्री हा डोरियनला सतत भोगवादाच्या मार्गावर ओढत राहतो. हे पात्र आपल्या तोंडातून ऑस्करचं भोगाचं तत्त्वज्ञान सांगत राहतं. पुस्तकातील सर्वाधिक संवाद या हेन्रीला मिळाले आहेत, तेही बहुतेक डोरियनला उद्देशून असणारे. त्यातीलच हा एक...

> *"मला वाटतं, की एक जरी माणूस जीवन पूर्णत्वानं जगला, एका जरी माणसानं आपल्या मनात येणारा प्रत्येक विचार उघड केला, आपल्या प्रत्येक स्वप्नाला सत्य स्वरूप दिलं, तरी जग मध्ययुगीन अनिष्ट गोष्टींपासून मुक्त होईल. पण आपल्यातला सर्वात शूर माणूसही स्वतःला घाबरत असतो. आपण रानटी माणसाला भूतकाळात गाडून टाकलं आहे. नेमक्या त्याच पद्धतीने आपण आपल्या स्वाभाविक ऊर्मींना दडपून ठेवीत असतो. त्यामुळेच आज आपली आयुष्यं गढूळ होत आहेत. आपण स्वतःला दिलेल्या प्रत्येक नकाराबद्दल आपल्याला शिक्षा होत असते. आपल्या ज्या ज्या प्रबळ इच्छेला मारून टाकण्याचा आपण प्रयत्न करतो, ती ती प्रत्येक इच्छा आपल्या मनात घर करून बसते, आणि तीच विष होऊन ते आपल्या अंगभर पसरतं. पाप करून शरीर पापमुक्त होतं; कारण कर्म करणं हा शुद्ध होण्याचा एकच मार्गच आहे. कर्म केल्यावर शेवटी उरते ती केवळ सुखाची आठवण, किंवा पश्चात्तापाची चैन. मोहापासून मुक्ती मिळवण्याचा एकच मार्ग आहे... मोहाला वश होणं. मोहाचा प्रतिकार करा, मग स्वतःच स्वतःला*

सन २००९ मध्ये आलेल्या 'डोरियन ग्रे' या चित्रपटात रॅचेल हर्ड-वूड (सिबिल व्हेन) आणि बेन बार्नस (डोरियन ग्रे).

मनाई केलेल्या गोष्टींसाठी तुमचा आत्मा तरसत राहील. स्वत: तयार केलेल्या अघोरी नियमांनी तुम्ही कित्येक गोष्टींना अघोरी, नियमबाह्य ठरवाल; पण त्या गोष्टींसाठीची लालसा तुमच्या मनात तशीच पेटलेली राहून तुम्हाला विकृत करील. जगातल्या सर्वश्रेष्ठ घटना माणसाच्या मेंदूत आकार घेतात, असं म्हणतात. त्या मेंदूतच जगातली मोठी पापंही जन्म घेतात.''

ऑस्कर हयात असताना या कादंबरीला इतकी प्रसिद्धी मिळाली नाही, उलट त्याबद्दल त्याची हेटाळणीच झाली. समीक्षकांनी तर त्याला झोडपून काढलं. नंतर मात्र तिची लोकप्रियता आणि खप वाढत गेला. द *गार्डियन* या वृत्तपत्रानं इंग्रजीत लिहिल्या गेलेल्या सर्वोत्कृष्ट शंभर कादंबरींच्या यादीत द *पिक्चर ऑफ डोरियन ग्रे* चा समावेश केला. सन १८९० ला एका अमेरिकी नियतकालिकात ही कादंबरी संपादित स्वरूपात पहिल्यांदा प्रसिद्ध झाली. नंतर १८९१ मध्ये ती पूर्ण कादंबरी स्वरूपात प्रसिद्ध झाली. टीकेचा सूर तीव्र झाल्यावर स्टॉलवरील या नियतकालिकाचे सारे अंक वितरकांना मागे घ्यावे लागले. वाईल्डनं मात्र आपल्या लिखाणाचं जोरदार समर्थन केलं. साहित्य आणि कलाविश्वानं यथावकाश या कादंबरीची दखल घेतली. सन १९१३ मध्ये तिचं नाट्यरूपांतर केलं गेलं. या कथानकावर

काही मूकपटही आले. तो काळ मूकपटांचाच होता. पुढं सिनेमा बोलायला लागल्यावर सन १९४५ मध्ये 'द पिक्चर ऑफ डोरियन ग्रे' हा चित्रपट आला आणि गाजलाही. त्याला त्या वर्षीचा उत्कृष्ट कृष्ण-धवल छायाचित्रणासाठीचा ऑस्कर पुरस्कार लाभला. अलीकडे सन २००९ मध्ये 'डोरियन ग्रे' या नावानं नवा चित्रपट आला. तो रंगीत होता, पण इतका गाजला नाही. इंटरनेटवर शोध घेतलात तर तो मिळू शकेल. त्याचा ट्रेलर यू-ट्यूबवर उपलब्ध आहे.

नैतिकतेच्या चौकटीतूनच प्रत्येक गोष्ट जोखण्याची आपली खोड. वास्तव आणि अद्भुताचं अजोड मिश्रण असणारी ही कादंबरी वाचताना मात्र नीतिमार्गावरून घसरण्याचं ऑस्करनं केलेलं सज्जड समर्थन आपल्याला थक्क करून सोडतं. 'अरेच्चा, याकडे असंही पाहता येऊ शकतं तर,' असं आजपर्यंत न झालेलं आकलन आपले जुने समज खोडून काढत राहतं. तत्त्वज्ञानाची डूब लाभलेल्या पल्लेदार संवादांनी भरलेली ही कादंबरी मोठा बौद्धिक आनंद देते. ऑस्कर वाईल्डनं लॉर्ड हेन्री या पात्राच्या माध्यमातून मुक्त जीवनाबाबतची आपली भूमिका ताकदीनं मांडली आहे. ती मुळातून वाचणं म्हणजे बौद्धिक मेजवानीच! हा सारा ऐवज आपली दृष्टी बदलवून टाकण्याची क्षमता बाळगून आहे. अर्थात, नीति-अनीतीचं ओझं न घेता तितक्या संवेदनशीलतेनं आणि खुलेपणानं आपण हे सारं पचवू शकलो तरच! मेहता पब्लिशिंग हाऊसनं मराठीत ही कादंबरी प्रकाशित केली आहे. वि. शं. ठकार यांनी उत्तम अनुवाद केला आहे.

एका तरुणाशी समलिंगी संबंध ठेवल्याबद्दल सन १८९५मध्ये वाईल्डवर खटला चालवला गेला. त्या वेळी या पुस्तकातील उतारे त्याच्याविरुद्ध पुरावे म्हणून वापरले गेले. हा खटला प्रचंड गाजला. ऑस्करला दोन वर्षं सक्तमजुरीची शिक्षा झाली. रेडिंग इथल्या तुरुंगात त्यानं ती भोगली. तिथं कष्टाची कामं करावी लागल्यानं त्याची प्रकृती तोळामासा झाली. या अनुभवावर त्यानं *बॅलड ऑफ द रेडिंग जेल* हे प्रभावी काव्य लिहिलं. शिक्षा झाल्यावर तत्कालीन कर्मठ इंग्लिश समाजानं जवळजवळ त्याला वाळीतच टाकलं. निर्मात्यांनी त्याची नाटकं बंद करून टाकली. प्रकाशकांनी पुस्तकविक्री बंद केली. रस्तोरस्ती त्याची अवहेलना सुरू झाली. ऑस्कर हा शब्द शिवीसारखा वापरला जाऊ लागला. तो अक्षरशः निष्कांचन झाला. काही मित्र त्याला आर्थिक मदत करीत होते. ही सारी दुर्दशा सुरू असतानाच त्याला मनोभावे साथ देणारी बायको निवर्तली. बदनामीच्या भीतीनं मुलांनी आपलं आडनाव बदलून घेतलं. हे सारं पाहून ऑस्कर आणखी मद्याच्या आहारी गेला. तुरुंगातून सुटल्यावर नाव बदलून तो फ्रान्समध्ये राहू लागला. काही वेळा तर रस्त्यावर त्यानं अक्षरशः भीक मागितली. शेवटी पॅरिसमध्ये तो बेवारशासारखा मृत्यू पावला. एकेकाळी लाखो रसिकांना झुलवणारा हा शब्दांचा, विनोदाचा बादशहा भिकाऱ्याच्या मौतीनं खपावा, यापरतं दुर्दैव ते कोणतं? पुढं सन १९५४ मध्ये इंग्रज सरकारला उपरती झाली. ऑस्करच्या जन्मशताब्दीनिमित्त लंडनमधील त्याच्या घरावर त्याच्या नावाचा फलक लावला गेला.

त्याचं साहित्य नव्या जोमानं खपू लागलं. तिकिटबारीवर नाटकं पुन्हा गर्दी खेचू लागली. पण हे वैभव पाहायला ऑस्कर नव्हता.

आपण तसे ढोंगीच असतो. 'बालपण देगा देवा, मुंगी साखरेचा रवा,' हे काव्य बोलण्यापुरतं ठीक. ऑस्करसारखं आणि त्याच्या डोरियनसारखं तारुण्य आणि रंगीबेरंगी, रसरशीत जगणं प्रत्येकालाच हवं असतं. तारुण्य थांबवून ठेवता येत नाही आणि भोग ही तर निरंतर हवीहवीशी वाटणारी गोष्ट. तिला वयाचं बंधन नसतं. इंदीवर यांची *होठों से छू लो तुम* ही जगजित सिंग यांनी गायलेली गझल तुम्ही ऐकली असेलच. तिच्यातला हा एक प्रत्ययकारी तुकडा...

ना उम्र की सीमा हो ना जनम का हो बंधन
जब प्यार करे कोई तो देखें केवल मन
नयी रीत चलाकर तुम यह रीत अमर कर दो

प्रेमाचं ठीक आहे, पण भ्रमरवृत्तीचं करायचं तरी काय? डोरियनची आणि त्याच्या कर्त्याची कहाणी वाचल्यानंतर आपल्या मनात हाच प्रश्न उपस्थित होतो. शिवाय आपल्या भवतालात डोकावलं तर प्रेमिक कमी आणि भ्रमर जास्त आढळतील. डोरियनची कथा तर समाजाचाच आरसा आहे ना? मग तो समाज एकोणिसाव्या शतकातील इंग्लंडचा असू द्या, की एकविसाव्या शतकातील भारताचा! *द पिक्चर ऑफ डोरियन ग्रे* मध्ये वाईल्डचं तत्त्वज्ञान कसलेही निर्बंध न जुमानता खुल्या जगण्याचं समर्थन करीत राहतं. ते योग्य की अयोग्य, हा ज्याचा त्याचा प्रश्न. 'दूध का दूध और पानी का पानी' करण्याइतकं हे सोपं नाहीच मुळी! निष्ठा महत्त्वाची की येणारा प्रत्येक क्षण रसरसून भोगायला सांगणारं तत्त्वज्ञान? आपला चार्वाक त्याचंच तर समर्थन करतो. मुक्त लैंगिक संबंधांचं समर्थन करणारा विख्यात साहित्यिक, तत्त्वज्ञ बर्ट्रांड रसेल आणि प्रख्यात मानसशास्त्रज्ञ डॉ. अल्बर्ट एलिस यांची मांडणी तरी वेगळं काय सांगते? लोकहो, या प्रश्नांना समाजमान्य होईल असं एकच एक उत्तर नाही. हा गुंता प्रत्येकानं आपापल्या धारणा, वकुब आणि आकलनानुसारच सोडवलेला बरा!

साध्या मुलींची साधीच गोष्ट

आयुष्यातला गोडवा टिकवायचा असेल तर 'लिटल विमेन' सारख्या सुखान्त कहाण्या वाचायला हव्यात, साध्या साध्या लोकांच्या कहाण्या सांगणारे हिंसाचार विरहित चित्रपट पाहिले पाहिजेत. या कहाण्या, हे चित्रपट आपल्या आयुष्यात काठोकाठ आनंद भरून देतात.

पुस्तक : चौघीजणी
मूळ पुस्तक : Little Women
मूळ लेखक : लुईसा मे अल्कॉट
अनुवाद : शान्ता ज. शेळके
प्रकाशक : मेहता पब्लिशिंग हाऊस

साध्या माणसांच्या, साध्या पद्धतीनं सांगितलेल्या साध्या गोष्टी मनाला अनुपम आनंद देतात. त्यामध्ये नात्यांचा सुगंध असतो. छोटे-मोठे झगडे असतात. रुसवे-फुगवे असतात. थोडासा दुरावा आणि दीर्घकाळचा स्निग्ध सहवास, हवाहवासा... प्रेमरज्जू अधिक मजबूत करणारा. आठवून पाहा हृषीकेश मुखर्जींचे चित्रपट - 'गोलमाल', 'चुपके चुपके', 'आनंद', 'गुड्डी' किंवा राजश्री प्रॉडक्शनचे आधीचे चित्रपट - 'दोस्ती', 'सौदागर', 'गीत गाता चल', 'चितचोर', 'दुल्हन वहीं जो पिया मन भाये', 'सावन को आने दो'... आपलं भावविश्व समृद्ध करणारी त्यातली सुरेल गाणीही जरा आठवा. साध्या माणसांच्या अशा गोष्टी आपल्याला भावतात, कारण त्यात आपलंच प्रतिबिंब असतं.

लुईसा मे अल्कॉट

अशी ही साधी माणसं फार मोठी स्वप्नं पाहत नाहीत. छोटे छोटे आनंद त्यांना जगण्याची अक्षय ऊर्जा पुरवत राहतात. त्यासाठी त्यांनी खूप श्रीमंतच असायला हवं, अशी काही पूर्वअट नसते. संसारातले आर्थिक काच, त्यातून आलेलं मागासलेपण यामुळे ती काही काळ हतबलही होतात, पण कायमची निराश होत नाहीत. गरिबीच्या फाटक्या गोधडीला टाके घालण्यात ती माहीर असतात. कितीही अडचणींतून गेल्यानंतर पुन्हा एकदा उमेद बांधून ती जगाला हसत हसत सामोरी जातात. 'मालगुडी डेज' किंवा प्राइम व्हिडिओवर असलेली 'पंचायत' ही मालिका त्याचाच तर प्रत्यय देते. पु. ल. देशपांडे यांचं *व्यक्ती आणि वल्ली* असो किंवा व्यंकटेश माडगूळकरांची *माणदेशी माणसं*; नितळपणानं जगणारी माणसं आपल्या स्मृतिमंजूषेत कायमची ठाण मांडून बसलेली असतात. एकूणात काय तर साध्या माणसांवरचे चित्रपट, कथा-कादंबऱ्या आपल्याला आवडतात. दीर्घकाळ त्या आपल्या मनात रुंजी घालत राहतात. एकांतात असताना त्यातले प्रसंग आठवले, की ओठांवर खुदकन हसू येतं. जगणं समृद्ध करणारा असा निर्भेळ आनंद हल्ली दुर्मीळ होत चाललाय ना!

या लेखाचा विषय आहे अमेरिकेच्याच नव्हे, तर जागतिक अभिजात वाङ्मयात मोलाचं स्थान मिळवलेली *लिटल विमेन* ही कादंबरी. तशी ही लुईसा मे अल्कॉट या लेखिकेच्या आयुष्याचीच कथा. म्हणून तर ती आत्मचरित्रात्मक कादंबरी म्हणून ओळखली जाते. त्यांनी स्वतःच्याच कुटुंबाची, आपल्या आर्थिक ओढगस्तीची गोष्ट इथं सांगितली आहे. तर ही कहाणी चौघींची, म्हणजे चौघा बहिणींची. तीही अमेरिकेतील आणि एकोणिसाव्या शतकाच्या उत्तरार्धातील. वर्ष असेल १८६०च्या पुढंमागं. मॅसेच्युसेट प्रांतातील कॉन्कार्डजवळील एका खेड्यात ती घडते. आता कॉन्कार्ड म्हटलं की आपल्याला तिथल्या *वॉल्डन* तळ्याकाठी राहणारा निसर्गवेत्ता हेन्री डेव्हिड थोरो आठवतो. त्याचा काळ ही गोष्ट

घडण्याच्या थोडा आधीचा. अमेरिकेतील यादवी युद्ध बहरात आलेलं. या मुलींचे वडील युद्धात लढायला गेलेले. घरी दारिद्र्य, पण आई खंबीर. मुलींचं बालपण कोमेजून जाऊ नये म्हणून धडपडणारी. मायेबरोबरच त्यांच्यावर संस्कारांची पखरण करणारी. जगताना पदोपदी येणाऱ्या आव्हानांची या चिमुरड्यांना जाणीव करून देणारी, पण त्याचबरोबर आपण त्यांच्या स्वातंत्र्यातील अडसर बनणार नाही याचीही काळजी घेणारी.

साऱ्या मुली तशा गोड आणि देखण्या. प्रत्येकीचे स्वभाव मात्र वेगवेगळे. त्यांच्यात भांडणं होतात, हेवेदावे असतात, पण त्यांना सतत एकमेकींशी जोडून ठेवतं ते निर्व्याज प्रेम. वडील दूर असल्याने त्या अधिकच हळव्या झालेल्या. अधेमधे त्यांचा आठव या कोवळ्या जिवांना भावविभोर करीत राहतो. थोरल्या १६ वर्षांच्या मेगचा स्वभाव आईसारखाच आक्रमक. दुसरी ज्यो, १५ वर्षांची. तिला मुलांसारखं राहायला आवडायचं. लेखिका म्हणूनही ती आपलं कलम आजमावत असते. लुईसा मे अल्कॉट यांनी स्वतःवरच बेतलेलं हे पात्र. तिच्या पाठीवरची बेथ दुबळी, अशक्त सतत आजारी असणारी. वय वर्षं १३. थोडी देवभोळी. या घराण्यातलं शेंडेफळ म्हणजे ॲमी, १२ वर्षांची. या मार्च कुटुंबातील आईचं नाव आहे मार्मी. मेग आणि ज्यो कुटुंबाच्या उदरनिर्वाहासाठी काम करीत असतात. मेग मुलांना शिकवत असते, तर ज्यो मार्च आन्ट या श्रीमंत वृद्धेची मदतनीस म्हणून काम करीत असते. या मुलींच्या लहानपणापासून ते मोठेपणी संसार थाटेपर्यंतचा प्रवास या दीर्घ कादंबरीत येतो आणि तो मनोहारी आहे. तत्कालीन समाजरचना, निसर्ग, सारं काही आपल्याला भावेल असंच. कितीही कठीण काळ आला तर न डगमगता, तत्त्वांशी, प्रामाणिकपणाशी तडजोड न करता जगण्यासाठी धडपडणाऱ्या या भगिनींचा प्रवास आजच्या युवा पिढीसाठीही मार्गदर्शक ठरावा. त्यांची स्वप्नं, समाजाप्रतिची कृतज्ञता या पिढीनं समजावून घेणं गरजेचं आहे.

मार्च भगिनींच्या स्वभावाविषयीचा हा परिच्छेद या पुस्तकात अशी किती सौंदर्यस्थळं असतील याची प्रचिती आणून देतो...

वसंत ऋतूच्या आगमनाबरोबर दिवस मोठे झाले आणि मग दुपारचा लांब कंटाळवाणा वेळ घालविण्यासाठी निरनिराळे उद्योग आणि करमणुकीचे वेगवेगळे प्रकार शोधून काढण्याची आवश्यकता भासू लागली. या ऋतूत मोठे काम म्हणजे बागेची मशागत करणे. मार्च कुटुंबाच्या घरासमोर मोठी बाग होती; आणि तिचा एकेक तुकडा एकेका बहिणीला वाटून देण्यात आला होता. तेथे प्रत्येक जण आपापल्या आवडीची फुलझाडे लावीत असे. त्या चौघी बहिणींचे स्वभाव जितके भिन्न होते, तितक्याच त्यांच्या आवडीनिवडी वेगवेगळ्या होत्या. त्या आवडीचे प्रतिबिंब प्रत्येकीच्या फुलझाडांच्या निवडीत अचूक पडलेले दिसे. मेगच्या बागेत गुलाब, मर्टल, हेलिऑट्रॉप अशी जुनी पारंपरिक पद्धतीची फुलझाडे लावलेली

असत. ज्योची बाग प्रत्येक वर्षी नवे रूप धारण करी. कारण ती तेथे सतत काही ना काही प्रयोग करीत असे. या वर्षी तिने नुसती सूर्यफुलेच बागेत लावली होती. कारण कोंबड्यांना त्यांचे बी फार आवडते असे तिला कोणीतरी सांगितले होते. बेथला मंद रंगाच्या सुवासिक फुलांची विशेष आवड होती. त्याचप्रमाणे पाखरांना आवडणारा चिमणचाराही तिने तेथे आवर्जून लावला होता. ॲमीची बाग सर्वांत सुंदर दिसे. तिने तेथे एक सुरेख मांडव केला होता आणि फुलांनी बहरलेल्या वेली त्यावर चढवल्या होत्या. तिला भडक झळझळीत रंगांची फुले फार आवडत, म्हणून ती तिने मोठ्या आवडीने लावली होती. शिवाय उंच शुभ्र तुरेदार गुलछडी, नाजूक फर्न आणि इतरही अनेक सुंदर झाडे तिच्या बागेत होती. त्या बहिणींचा दुपारचा बराच वेळ बागेत जाई. त्याशिवाय भोवतालच्या माळावरून हिंडणे, फुले गोळा करणे, नदीवरून, होडीतून फेरफटका मारणे हेही उद्योग चालू होतेच. पुढे पावसाळा सुरू झाला तेव्हा त्यांचे बाहेरचे भटकणे बंद पडले आणि मग घरात किंवा निवाऱ्याच्या जागी खेळता येतील असे खेळ सुरू झाले.

मार्च भगिनींच्या आयुष्यात अनेक चढउतार येतात. तरीही त्या दारिद्र्यावर मात करून स्वाभिमानानं आपला जीवनमार्ग आणि जीवनसाथी शोधून काढतात. अर्थात ते करत असतानाही पैसा त्यांच्या लेखी दुय्यमच असतो. जगण्याचा आनंद, दुसऱ्याचं दुःख हलकं करण्याचं कार्य त्यांच्या दृष्टीनं मोलाचं. लिखाणाची आवड असलेली ज्यो आपल्या जर्मन गुरूच्या प्रेमात पडते. त्याचं लेखिकेनं सुरेख वर्णन केलं आहे. त्यातूनही या भगिनींची जीवनदृष्टी समजून यावी...

या वेळी आणखीही एक वेगळी घटना ज्योच्या जीवनात घडत होती. एकीकडे आपल्या कल्पनाविश्वातल्या नायकनायिकांचे स्वभावचित्रण करीत असताना दुसरीकडे ज्यो स्वतः वास्तव विश्वातल्या एका व्यक्तिरेखेकडे आकृष्ट होऊ लागली होती. प्रोफेसर भाअरनी एकदा तिच्याशी चर्चा करता करता तिला म्हटले होते, "साध्या पण सत्यनिष्ठ, सुंदर आणि समर्थ अशा व्यक्तिरेखांचा तुम्ही अभ्यास करायला हवा." ज्योने त्यांचा हा उपदेश ध्यानात ठेवला आणि त्याप्रमाणे खुद्द प्रोफेसर भाअर यांच्याच व्यक्तित्वाचा ती अभ्यास करू लागली. हा अभ्यास तिला जितका रंजक तितकाच उद्बोधक वाटू लागला. प्रोफेसर भाअर साऱ्यांना इतके का आवडतात, हे प्रारंभी ज्योला एक मोठे कोडे होते. कारण त्यांच्याजवळ पैसा नव्हता. प्रतिष्ठा नव्हती. आकर्षक व्यक्तिमत्त्वही नव्हते आणि तरीही त्यांच्यामध्ये असे काहीतरी होते, की ज्यामुळे माणसे आपोआप त्यांच्याकडे ओढली जात. हिवाळ्याच्या दिवसांत उबदार शेकोटीचे वाटावे, तसे लोकांना त्यांचे आकर्षण

वाटे. पैशाने गरीब असूनही नेहमी ते कोणाला ना कोणाला, काही ना काही मदत करीत असत. ते परदेशातले होते आणि तरीही साऱ्यांना ते आपले वाटत. प्रौढ वय झाले असूनही त्यांचे मन लहान मुलाप्रमाणे ताजे, टवटवीत होते. रूपाचा देखणेपणा त्यांच्यापाशी नव्हता. तरीही त्यांच्या व्यक्तित्वाचा गोडवा प्रत्येकाला जाणवत असे आणि त्यांचा स्वभाव इतका सरळ व प्रेमळ होता, की त्यामुळे त्यांच्या विक्षिप्तपणासाठी लोक त्यांना आनंदाने क्षमा करीत. प्रोफेसर भाअरच्या लोकप्रियतेचे रहस्य काय आहे, याचा ज्योने स्वतःशी असा बराच विचार केला आणि सरतेशेवटी तिने असा निष्कर्ष काढला, की त्यांचे अत्यंत निष्कपट, उदार, स्नेहशील व्यक्तिमत्त्व हेच त्यांचे प्रमुख आकर्षण होते. त्यांना त्यांची वैयक्तिक दुःखे नव्हती असे नाही; पण ती दुःखे ते नेहमी स्वतःजवळ ठेवीत आणि आपल्या स्वभावाची प्रसन्न बाजूच ते जगाला दाखवीत. एकूण काय, की भोवतालच्या माणसांविषयीचा प्रांजल बंधुभाव आणि मनाचा उदारपणा हेच प्रोफेसर भाअर यांच्या व्यक्तित्वातील गोडव्याचे रहस्य होते. त्यामुळे एका सामान्य, दरिद्री आणि प्रौढवयस्क जर्मन शिक्षकालाही असामान्य लोकप्रियता लाभू शकली होती!

लिटल विमेन च्या निर्मितीची कहाणीही रंजक आहे. लुईसा मे अल्कॉट यांचं कथालेखनाला अधिक प्राधान्य होतं, पण त्यांचा प्रकाशक थॉमस नाईल्स यांनी मात्र अल्कॉट भगिनींवर कादंबरी लिहावी असं सुचवलं आणि तसा आग्रह धरला. लुईसा यांनी पैशांची गरज असल्यानं नाइलाजानं या लिखाणाला सुरुवात केली. त्यांनी पहिली १२ प्रकरणं लिहून प्रकाशकांकडे पाठवली. ती फारशी समाधानकारक नसल्याची प्रकाशकांची पहिली प्रतिक्रिया तिला धक्का देणारी ठरली. नाईल्स यांनी आपल्या छोट्या पुतणीला ही प्रकरणं वाचायला दिली. तिला ती प्रचंड आवडली. नंतर लिहून पूर्ण झालेली ही कादंबरी अनेक किशोरवयीन मुलींना वाचण्यासाठी दिली गेली. साऱ्या मुलींनी हे पुस्तक सुरेख असल्याची ग्वाही दिली. त्यांच्या शिफारशींच्या बळावर १८६८ मध्ये कादंबरी प्रसिद्ध करण्यात आली. अल्पावधीतच ती लोकप्रिय ठरली. पहिली आवृत्ती हातोहात खपली. या भगिनींच्या पुढच्या जीवनाविषयी लिहावं असा आग्रह वाचकांकडून सुरू झाला. त्यामुळे लुईसा यांनी या कादंबरीचा दुसरा भाग लगोलग लिहून पूर्ण केला, तो *गुड वाइव्हज* या नावानं प्रसिद्ध झाला. पुढं हे दोन्ही भाग एकत्रितरीत्या *लिटल विमेन* या नावानंच प्रसिद्ध केले गेले. अमेरिकन वाचकांनी हे पुस्तक अक्षरशः डोक्यावर घेतलं. समीक्षकांनीही त्याचं कौतुक केलं. किशोरवयीन मुलींविषयीच्या लिखाणाचा नवाच प्रकार लुईसा यांनी रूढ केल्याचे त्यांनी नमूद केलं. अमेरिकेबाहेरही या पुस्तकाला अमाप प्रसिद्धी मिळाली. अनेक भाषांमध्ये ते अनुवादित झालं. या पुस्तकानं लुईसा यांना गरिबीतून बाहेरच काढलं नाही तर श्रीमंतीच्या वाटेवर नेलं.

आपलं भाग्य असं की सिद्धहस्त लेखिका, कवयित्री शांता शेळके यांनी तब्बल पावणेसहाशे पानांची ही कादंबरी ताकदीनं मराठीत आणली आहे. मेहता पब्लिशिंग हाऊसनं *चौघीजणी* या नावानं ती प्रकाशित केली आहे. तिचं सतरावं पुनर्मुद्रण सध्या बाजारात उपलब्ध आहे. यावरून मराठी वाचकांच्या प्रतिसादाची कल्पना यावी. मराठीतील पहिल्या १० अस्सल अनुवादांत या पुस्तकाचा समावेश करावा लागेल. *वॉल्डन*, *पाडस* सारखाच वाचनाचा अमर्याद आनंद देणारं हे पुस्तक आपल्या संग्रही हवंच. मराठी भाषेचं वैभव शांताबाईंनी इथं भरभरून लुटलं आहे. त्यांच्या रसाळ शब्दकळेनं या लिखाणाचं वाचनमूल्य वृद्धिंगत झालं आहे. मराठीचं कौतुक आणि अभिमान वाटावा असंच हे संचित. 'जिवलगा राहिले रे दूर घर माझे', 'तोच चंद्रमा नभात', 'ही वाट दूर जाते', 'ऋतू हिरवा ऋतू बरवा' यांसारख्या सतत गुणगुणण्याच्या मोहात पाडणारी अनमोल गीतं देणाऱ्या शांताबाईंकडून हा अनुवाद अस्सल ना वठता तरच नवल!

सन २०१९ मध्ये आलेल्या 'लिटल विमेन' या चित्रपटातील चार बहिणी बेथ (एलिझा स्कॅनलेन), ज्यो (सार्स रोनान), मेग (एमा वॉटसन) ॲमी (फ्लोरेन्स पघ) आणि आई मार्मी (लॉरा डर्न).

पाश्चात्त्य जगतात या कथानकावर अनेक नाट्यरूपांतरं आली. चित्रपट तर तब्बल सात झाले. अलीकडे म्हणजे २०१९ मध्ये आलेला 'लिटल विमेन' याच नावाचा चित्रपट सगळ्यात उजवा मानावा लागेल. त्यानं एक ऑस्कर पटकावलं. मार्च भगिनींचे विलोभनीय विभ्रम आणि हृद्य नातं अनुभवायचं असेल तर हा चित्रपट आवर्जून पाहावा. त्यात 'हॅरी पॉटर'मधील एमा वॉटसननंही एका बहिणीच्या भूमिकेत रंग भरला आहे. प्रख्यात अभिनेत्री मेरील स्ट्रीप छोट्याशा भूमिकेत भाव खाऊन गेली आहे. मुलींच्या आईची भूमिका केली आहे लॉरा डर्न यांनी. उत्साहानं

सळसळणाऱ्या ज्योची भूमिका आयरिश रक्ताची अमेरिकन अभिनेत्री सार्स रोनान हिनं छान वठवली आहे. या छोकऱ्यांचा हवाहवासा वाटणारा चिवचिवाट चित्रपटभर आपलं मनोरंजन करतो. आपल्या बहिणींची आठवण करून देतो. 'नेटफ्लिक्स'वर हा चित्रपट अगदी हिंदीतही पाहता येईल.

आयुष्यातला गोडवा टिकवायचा असेल तर अशा सुखान्त कहाण्या वाचायला हव्यात. साध्या साध्या लोकांच्या कहाण्या सांगणारे हिंसाचारविरहित चित्रपट पाहिले पाहिजेत. या कहाण्या, हे चित्रपट आपल्या आयुष्यात काठोकाठ आनंद भरून देतात. वाघ मागं लागल्यासारखे धावणारे आणि मायावी दुनियेलाच खरं मानून चालणारे आपण कधी तरी मोडून पडू तेव्हा बँकेत बॅलन्स असेल कदाचित, पण हातात अर्थपूर्ण असं काहीच उरणार नाही. असाच काळ पुढे सरकत राहिला तर नाती तोंडी लावण्यापुरतीच उरतील की काय, अशी भीती वाटण्यासारखी सध्याची स्थिती. घडीभर थांबून मागं वळून पाहण्याइतकीही उसंत आपल्याला राहिलेली नाही. मनातलं द्वेषाचं भांडं काठोकाठ भरून कुठवर वाटचाल करणार आहोत? क्षमा आपल्या आयुष्यातून हद्दपार करून आपण मोलाचं असं काय कमावलं आहे? मराठी चित्रपटातील हे गाणं तुम्ही ऐकलं असेलच...

भले बुरे जे घडून गेले
विसरून जाऊ सारे क्षणभर
जरा विसावू या वळणावर...

लोकहो, थोडं थांबा. गती मंद करा, मती जागृत करा. भवतालातली माणसं कितीही त्रासदायक असली तरी क्षमाशील राहा! त्यांच्या वर्तनातला करकरीतपणा तुमच्याच प्रतिबिंबित होऊ देऊ नका. मधमाशीसारखं नात्यातला गोडवा टिपण्याचा प्रयत्न करा. आपल्या माणसांवर प्रेम कराल; तसं ते इतरांवरही करा, हाच या चौघा बहिणींचा सांगावा आहे. कोणी तरी म्हटलं आहे, 'प्रेम करण्यासाठीही हे आयुष्य पुरेसं नाही, मग द्वेष करायला तुम्हाला फुरसत मिळते तरी कशी?' 'हे विश्वची माझं घर' असं म्हणणाऱ्या प्रेमस्वरूप, भक्तिस्वरूप ज्ञानोबारायांचे आपण वंशज. त्यांना शोभेल असं थोडं तरी वागू या! त्यासाठी लागणारं उमदेपण या चार भगिनींची कथा आपल्याला नक्कीच मिळवून देईल.

या जन्मावर, या जगण्यावर...

वस्त्र विणत असाल तर तुमच्या अंतःकरण-तंतूंनी ते विणा. समजा, की तुमची प्रेयसी ते पांघरणार आहे. घर बांधत असाल तर दगड-विटांना जीव लावून रचा. समजा, की तुमची प्रिया त्यात वस्तीला येणार आहे. बिजांना हळुवार चित्तानं मातीत रुजवा. समजा, की तुमची सखी त्याची फळं चाखणार आहे.

पुस्तक : द प्रॉफेट
मूळ पुस्तक : The Prophet
मूळ लेखक : खलिल जिब्रान
अनुवाद : त्र्यं. वि. सरदेशमुख
प्रकाशक : मधुश्री पब्लिकेशन

या जगात जगावं कसं, वागावं कसं, हे माणसाला पडलेले सनातन प्रश्न. या कूटप्रश्नांचं उत्तर द्यायला जगभरातले आध्यात्मिक आणि तत्त्वज्ञानावरचे ग्रंथ समर्थ आहेत. अर्थात आपली झोळी तितकी मजबूत असेल तरच त्यातील हवं ते ग्रहण करण्याची पात्रता अंगी येते. हे प्रश्न साऱ्यांनाच पडतात असंही नाही. कसलाही विचार न करता मनाला येईल तसं जगणारे, वागणारे अनेक असतात. किंबहुना, अशांचीच संख्या जास्त. त्यामुळे विचारी माणसांवरच अधिक विचार करून मेंदू शिणवून घेण्याचा (आणि अशा अविचारींना जन्मभर सांभाळण्याचा, सोसण्याचाही) जिम्मा येऊन पडतो.

अलीकडच्या दोन-तीन दशकांत या प्रश्नांना जोड मिळाली आहे ती यशस्वी कसं व्हावं, या उपप्रश्नाची! पाहता पाहता उपप्रश्नच मुख्य प्रश्न बनून समस्त मानवजातीच्या प्राधान्याचा विषय बनू पाहतो आहे. त्यामुळे यशस्वी कसं व्हावं, हे सांगणाऱ्या व्यवस्थापन शास्त्रावरील पुस्तकांची चळत प्रत्येक पुस्तकाच्या दुकानात लागलेली दिसेल. 'पी हळद आणि हो गोरी' प्रकारातल्या या पुस्तकांवर किती विसंबून राहायचं, हा ज्याचा त्याचा प्रश्न. हा प्रवाह म्हणजे जागतिकीकरणाचं नवअपत्य बरं! मध्यंतरी एका नियतकालिकाची मुखपृष्ठ कथा पाहून धक्काच बसला. शीर्षक होतं, 'What is the cost of raising a child?' गर्भधारणेपासून ते महाविद्यालयीन शिक्षणापर्यंत आपल्या अपत्यावर किती खर्च करावा लागतो, याचा लेखाजोखा मांडणाऱ्या या लेखानं आपल्या मुलांचं वस्तूकरण होतं आहे, याचं भान लिहिणाऱ्यांना तर नाहीच, पण वाचणारेही आपल्या संवेदना हरवून बसलेत की काय, असं वाटावं इतकं हे जग 'अर्थ'प्रेमी बनलं आहे. या गतीनं, 'आपल्या वृद्ध मातापित्यांना सांभाळण्याचा (किंवा वृद्धाश्रमात टाकण्याचा) खर्च किती,' असाही लेख कधी तरी प्रसिद्ध होऊ शकतो आणि त्याला तरुण वाचकही लाभू शकतो. हिशेबच मांडायचा म्हटलं तर नात्यांचा बाजार होणारच ना!

आपला समाज असा आहे, की तो 'कीर्तनानं सुधारत नाही आणि तमाशानं बिघडत नाही' असं ग्रामीण भागात गमतीनं म्हटलं जातं. बहुतेकांना जगण्याची मौजमजा लुटायची असते आणि त्याचबरोबर आपली समाजातली प्रतिमाही जपायची असते. हल्ली तर प्रतिमासंवर्धनाची जोड त्याला मिळाली आहे. अशा दोन्ही डगरींवर हात ठेवून जगणाऱ्यांची संख्या अधिक. त्यामुळे कीर्तन आणि तमाशा या दोन्हींचा आस्वाद घेणारे कशाचाही आपल्यावर बरा-वाईट परिणाम करून न घेण्याची किमया करून दाखवतात. अशा स्थितीत खरा सत्शील कोण, याचा शोध घेणं अंमळ कठीणच! विषम, शोषणावर आधारित, जाती-पातींत विभागलेला समाज अंतर्विरोधांमुळे पोखरलेला असतो. तिथं समाधान, स्वास्थ्य, आनंदाची वानवा असते. दुसरीकडे भूतानसारखं हिमालयाच्या कुशीतलं चिमुकलं राष्ट्र आनंदी माणसांचा देश म्हणून जगभर ओळखलं जातं. आर्थिक संपन्नतेच्या दृष्टीनं भूतानवासीय तसे मागेच, पण मानवी मूल्यं जपण्यात माहीर. मग आपल्याला नेमकं काय हवं? पुन्हा

एक प्रश्न... याचं उत्तरही व्यक्तिगणिक वेगळं. म्हणूनच तत्त्वज्ञान, अध्यात्मावरचं किंवा व्यवस्थापनशास्त्रावरचं कोणतंही पुस्तक आपल्या प्रश्नाचं आपल्याला पुरेपूर लागू पडेल असं उत्तर कधीच देत नाही. त्यांचं स्वरूप ढोबळ असतं. त्याला स्वतःतल्या सूक्ष्मापर्यंत ताणवून नेण्याची जबाबदारी आपलीच.

खलिल जिब्रान

हिंदूंची *भगवद्गीता*, बौद्धांचं *त्रिपिटक*, ख्रिश्चनांचं *बायबल*, मुस्लिमांचं *कुरआन* मानवता धर्माचीच महती सांगतं. जगावं कसं, वागावं कसं, याची या ग्रंथांइतकी उत्तम उत्तरं दुसरीकडे कुठंच मिळणार नाहीत. तरीही धर्माभिमानाच्या पताका खांद्यावर घेऊन मौखिक, शारीरिक हिंसेत हिरिरीनं भाग घेणारे या धर्मग्रंथांमधल्या कोणत्या शिकवणीचा अवलंब करताहेत, हा आजघडीचा सर्वात गहन प्रश्न. कार्ल मार्क्स म्हणतो तसं 'धर्म ही अफूची गोळी आहे' हे खरं वाटावं असं अस्वस्थ करणारं वर्तमान आपल्या भवतालात आकाराला आलं आहे. त्याला तोंड कसं बरं द्यावं? जग कसंही असलं तरी आपली ओंजळ सच्चाईची असावी. तिच्यातून सचोटीचंच अर्घ्य दिलं जावं... हे आणि इतकंच या प्रश्नाचं प्राप्तघडीचं उत्तर. मुंगी होऊन आपल्या वाट्याला आलेला साखरेचा दाणा झेपेल तिथवर ढकलत नेणं इतकं तरी आपल्या हातात असतंच. ते केलं तरी पुरे! त्यातून मिळणाऱ्या समाधानाचं मोल करता येणार नाही, राजे! शेवटी सुख म्हणजे तरी काय? सौख्याची नदी समाधानाच्या निर्झरातूनच तर उगम पावते!

काही माणसं अतिकोमल हृदयाची असतात. मानवजातीच्या उद्धाराचा त्यांना निरंतर कळवळा असतो. त्यांचं समाजकार्य तोंडदेखलं नसतं. आपले ज्ञानेश्वर, तुकाराम त्यांपैकीच! जगभरातही असे संत, महात्मे निपजले. त्यांच्यामुळे तर समाजातला चांगुलपणाचा टक्का टिकून राहिला. खलिल जिब्रान त्यांपैकीच एक. लेबानन या दूरदेशातील हा कवी कोमलतेचा, निर्मळतेचा अर्कच जणू. जितका कोमल तितकाच दृढनिश्चयी. हा नुसता कवी नव्हता. तो लेखक होता, चित्रकार होता आणि तत्त्वज्ञही होता. त्याचं लिखाण गद्य आहे की पद्य, यावर चर्चासत्रं घडवता येतील इतकी त्याच्या लिखाणात गद्याची पद्यात आणि पद्याची गद्यात सरमिसळ झालेली, पण सारं कसं साधं, सोपं, जगण्याला रसरसून भिडणारं. खलिल जिब्रान त्याचं नाव. अवघी ४८ वर्षांची उमर लाभलेल्या या प्रेषितासम कवीनं साहित्य, कला आणि तत्त्वज्ञान क्षेत्रात कर्तृत्वाचं एव्हरेस्ट उभं केलं. त्याच्या द *प्रॉफेट* (प्रेषित) या छोटेखानी पुस्तकाच्या तर एक करोडपेक्षा अधिक प्रती खपल्या. जगभरातील पन्नासेक भाषांत ते अनुवादित झालं. त्याची लोकप्रियता इतकी, की प्रेमीजनांच्या गुजगोष्टीत *प्रॉफेट* मधल्या काव्यपंक्ती येतातच, पण अंत्यसंस्कारावेळीही गंभीरपणे त्यांचं वाचन होतं. काही

पुस्तकं सामान्यजनच लोकप्रियतेच्या शिखरावर पोहोचवतात. समीक्षक काय म्हणतात, याला त्यांच्या लेखी काहीच किंमत नसते.

ऑरफालीज नगरीत १२ वर्षं राहणारा एक जाणता, ज्ञानी तरुण आपल्या मूळ गावी परतू पाहतो आहे. अल् मुस्तफा त्याचं नाव. दर्यात त्याचं गलबत येऊन उभं राहिलेलं असतं. हा प्रेषितासम विशुद्ध आत्मा आपल्यातून निघून जात असल्याचं पाहून नगरजन एकत्र येतात, त्याला न जाण्याविषयी विनवतात; पण प्रयाणाच्या संकल्पापासून तो हटत नाही. मग नगरजन त्याला आपल्या मनातील प्रश्न विचारतात. विविध वर्गांतील लोकांनी विचारलेले हे सारे प्रश्न अर्थातच 'जगावं कसं, वागावं कसं' या आसाभोवतीच फिरणारे. या प्रश्नांची उत्तरं म्हणजे द *प्रॉफेट.* सव्वीस गद्य कवितांद्वारे मानवी जगण्याचं सार्थक सांगणारं हे पुस्तक कोणत्याही धर्माचा पुरस्कार करीत नाही. खलिल जिब्रान ख्रिश्चन असला तरी त्यानं कोणताही लौकिक धर्म मानणं नाकारलं. त्याच्या दृष्टीनं मानवता धर्मच श्रेष्ठ होता. अल् मुस्तफाच्या मुखातून कोमलहृदयी खलिल जिब्राननं दिलेली उत्तरं आज जागतिक वाङ्मयातील सुभाषितं बनली आहेत.

विविध विषयांवर अल् मुस्तफानं केलेल्या निरूपणातील काही निवडक अवतरणं इथं देण्याचा मोह आवरता येण्यासारखा नाही.

प्रेम

प्रेम तुम्हाला खुणावील तेव्हा त्याच्या मागून चालू लागा, त्याच्या वाटा खडतर चढणीच्या असतील. प्रेमानं तुमच्यावर पाखर घातली म्हणजे त्याला शरण जा. त्याच्या पंखांत पोलादाची पाती लपलेली असतील. ती तुम्हाला जखमी करतील. प्रेम तुमच्याशी संवाद करील तेव्हा त्यावर विश्वास ठेवा. उत्तरेकडून येणारा वारा बगीचा उद्ध्वस्त करतो तसा प्रेमाचा स्वर तुमची स्वप्नं उधळून लावील. प्रेम तुम्हाला राजवैभव देईल तसं ते सुळावरही नेईल. तुमच्या अंतःकरणाच्या उंचीला ते पोहोचेल. सूर्यप्रकाशात थरथरणाऱ्या नाजूक डहाळ्यांना ते कुरवाळेल, तसं ते तुमच्या मुळापर्यंत जाईल आणि त्यांना गदगदून तुमची मनोभूमी थरकापवील. झोडपून तुम्हाला नागवं करील. तुम्हाला दळून काढील. तुमचं पीठ करेल.... हे सगळं प्रेम कशासाठी करेल? तर त्यामुळं तुमच्याच अंतःकरणाची रहस्यं तुम्हाला उमजावीत!

संतती

तुमची मुलं तुमची नसतात. ईश्वरी चैतन्याच्या आत्मीय प्रेरणेची ती पुत्र किंवा

कन्या असतात, तुमच्यामधून ती जन्म घेतात, तुमच्यापासून नव्हे. ती तुमच्यापाशी असतात तरी तुम्ही त्यांचे स्वामी नसता. तुम्ही आपलं प्रेम त्यांना देऊ शकता, पण तुमचे विचार कदापि नाही. कारण त्यांचे विचार त्यांचेच असतात. त्यांची शरीरं तुमच्या घरात राहतात, त्यांचा जीव तेथे नसतो. त्यांची अंतःकरणं उद्याच्या घरात निवास करतात. तिथवर तुम्ही स्वप्नातही पोहोचू शकत नाही. तुमच्याप्रमाणे त्यांनी असावं म्हणून कधीच प्रयत्न करू नका. चैतन्याची पावलं कधी मागं पडत नाहीत.

दान

तुमच्या धनदौलतीतलं तुम्ही काही देता तेव्हा तुम्ही काहीच दिलं नाही असं होतं. तुम्ही स्वतःमधलं काही देऊन टाकता तेव्हा तुम्ही खरं दिलेलं असतं. दौलत म्हणजे काय, तर आज ना उद्या गरज पडेल म्हणून केलेला वस्तूंचा परिग्रह. त्या संचयामागं त्यांना गमावण्याचं भय असतंच. तुमची विहीर भरलेली असताना तहानेचं भय तुम्हाला वाटत असेल तर तुमची तृषाशांती कशी व्हावी? काही जण परिग्रहशून्य असतात. जवळचं सर्व काही देऊन बसतात. त्यांची जीवनावर श्रद्धा असते. त्यांची तिजोरी कधीच रिती पडत नाही. दानाच्या आनंदात त्यांचा परितोष असतो. कुणी याचना केली असता दान द्यावं हे चांगलंच, पण अ- याचकालाही उमजून द्यावं हे चांगलं. तुमच्या बोलण्यात नेहमी येतं, दान देईन ते सत्पात्रीच! तुमच्या फळबागेतली झाडं असं कधी म्हणतात काय? तुमच्या कुरणांवर चरणारे मेंढ्यांचे कळप असं कधी म्हणतात काय? दिवसाचा प्रकाश आणि रात्रीची विश्रांती ज्याला बहाल झाली आहे, तो कोणीही असो, तुमच्या दानाला पात्र समजा.

कर्म-कर्तव्य

कोणतंही काम करीत असताना त्याचं प्रेम धरून तुम्ही ते करीत असाल तर तुम्ही आपल्या जागी एकसंध असता. इतरांशी संबद्ध होता आणि ईश्वराशीही निष्ठावंत असता. म्हणून वस्त्र विणत असाल तर तुमच्या अंतःकरण-तंतूंनी ते विणा. समजा, की तुमची प्रेयसी ते पांघरणार आहे. घर बांधत असाल तर दगड-विटांना जीव लावून रचा. समजा, की तुमची प्रिया त्यात वस्तीला येणार आहे. बीजांना हळुवार चित्तानं मातीत रुजवा. पिकांचा काढणीचा हंगाम सुरू झाल्यावर आनंदी व्हा. समजा, की तुमची प्रिया ती फळं चाखणार आहे.

खरेदी-विक्री

ज्यांच्या हातून कवडीही सुटत नाही अशांबरोबर व्यापार करून कष्टी होऊ नका. तुमच्याच श्रमावर गब्बर झालेले असे लोक तुम्हाला गोड बोलून फसवतील. ही पृथ्वी आपली धन-संपत्ती तुम्हाला अर्पण करते. आपली ओंजळ कशी भरून घ्यावी, हे तुम्हाला समजले तर कसलीच उणीव भासणार नाही. या धरणीनं दिलेल्या देणगीची तुम्ही देवघेव करता तेव्हा त्यात तुम्हाला समृद्धी आणि संतोष लाभतो. ही देवघेव प्रेमानं आणि दयाशील न्यायबुद्धीनं झाली नाही तर काही जण हाव-लोभाचे बळी होतील आणि काही भुकेचे बळी होतील. बाजारपेठ सोडून निघण्याआधी एवढं पाहा की कुणीही रिकाम्या हातानं परतलेला नाही.

सन १९२३ मध्ये प्रकाशित झाल्यापासून द *प्रॉफिट* च्या मुद्रणप्रती बाजारातून कधीच हटल्या नाहीत. निरंतर खपणारं पुस्तक असा खासा मानमरातब त्याला लाभला. सर्वाधिक वाचल्या जाणाऱ्या पुस्तकांच्या यादीत त्याचं स्थान अढळ राहिलं. मंगलप्रसंगी भेट देण्यासाठी द *प्रॉफिट* ला प्रचंड पसंती दिली जाऊ लागली. बीटल्स, जॉन एफ. केनेडी आणि इंदिरा गांधी हे या पुस्तकाचे बडे चाहते. याशिवाय जगभरातील अनेक कलाकारांना या पुस्तकानं भुरळ घातली. हॉलिवूडची सौंदर्यवती अभिनेत्री सलमा हायेक त्यांपैकी एक. तिनं तर द *प्रॉफिट* वर सन २०१४ मध्ये सुरेख ॲनिमेशनपट काढला. मराठीत तीन ते चार प्रकाशकांनी प्रसिद्ध केलेला द *प्रॉफिट* चा अनुवाद उपलब्ध आहे.

द *प्रॉफिट* प्रसिद्ध झालं त्याला शंभर वर्षं पूर्ण झाली आहेत. तरीही 'जरा'वस्था त्याच्यावर साकळलेली नाही. शतकापूर्वीचाच टवटवीतपणा त्यात काठोकाठ भरला आहे. त्यातलं ज्ञान प्रत्यक्षात उतरवणं हलकं काम नाही. त्यासाठी पराकाष्ठा करावी लागेल. खलिल जिब्रान म्हणतो, 'अंतःप्रेरणेवाचून आयुष्य केवळ अंधार आहे. ज्ञानावाचून प्रेरणाही आंधळी आहे. कर्मावाचून ज्ञान निरर्थक आहे आणि प्रेमावाचून कर्मही शून्यवत आहे.' या साऱ्याचा मेळ घातला तर जगणं सहज-सुंदर-सोपं-समाधानी होऊ शकतं. आपल्याला आणखी काय हवं?

काळोखाच्या दारावरती नक्षत्रांच्या वेली...

तुमचं गीत चिमुकलं असू द्या. कारण जे गीत ओठांतून अस्फुट येतं अन् विराम पावतं, तेच पुष्कळांच्या काळजात घर करून राहतं. सुंदर असेल ते सत्य मोजक्या शब्दांत सांगा. अमंगळ सत्य सांगण्यासाठी तोंडाची वाफ दवडू नका. सूर्यप्रकाशात चमचमणारा केशसंभार घेऊन चाललेल्या कुमारिकेला 'तू उषःकन्या आहेस' म्हणून गौरवा; पण एखादा आंधळा समोर आला तर त्याच्या नशिबी काळोखी रात्र आहे हे सांगू नका.

पुस्तक : द गार्डन ऑफ द प्रॉफेट

मूळ पुस्तक : The Garden Of The Prophet

मूळ लेखक : खलिल जिब्रान

अनुवाद : त्र्यं. वि. सरदेशमुख

प्रकाशक : मधुश्री पब्लिकेशन

सुखाच्या गाद्या-गिरद्यांत आणि पैशाच्या छनछनाटात ऐशोआरामाची सुस्त धुंदीच जन्माला येऊ शकते. तिथं नवसर्जनाला थारा कसा मिळावा? आपल्या बहिणाबाई चौधरी म्हणतात, 'अरे संसार संसार। जसा तवा चुल्ह्यावर। आधी हाताला चटके। तेव्हा मिळते भाकर!' अर्थात ही जगण्याची गोष्ट झाली. साहित्य अन् कलेचंही तेच. परिस्थितीचे फटके आणि चटके खाल्ल्याशिवाय अस्सल कलाकार घडतच नाही जणू! हा शाप म्हणायचा की वरदान? काहीही असलं तरी हातून नवसर्जन घडणार असेल तर कोणाही फाकड्याची पसंती दारिद्र्यालाच राहील. खलिल जिब्रानचं बालपण असंच गेलं. दारिद्र्याची राख त्यानंही चिवडली, पण याच राखेतून पुढं त्यानं फिनिक्स भरारीही घेतली. शब्दांचा जादूगार म्हणून अवघ्या पृथ्वीतलावर त्याची कीर्ती पसरली. लेबाननमधील बशारी या निसर्गरम्य नगरात त्याचा जन्म झाला. तिथल्या देवदारांच्या राया त्याच्या मनात कायम रुंजी घालत. त्याच्या इच्छेनुसार त्याचं पार्थिवही याच मायभूमीत दफन करण्यात आलं. त्याचं तिथलं स्मारक आज कवी, शायर, चित्रकार आणि तत्त्वज्ञानाच्या अभ्यासकांची मक्का बनलं आहे.

काही माणसं शब्दांच्याही पलीकडली असतात. अक्षरांच्या जाळ्यात ती अडकत नाहीत; किंबहुना शिताफीनं निसटतात. त्यांच्याविषयी कितीही सांगा, काही तरी अव्यक्त उरतंच. खलिल जिब्रान अशांतलाच. आधीच्या लेखात त्याच्या *द प्रॉफेट* या साहित्यकृतीचा परिचय आपण करून घेतला. हा झपाटून टाकणारा माणूस आहे. वाचन संपलं तरी तो मनातून हटत नाही. त्याची अवतरणं मनात रुंजी घालत राहतात. *द प्रॉफेट* वर लिहिल्यानंतर खूप काही सांगायचं राहिलंय, ही जाणीव तीव्र होत गेली. म्हणून पुन्हा हा लेखनप्रपंच. विशेषतः शब्दमर्यादेमुळे त्याच्या व्यक्तिगत आयुष्याबद्दल, जडणघडणीबद्दल फारसं काही लिहिता आलं नव्हतं. लेखक कळल्याशिवाय त्याच्या साहित्यकृतीचा स्रोत शोधता येत नाही, तिचं नीटसं आकलन करून घेता येत नाही. *द प्रॉफेट* चा दुसरा भाग त्यानं *गार्डन ऑफ द प्रॉफेट* या नावानं लिहिला. तोही पहिल्या भागासारखाच समृद्ध आशयानं खचाखच भरलेला आणि भारलेला आहे. त्याची उकल मात्र सोपी नाही. हे साधं सोपं वाचन नाही. स्वतःला समजून घेण्याची इच्छा असलेल्यांनीच हे तत्त्वज्ञानाचं गारुड समजून घ्यावं. हा प्रवास आनंददायी आणि स्वतःला माणूस म्हणून समृद्ध करणारा आहे हे नक्की!

जिब्रानचे वडील सरकारी करसंकलक म्हणून काम करायचे. भ्रष्टाचारी आणि दारुडेही. एकदा प्यायल्यावर बायको, मुलांना मारहाण ठरलेली. या साऱ्याला कातावून जिब्रानच्या आईनं आपल्या कच्च्याबच्च्यांसह लेबानन सोडण्याचा निर्णय घेतला. जिब्रान, त्याचा भाऊ आणि दोन मुलींसह ती अमेरिकेतील बोस्टनमध्ये आयुष्य काढायला दाखल झाली. सुरुवातीला शिलाईचं काम पत्करलं. खाणाऱ्या पाच तोंडांचा त्यावर गुजारा होणं कठीणच. जवळच्याच एका शाळेत जिब्रानला दाखल करण्यात आलं. त्याची चित्रकलेची आवड पाहून पुढे कला-विद्यालयात त्याची रवानगी करण्यात आली. तिथं त्याच्यातील चित्रकार

आकाराला आला. त्याचं इंग्रजीही उत्तम झालं. विल्यम ब्लेक, डब्ल्यू. बी. यीट्स, शेली यांच्या काव्याचा तो दिवाना बनला. त्याच्यातील तत्त्वज्ञ, कवीही इथंच जन्मला. अरबी शिकण्यासाठी पुन्हा लेबाननला परतण्याचा निर्णय जिब्राननं घेतला. तिथं त्याला आपलं पहिलं प्रेम भेटलं. हाला तिचं नाव. खानदानं आडवी आल्यामुळे ते फार पुढं सरकलं नाही. प्रेमभंगाचं दुःख घेऊन जिब्रान बोस्टनला परतला. सुरुवातीला तो चित्रकार म्हणूनच ख्यातनाम झाला. नंतर मात्र त्याला जगण्याचं ईप्सित सापडलं. ते होतं लिखाण. अमेरिकेच्या साहित्यिक वर्तुळात त्याची पुस्तकं चर्चिली जाऊ लागली. द *ब्रोकन विंग्ज*, *मॅडमॅन* ही पुस्तकं जोमानं खपू लागली. धर्ममार्तंडांनी काही पुस्तकांवर आक्षेप घेतल्यानं ती वादग्रस्तही ठरली. त्याच्या विरोधातील निषेधाचे सूर तीव्र बनले, पण तो हटला नाही. त्याच्या साहित्यावर 'चार चांद' लावले ते द *प्रॉफिट* आणि त्यानंतर आलेल्या *गार्डन ऑफ द प्रॉफिट* या पुढं जगद्विख्यात झालेल्या कृतींनी.

विचार असू द्या की पुस्तकं, 'तोच तो'पणा आपल्याला हैराण करतो. अशा स्थितीत उत्तुंग नवविचारांच्या खजिन्याची पुरचुंडी आपल्यासमोर कोणी खोलली तर मग ते आनंदाचं निधानच! जिब्रान वाचताना नेमकी हीच अनुभूती मिळते. जे काही खरं आहे ते जिब्रान सुलटं करून आपल्यापुढं उभं करतो. त्यामुळे आजवरच्या आपल्या धारणा, विचार तर उलटेच होते याचं रोकडं भान येतं. जिब्रानचं *गार्डन ऑफ द प्रॉफिट* तत्त्वज्ञानाची पेरणी करणाऱ्या पद्यमय गद्य रचनांनी गाजलं. याआधीच्या लेखात उल्लेख केल्याप्रमाणं मधुश्री पब्लिकेशननं प्रकाशित केलेल्या द *प्रॉफिट* या मराठी अनुवादित पुस्तकातच *गार्डन ऑफ द प्रॉफिट* समाविष्ट आहे. त्यातील निवडक भाग इथं द्यावाच लागेल. त्याशिवाय जिब्रानची आणि त्याच्या लिखाणाची महत्ता कळायची नाही. देशाचे जबाबदार नागरिक म्हणून आपली काही कर्तव्यं असतात, प्रत्यक्षात मात्र आपण फक्त हक्कांविषयी जागरूक असतो. असं नागरिकत्व देशउभारणीच्या काय कामाचं? अशा देशातील राजकीय व्यवस्थेचा बट्ट्याबोळ ठरलेला. त्यामुळे काय धोके उद्‌भवू शकतात, हे आपण जागरूकपणानं तपासलं पाहिजे. याबाबत जिब्राननं केलेलं विश्लेषण डोळे उघडणारं ठरावं. *गार्डन ऑफ द प्रॉफिट* मध्येही खलिल जिब्रान अल् मुस्तफा या प्रेषिताच्या मुखातूनच बोलतो, आपलं तत्त्वज्ञान मांडतो. राष्ट्राविषयी अल् मुस्तफा म्हणतो...

'राष्ट्र'

जे राष्ट्र अनेक श्रद्धांनी गजबजलेलं आहे, पण धर्महीन आहे, त्याची अवस्था फार अनुकंपनीय असते. जे राष्ट्र आपण स्वतः विणलेली नाहीत अशी वस्त्रं पांघरतं, हंगामात उगवून आली नाहीत अशी धान्यं-फळं खातं, आपल्या मद्यालयात गाळलेलं नाही अशा मद्याचे घुटके घेतं, त्याची अवस्था खरोखर दयनीय असते. जे

राष्ट्र पुंड-मवाल्यांना आपुलकीनं कवटाळतं, झगमगाटात मिरवणाऱ्या विजेत्याला संपन्न आणि समृद्ध समजतं, त्याची अवस्था अनुकंपनीय असते. जे राष्ट्र स्वप्नातल्या उत्कट कामनांचा तिरस्कार करतं आणि वास्तव जीवनात त्यांच्यापुढं शरणागती पत्करतं, त्याची अवस्था केविलवाणी होते. जे राष्ट्र अंत्ययात्रेच्या प्रसंगी तेवढं धाय मोकलून आक्रोश करतं, प्राचीन अवशेषांच्या परिसरात बढाईच्या गोष्टी बोलतं आणि कुणीतरी मानेवर तलवार धरावी तेव्हाच बंड करून उठतं, त्या राष्ट्राची अवस्था अनुकंपनीय असते. ज्या राष्ट्राचा नेता कोणी मुत्सद्दी कोल्हा आहे; ज्याचा तत्त्ववेत्ता हातचलाख जादूगार आहे, की जो ठिगळं लावण्यात आणि नक्कलखोरीत माहीर आहे, त्या राष्ट्राची अवस्था फार दयनीय होते. जे राष्ट्र नव्यानं येणाऱ्या राज्यकर्त्यांचं शंख तुताऱ्यांनी स्वागत करतं, त्यालाच पदभ्रष्ट करताना शिव्याशाप देतं, आणि नव्यानं गादीवर येणाऱ्याला पुन्हा तशीच शंख-तुताऱ्यांची सलामी देतं, त्या राष्ट्राची अवस्था केविलवाणी होते. मित्रांनो, ज्या राष्ट्रातील साधुसज्जन वयोमानानं बहिरेमुके झालेले आहेत आणि ज्याचं नेतृत्व अजून पाळण्यात अंगठा चोखत आहे, त्या राष्ट्राची अवस्था अनुकंपनीय होते.

'असणं'

एकदा एका शिष्यानं विचारलं, 'गुरुदेव, 'असणं' म्हणजे काय? आम्ही आहोत याचा अर्थ तरी काय?'

अल् मुस्तफा म्हणतो, ''तुमचं असणं म्हणजे शहाणं असणं... याचा अर्थ अडाणी-मूर्खांपासून तुटून निघणं नव्हे. तुमचं असणं म्हणजे शक्तिमान असणं... म्हणजे आर्त-दुर्बळांचा निःपात नव्हे. तुम्ही आहात याचा अर्थ, सौंदर्याच्या पावलांचा माग तुम्ही काढत आहात. तशानं तुम्ही कड्याच्या सुळक्यावर पोहोचलात तरी बेहत्तर! सौंदर्याला पंख आहेत, तुम्हाला नाहीत. सुळका ओलांडून ते झेप घेईल तरीही त्याचा पिच्छा सोडू नका. जिवलगांनो, जिथं सुंदरता नाही तिथं सगळं शून्य आहे. असणं म्हणजे लुटलं जाणं; असणं म्हणजे फसवलं जाणं. इतकंच नाही तर तुमचं असणं प्रतिक्षणाला चकव्यात वाट चुकतं, कोंडीत सापडतं... आणि वरती त्याला वेडावून दाखवलं जातं! इतकं झालं तरी तुम्ही असता. तुम्ही आहात याचा अर्थच मुळी तुमच्यातल्या उंच आणि उदार आत्मिक बळानं तुम्ही स्मित करीत आहात.''

'सुंदर सत्य'

ऋजुता कायमस्वरूपी वस्तीला असलेलं मानवी हृदय खरोखरीच महान असतं.

खलिल जिब्राननं आपल्या कुटुंबाचं रेखाटलेलं सुरेख चित्र. त्याच्या बहुतांश चित्रांतून करुणा पाझरते.

निरोपाचं भाष्य करताना अल् मुस्तफा आपल्या शिष्यांना म्हणतो, ''वेगळ्या वाटांनी जाण्यापूर्वी माझ्या अंत:करणातल्या काही गुजगोष्टी मी तुमच्याशी बोलाव्या म्हणतो. आपली आपली वाट धरलीत तरी गात राहा आणि रमवीत राहा. मात्र तुमचं गीत चिमुकलं असू द्या. कारण जे गीत ओठातून अस्फुट येतं अन् विराम पावतं, तेच पुष्कळांच्या काळजात घर करून राहतं. सुंदर असेल ते सत्य मोजक्या शब्दांत सांगा. अमंगळ सत्य सांगण्यासाठी तोंडाची वाफ दवडू नका. सूर्यप्रकाशात चमचमणारा केशसंभार घेऊन चाललेल्या कुमारिकेला 'तू उष:कन्या आहेस' म्हणून गौरवा; पण एखादा आंधळा समोर आला तर त्याच्या नशिबी काळोखी रात्र आहे हे सांगू नका. तुमच्या यात्राकालात पसरट पंजांची माणसं सामोरी येतील, त्यांना पाकळ्यांची बोटं द्या. काटेरी जिभांची माणसं हटकतील, त्यांना मधासारखे शब्द द्या.''

द्रष्टा आणि कोमल हृदयाचा महात्मा खरंच किती महान असतो याची प्रचिती येणारा अल् मुस्तफाचा संवाद, आवाहन केवळ वाचण्यासाठी नव्हे तर अंगी मुरवण्यासाठीही उपयुक्त ठरावे. वैश्विक शहाणपण काय असतं याची ही झलकच जणू!

प्रेम

अल् मुस्तफा म्हणतो, ''धनिकांनो, तुमचा मध माझ्या जिभेला जहरासारखा झाला; आणि दरिद्री कंगालांनो, मी पालथ्या हाताचा भिकारडा, मला तुम्ही

लाजवलंत, तरी मी तुमच्यावर प्रेमच केलं. मागून घेतलेली बासरी आणि स्वतःची आंधळी बोटं यांच्या साह्यानं गीतं रचणाऱ्या कविमित्रा, तू आत्मलोलुप झालास तरी मी तुझ्यावर प्रेम केलं. हे विद्वान मित्रा, कुंभार जिथून माती घेतो त्या शेततळ्यांना खणून प्रेतावरची वस्त्रं तू गोळा केलीस तरी मी तुझ्यावर प्रेम केलं. देवांचे भक्त असणाऱ्या मित्रांनो, तुम्ही स्वतःच्या वासना-विकारांना पुजलेत, तरी मी तुम्हाला प्रेम दिले. जीवनाचा प्याला काठोकाठ भरलेला असूनही तहानेली असणाऱ्या प्रमदे, तुला उमजून मी तुझ्यावर प्रेम केलं आहे. रात्रीमागून रात्र तगमगत घालवणाऱ्या तनुजे, तुझ्यावर मी अनुकंपायुक्त प्रेम केलं. वाचाळांनो, मी तुमच्यावरही प्रेम केलं; मनात म्हटलं की, जीवनात बोलत राहावं असं पुष्कळच आहे. मौनी मित्रांनो, तुमच्यावर प्रेम केलं तेव्हा स्वतःशी कुजबुजलो : शब्दांनी सांगितलेलं मला आवडेल, ते तर त्यानं मुकेपणानं सांगितलं ना?''

तर हा आहे खलिल जिब्रान आणि हे आहे त्याचं कवतिक. जिब्रानच्या कोमल हृदयातून स्रवणाऱ्या साजिऱ्या काव्यानं 'जगावं कसं, वागावं कसं' याचा मूलमंत्र मानवजातीला बहाल केला. जिब्रानच्या आयुष्यात पुढं वेगवेगळ्या टप्प्यावर तीन स्त्रिया आल्या, पण लग्नाचं काही जमलं नाही. अखेरीस हा सडाच कबरीत चिरविश्रांती घेता झाला. तरीही त्यानं अखंडपणे प्रेमाचं कवन गायलं. हृदयावरच्या ओरखड्यांना त्यानं कटुतेची फळं येऊ दिली नाहीत. हे त्याचं थोरपण. मोठी माणसं म्हणून तर मोठी असतात.

डोळ्यांनी जे दिसतं, कानांनी जे ऐकू येतं, त्याच्या पलीकडेही खूप काही असतं. तेच या दृश्याच्या, ध्वनिलहरींच्या मागचं वास्तव असतं. आपल्याकडे संत चोखोबांनी म्हणून ठेवलंय, 'ऊस डोंगा परी रस नोहे डोंगा। काय भुललासी वरलिया रंगा!' जिब्रानचंही तेच सांगणं आहे. विवेकाचं मानसशास्त्र विकसित करणारे डॉ. अल्बर्ट एलिस यांनीही हेच सांगितलंय, ''बाबांनो, जे दिसतं आहे त्याच्या पलीकडे पाहा. विचार करा. मगच व्यक्त व्हा!''

मानवी जिव्हा म्हणजे तळपती तलवार. तिला कायम रक्ताची आस लागलेली. तिला बळी पडू नका, हे साऱ्या संत-महात्म्यांचं सांगणं. पण ऐकतो कोण? समस्त मानवजातीविषयी कळवळा असेल, हृदयात करुणेचा विशाल सागर गंभीर गाज ऐकवत असेल तरच हे साधेल. अन्यथा, मौखिक हिंसाचार आणि समोरच्याचं खच्चीकरण, अवहेलना ठरलेली. आपण तरी प्रयत्नपूर्वक या गजबजाटापासून दूर राहू या. लोकहो, तीच तर सुंदर जगाच्या निर्मितीची सुरुवात असेल.

वो सुबह कभी तो आएगी...

जगाचा इतिहास शोषणाचा आहे. बळवंतांनी कमजोरांचं केलेलं शोषण आणि त्याआधारे केलेली संपत्तीची निर्मिती आजवर कोणी रोखू शकलेलं नाही. वेगवेगळ्या शाही आल्या, इझम आले. सुरुवातीला त्यांविषयी लोकांच्या मनात भाबडा आशावादही अंकुरला, पण यथावकाश सगळ्या नव्या व्यवस्थांमध्ये शोषक आणि शोषणकर्ते तयार झालेच, अगदी लोकशाहीतही!

पुस्तक : आई
मूळ पुस्तक : Mother
मूळ लेखक : मॅक्झिम गॉर्की
अनुवाद : प्रभाकर ऊध्वरिषे
प्रकाशक : लोकवाङ्मयगृह

रोजीचा रोटीचा सवाल रोजचाच आहे,
कधी फाटका बाहेर कधी फाटका आत आहे.
कामगार आहे मी, तळपती तलवार आहे,
सारस्वतांनो! थोडासा गुन्हा करणार आहे!

– कविवर्य नारायण सुर्वे

आपल्याला अमेरिकेचं मोठं आकर्षण असतं. कला, साहित्य, संगीताबरोबरच निसर्गाचा वरदहस्त असलेल्या रशियाबाबत मात्र आपण थोडं बिचकूनच असतो. हुकूमशाहीकडे झुकलेली तिथली साम्यवादी राजवट आणि 'पेरेस्त्रोईका'सारख्या सुधारणांनंतरही कायम असलेला पोलादी पडदा आपल्या आक्रसण्यामागचं एक कारण. अशानं जगातील एका समृद्ध वारशाकडे, संस्कृतीकडे दुर्लक्ष होतंय, हे मात्र आपल्या ध्यानात येत नाही. महाविद्यालयीन शिक्षण घेत असताना भाषांतरित रशियन साहित्यानं मला भुरळ घातली होती. कोल्हापुरातील बिंदू चौकातील लोकवाङ्मयगृहातून परवडत नसतानाही काही पुस्तकं खरेदी केल्याचं आजही आठवतं. अर्थात ल्येव तोलस्तोय, फ्योदोर दोस्तोयेवस्की आदी दिग्गजांचं साहित्य तेव्हा हाताला लागलं नव्हतं. अन्तोन चेकॉव्हचे काही भाषांतरित कथासंग्रह, शिवाय अन्य रशियन लेखकांची दोन कादंबरीका आणि शांत इथे पहाटवेळा ही सुरेख पुस्तकं वाचल्याचं आणि त्यांनी माझ्यावर गारुड केल्याचं आजही स्मरतं. या पुस्तकांतून डोकावणारा रशियातील निसर्ग, तिथली मैलोन् मैल पसरलेली गवताळ कुरणं, तिथलं लोकजीवन आजही कधीमधी आठवात साद घालत राहतं. ही पुस्तकं आज कुठं उपलब्ध आहेत की नाहीत कोणास ठाऊक!

कार्ल मार्क्सच्या *दास कॅपिटल* चे खंडही तेव्हा चाळून पाहिले होते, ते खरिदण्याची ऐपत मात्र नव्हती. रशियामध्ये सन १९१७ मध्ये झालेल्या क्रांतीचा वृत्तांत कथन करणारं अमेरिकी पत्रकार जॉन रीड यांचं *जगाला हादरवून सोडणारे ते दहा दिवस* हे पुस्तक माझ्या संग्रही होतं, अर्थात त्यातले तितकेसे तपशील आता आठवत नाहीत. विशेष म्हणजे तत्कालीन रशियन सरकारचं आर्थिक पाठबळ असल्यामुळे म्हणा किंवा अन्य काही कारणांमुळे म्हणा, या पुस्तकांची निर्मितिमूल्यं अत्युत्तम असायची. किंमत मात्र एकदम किफायतशीर. त्यामुळे खरेदीचा मोह टाळता यायचा नाही.

याच दुकानाच्या वरच्या मजल्यावर मार्क्सवादी कम्युनिस्ट पक्षाचं कार्यालय. तिथं बऱ्याचदा कॉम्रेड गोविंद पानसरे यांचं दर्शन व्हायचं. त्यांच्याशी संवाद करण्याइतपत धाडस तेव्हा नव्हतं. पुढं पत्रकारितेत आल्यावर त्यांच्या अनेक मोर्चांचं भर उन्हात फिरत वार्तांकन केलं, तेव्हा थोडी अण्णांशी जवळीक साधता आली. पक्षावरची आणि मूल्यांवरची निष्ठा म्हणजे काय, याचं ज्वलंत उदाहरण म्हणजे अण्णा. शेतकरी आणि कामगार यांच्यासारख्या

फाटक्या माणसांचं नेतृत्व करीत त्यांना न्याय मिळवून देताना त्यांना काय मिळत असेल, हा प्रश्न तेव्हाही पडायचा आणि आत्ताही पडतो. या निर्मळ माणसाची काही भ्याड लोकांनी गोळ्या घालून का म्हणून हत्या केली असेल, हा सवाल आजही जीव जाळत राहतो. कम्युनिस्टांना 'पोथीनिष्ठ' म्हणून कितीही नावं ठेवली, तरी त्यांची पक्षावरची आणि कामावरची अविचल निष्ठा वाखाणण्यासारखीच. विशेषतः आज आपल्या भवतालात राजकारणाच्या नावावर जे काही हिडीस, ओंगळ प्रयोग सुरू आहेत, त्या पार्श्वभूमीवर तर कम्युनिस्टांचं वेगळेपण उठून दिसतंच दिसतं. आजही हे लोक समोर कोणताही तात्कालिक लाभ दिसत नसताना सर्वहारा समाजासाठी संघर्ष करताना दिसतात. 'धर्म ही अफूची गोळी आहे', असं सांगणाऱ्या कार्ल मार्क्सचे पाईकच जणू!

मॅक्झिम गॉर्की

याच काळात मॅक्झिम गॉर्की यांची रशियातील क्रांतीच्या पार्श्वभूमीवरील *आई* ही कादंबरी वाचली आणि मन हेलावून गेलं. त्या वयात आकलनाच्या मर्यादा होत्या, पण समाजवादाकडे मन झुकत होतं. *आई* मुळे कष्टकरी वर्गाविषयीची आस्था अधिक बळकट होत गेली. साम्यवादाचं उगमस्थान असलेल्या रशियात कामगार चळवळीनं क्रांती केली. कामगारांनी शोषणाविरुद्ध केलेल्या बलशाली उठावामुळेच या खंडप्राय देशाची सन १९१७ मध्ये झारशाहीच्या कचाट्यातून मुक्तता झाली. त्याआधी १९०५ मध्ये झालेल्या, पण फसलेल्या क्रांतीत एका मातेनं आपल्या मुलाच्या पावलावर पाऊल टाकत जुलमी राजवटीविरुद्ध केलेल्या संघर्षाचं उत्तम चित्रण गॉर्की यांनी *आई* मध्ये केलं आहे. भाषा साधी, पण प्रभावी आहे. त्यामुळे जागतिक वाङ्‌मयात गॉर्की यांच्या या वास्तवाधारित कलाकृतीला अनन्यसाधारण महत्व आहे.

आई या विषयावर जागतिक वाङ्‌मयात लिखाणाची कमतरता नाही. मराठीतही अस्सल साहित्यनिर्मिती झाली आहे. कवी यशवंत यांच्या 'आई' वरील कवितेच्या किमान काही पंक्ती कानावरून गेल्या नाहीत असा मराठी माणूस सापडणं विरळाच. त्यांनी त्रिवार सत्य सांगितलंय...'स्वामी तिन्ही जगाचा, आईविना भिकारी!' प्रसिद्ध कवी कवी फ. मु. शिंदे म्हणतात... 'आई एक नाव असतं, घरातल्या घरात गजबजलेलं गाव असतं! सर्वांत असते तेव्हा जाणवत नाही, आता नसली कुठंच तरीही नाही म्हणवत नाही!'

गिरण्यांमध्ये कष्टणाऱ्या आया फक्त रशियातच होत्या असं काही नाही. भारतातही हजारो महिला कारखान्यांत घाम गाळीत होत्या व आजही त्या श्रमत आहेत. नारायण सुर्वे यांनीच गिरणीत काम करणाऱ्या आईच्या अपघाती मृत्यूवर केलेली कविता आपल्याला भावविभोर करते. 'माझी आई' या कवितेत सुर्वे म्हणतात...

एक दिवस काय झाले
तिला गाडीतून आणले
होते तिचे उघडे डोळे
तोंडातून रक्त भळभळे

आधीचे नव्हतेच काही
आता आई देखील नाही
अश्रूंना घालीत अडसर
जागत होतो रात्रभर
झालो पुरते कलंदर

समाजासाठी संघर्ष करणं म्हणजे 'लष्कराच्या भाकरी भाजणं' असं मानण्याचा आजचा काळ. अर्थात राजकारण्यांचं समाजकारण वेगळं, त्याला स्वार्थाची जोड असतेच. फक्त ती दिसत नाही किंवा दाखवली जात नाही इतकंच! काही तरुणांमध्ये समाजकारणाची ऊर्मी जरूर असते, पण तिची धग दीर्घकाळ टिकत नाही. यथावकाश सारे संसारी होऊन जातात. एकविसाव्या शतकाच्या आरंभानंतर आणि विशेषतः आर्थिक उदारीकरणानंतर अप्पलपोट्यांची निपज वाढल्यानं समाजकारण करणं, चळवळीत आयुष्य घालवणं वेडेपणाचं लक्षण ठरलं. त्यामुळेच देशभरातील कामगार चळवळी आता विझल्यासारख्या वाटताहेत. कामगारांचे, श्रमिकांचे प्रश्न मात्र सुटलेले नाहीत, उलट भांडवलशाहीचा काच अधिक जाचक बनतो आहे. समाजात विघटन वाढल्यानं संघटन लयाला चाललं आहे. त्याचा ना कोणाला खेद, ना खंत!

'आई' समजून घेण्याआधी मॅक्झिम गॉर्कीचा आयुष्यपट उलगडून पाहायला हवा. त्याचा जन्म २८ मार्च १८६८ रोजी रशियातील निझ्निनॉव्हगोरॉड येथे झाला. मूळ नाव अल्यिक्स्येई मक्स्यीमव्हिच प्येश्कॉव्ह. लहानपणीच आईवडील वारल्यामुळे वयाच्या आठव्या वर्षापासून पोट भरण्यासाठी त्याला धडपड करावी लागली. मिळतील ती कष्टाची कामं करीत तो रशियाभर हिंडला. या काळात श्रमिकांचं दुःख, त्यांचं शोषण त्यानं जवळून अनुभवलं. नोकरीत मारपीट आणि मानहानीही सोसली. पूर्ववयातील अशा कडवट अनुभवांमुळेच त्यानं 'गॉर्की' (कटू किंवा दुःखी) हे टोपणनाव धारण केलं. त्याचं शालेय शिक्षण थोडकंच झालं. वाचन मात्र अफाट होतं, किंबहुना वाचन हेच त्याचं विद्यापीठ होतं. क्रांतीच्या कार्याला त्यानं स्वतःला वाहून घेतलं. स्वाभाविकपणेच त्याला वेळोवेळी पोलिसांच्या दडपशाहीला तोंड द्यावं लागलं. रशियातील सोशल डेमोक्रॅटिक पक्षाचं सदस्यत्व त्यानं स्वीकारलं. सन १९०५ मध्ये रशियात क्रांती घडवून आणण्याचा प्रयत्न फसल्यानंतर त्याला इटलीत काप्रीला राहावं लागलं. या अपयशामुळे तरुणांमध्ये आलेल्या

नैराश्यावर फुंकर घालण्यासाठी त्यानं *आई* ही स्फूर्तिदायी कादंबरी लिहायला घेतली. 'समाजवादी वास्तववाद' (Socialist Realism) या साहित्यप्रकाराची मुहूर्तमेढच त्यानं या कादंबरीच्या माध्यमातून रोवली. त्यासाठी त्याला साहित्यविश्वात ओळखलं जातं. पुढं 'समाजवादी वास्तववाद' हे सोविएत साहित्यिकांचं वाङ्मयीन तत्त्वज्ञान होऊन बसलं.

ही कथा आहे रशियातील एका मातेची, तिच्या क्रांतिकारी तरुण मुलाची आणि त्याच्या सवंगड्यांची. चळवळीतील मुलाच्या सहभागामुळे सुरुवातीला चिंतित असणारी ही माता नंतर मुलाच्या पावलावर पाऊल टाकीत, सरकारी जुलूम सहन करीत क्रांतिकार्यात कशी सहभागी होते, याचं चित्रण या पुस्तकात येतं. क्रांतिकार्यावरील निष्ठा, तरुण क्रांतिकारकांचा मिळालेला सहवास आणि मान ह्यांमुळे एका भित्र्या, दडपलेल्या स्त्रीचे कोमल, ममताळू आणि निर्भय स्त्रीत कसे रूपांतर होते, हे गॉर्की यांनी प्रत्यकारी लिखाणाद्वारे दाखवून दिलं आहे. त्यामुळेच ही कादंबरी रशियन क्रांतिकारकांसाठी 'बायबल' न ठरती तरच नवल! मराठीत प्रभाकर ऊध्र्वरेषे यांनी अनुवादित केलेली ही कादंबरी लोकवाङ्मयगृहाने *आई* या नावानं प्रकाशित केली आहे. तिची सन २०१९ मधील तेविसावी आवृत्ती सध्या बाजारात आहे, त्यावरून मराठीतही तिला मोठा वाचकवर्ग लाभल्याचं दिसतं. या कादंबरीवर १९२६ मध्ये मूकपट आला. नंतर या कथानकावर आणखी दोन चित्रपट प्रदर्शित झाले. प्रख्यात जर्मन साहित्यिक बर्टोल्ट ब्रेख्त यानं या कादंबरीचं नाट्यरूपांतर केलं. *आई* ची कीर्ती दशदिशांमध्ये दुमदुमली. काही टीकाकारांनी प्रचारकी साहित्य म्हणून या कादंबरीची हेटाळणीही केली. अर्थात त्यामुळे तिच्या लौकिकाला काहीही बाधा पोहोचली नाही.

या कादंबरीत गॉर्कीनं एका कारखान्यात काम करणाऱ्या स्त्रीचं, निलोवनाचं, जीवन चित्रित केलं आहे. ती कठोर शारीरिक श्रम करीत असतानाच गरिबी आणि उपासमारीचा सामना करते. दारुड्या नवऱ्याकडून दररोज होणारी मारहाण सोसत राहते. त्याच्या अनपेक्षित मृत्यूनंतर मुलगा पॉवेल हेच तिचं एकमेव आशास्थान असतो, पण तोही कारखान्यात काम करता करता दारुडा बनतो. यथावकाश त्याच्यात परिवर्तन होतं. तो पुस्तकं वाचायला लागतो. शोषणाविरुद्ध मनात पेटलेली क्रांतीची ज्योत त्याला अस्वस्थ करीत असते. समवयस्क, समविचारी तरुणांचा गट बनवून पोलिस कारवाईचा धोका पत्करत तो क्रांतिकार्य सुरू करतो. मोर्चे काढतो. सुरुवातीला त्याच्या या नव्या अवतारामुळे बावचळलेली आई हळूहळू त्याच्या कार्यात भाग घेऊन प्रसिद्धीपत्रकं वाटणं, लोकांपुढं धिटाईनं भाषणं करणं यात तरबेज होते. पॉवेलची मैत्रीण साशासह त्याचे सारे मित्र निलोवनाला आपलीच आई मानत असतात. त्या साऱ्यांमध्ये एक वेगळंच जिव्हाळ्याचं नातं तयार झालेलं असतं. शेवटी एका मोठ्या आंदोलनात पॉवेलला त्याच्या साथीदारासह पकडलं जातं. शिक्षा भोगण्यासाठी त्याला सायबेरियाला पाठवलं जाणार असतं. आईही आंदोलन करताना, पत्रकांसह पोलिसांना सापडते, पण ती हटत नाही. घोषणा देत राहते. गॉर्कीनं सन १९०५ मधील फसलेल्या क्रांतीमधील खऱ्या व्यक्तींवर

ही सारी पात्रं बेतली आहेत. त्यानं स्वतःच ही माहिती नंतर दिली होती.

जगाचा इतिहास शोषणाचा आहे. बळवंतांनी कमजोरांचं केलेलं शोषण आणि त्याआधारे केलेली संपत्तीची निर्मिती आजवर कोणी रोखू शकलेलं नाही. वेगवेगळ्या शाह्या आल्या, इझम आले. सुरुवातीला त्यांविषयी लोकांच्या मनात भाबडा आशावादही अंकुरला, पण यथावकाश सगळ्या नव्या व्यवस्थांमध्ये शोषक आणि शोषणकर्ते तयार झालेच, अगदी लोकशाहीतही! त्यांचा दाखवायचा मुखवटा मात्र 'कल्याणकारी राज्यव्यवस्था' असाच राहिला, आजही त्यात काही अंतराय नाही. रशिया, चीनमधील साम्यवादानं सरळसरळ एकाधिकारशाहीचं वळण घेतलं. लोकशाहीची शाईही काही वेगळी अक्षरं रेखाटताना दिसत नाही. हे सारं बदलायचं तर अथकपणे लढत राहणं एवढंच सामान्य माणसाच्या हातात राहतं. प्रख्यात शायर साहीर लुधियानवी यांचं 'फिर सुबह होगी' या चित्रपटातील हे सुरेख गीत खूपच बोलकं आहे...

इन काली सदियों के सर से जब रात का आंचल ढलकेगा
जब दुख के बादल पिघलेंगे जब सुख का सागर झलकेगा
जब अम्बर झूम के नाचेगा जब धरती नगमे गाएगी
वो सुबह कभी तो आएगी

खरंच, सगळ्या कपटी कारस्थान्यांचा निःपात होऊन मानवजातीच्या आयुष्यात ती निर्मळ सकाळ कधी तरी उगवेल काय?

पाठलाग एका स्वप्नाचा !

आशेवर स्वार होऊन, निराशेवर घाव घालीत स्वप्नांतला खजिना मिळवू इच्छिणाऱ्यांनी 'द अल्केमिस्ट' जरूर वाचावं. अर्थात, त्यांना त्यांच्या प्रत्येक समस्यांची 'तयार' उत्तरं मिळणार नाहीत. कारण माणसागणिक ती वेगळी असतात.

पुस्तक : द अल्केमिस्ट
मूळ पुस्तक : The Alchemist
मूळ लेखक : पाउलो कोएलो
अनुवाद : डॉ. शुचिता नांदापूरकर-फडके
प्रकाशक : मंजुल प्रकाशन

काही पुस्तकं खूप सावधचित्त राहून वाचायची असतात. नाही तर तुटलेल्या सरातून मोती घरंगळून निसटतात तशा अनेक गोष्टी निसटू शकतात. अशा पुस्तकांत जे थेट लिहिलेलं असतं, त्यापेक्षा अधिक काही अवगुंठीत स्वरूपात (बिटविन दी लाईन्स) असतं. त्यावरचा पडदा हटवता आला तर वाचनाचा आनंद द्विगुणित होतो, खूप काही हाताला लागू शकतं. अन्यथा पढतमूर्ख ठरण्याचाच धोका अधिक. ब्राझीलचे प्रख्यात साहित्यिक पाउलो कोएलो यांची सारीच पुस्तकं या प्रकारात मोडतात. त्यांचं द अल्केमिस्ट (म्हणजे किमयागार) हे पुस्तक जगभर खूप गाजलं. जागरूकपणा शाबूत ठेवून वाचलं तर हे पुस्तक आपल्या आतपर्यंत पोहोचतं. नाही तर एक गोष्ट वाचली एवढंच समाधान गाठीशी. स्वप्नं का पाहावीत, स्वप्नांचा पाठलाग का करावा, यावर हे पुस्तक भाष्य करतं. हवं ते साध्य करण्यासाठी धीर, चिकाटी न सोडता खूप यातायात करावी लागते, यातना सहन कराव्या लागतात. जे शेवटपर्यंत न खचता हा प्रवास करतात, त्यांची स्वप्नपूर्ती होतेच होते, असा दावा जागतिक साहित्यविश्वात अग्रस्थान पटकावलेली ही कादंबरी करते.

पाउलो कोएलो

प्रत्येकाला अंतिम पडाव (मंझिल) गाठायचा असतो. बऱ्याच जणांना खूप घाई असते. अशांना प्रवासातला आनंद, सौंदर्यस्थळं दिसत नाहीत. प्रेमात पडलेल्यांना हे चांगलंच आकळतं. त्यांच्या दृष्टीनं, 'मंझिल से बेहतर लगने लगे हैं ये रास्ते...' अशी स्थिती असते. म्हणून आनंद प्रवासात असतो, उद्दिष्टपूर्तीत नाही, अशीही बऱ्याच जणांची धारणा असते. काही जण नकळत आपला प्रवास आनंददायी करत असतात, तर काही जाणतेपणानं आपल्या जगण्याला आनंदाचं निधान प्राप्त करून देतात. असे अनेक संतुष्ट, उत्साहानं खळाळणारे 'जिवंत' जीव आपल्या आजूबाजूला असतात. ते गडगंज श्रीमंत असतात म्हणून आनंदी असतात असं नाही. किंबहुना खिशात दमडी नसलेले अनेक कफल्लक चेहरे हास्याचा दागिना दिमाखात मिरवत असतात, आपला भवताल सुगंधित करत राहतात. त्यांची श्रीमंती पैशाच्या पलीकडली असते. 'हॅपिनेस इंडेक्स'सारख्या कृत्रिम मोजपट्ट्यांनीही त्यांची उंची, खोली मोजता येत नाही.

दैववादी म्हणा, आशावादी म्हणा किंवा दोन्हींचे मिश्रण असणारे म्हणा, कोट्यवधी जीव या भूतलावर हवं ते मिळवण्यासाठी अखंड धडपड करत असतात. कुठला तरी गुप्त खजिना हाती लागून रातोरात श्रीमंत व्हावं, अशी मनीषा बाळगणाऱ्यांचीही संख्या कमी नाही. त्यासाठी नरबळीसह अनेक अघोरी कृत्यं करणाऱ्यांची खबरबात अधूनमधून मिळतच असते की आपल्याला. हे स्वप्नाळू आळशी, अंधश्रद्धाळू असतात. त्यामुळे बुवा,

बाबा यांचं हे सहज सावज. अशांचं सोडा, पण प्रत्येक गोष्टीची तड लावण्याची क्षमता असणारे, काही मोजके का असेना, असतातच की! द *अल्केमिस्ट* चा नायक सॅन्टियागो हा तरुण पोरगा त्यांपैकी एक. स्पेनमधला हा मेंढपाळ तिकडे दूर इजिप्तमधील पिरॅमिडजवळ पुरलेला गुप्त खजिना प्राप्त करण्याचं स्वप्न वारंवार पाहतो. शेवटी हिय्या करून तो आपल्या मेंढ्यांचा कळप घेऊन या खडतर, संघर्षमय प्रवासाला निघतो. वाटेत त्याला काही सज्जन मार्गदर्शक भेटतात, तसे लुबाडणारे, लुटणारे भामटेही भेटतात. असीम भासणारे सहारा वाळवंट, तिथल्या लुटारू टोळ्या, जगण्यावरचा विश्वास दृढ करणारं मरुद्यान (ओॲसिस) त्याच्या प्रवासात चढ-उतार आणत राहतात. एका जागी बांधून ठेवू पाहणारा प्रेमाचा सुगंधित पडावही वाटेत येतो, अनेकदा जिवावर बेततं, पण हा तरुण वाटसरू डोळ्यांतलं स्वप्न विझू न देता चालत राहतो. शेवटी त्याला तो खजिना मिळतो का, मिळाला तर कुठे मिळतो, या प्रश्नांची उत्तरं शोधण्यासाठी हे पुस्तक वाचलेलंच बरं!

पाउलो कोएलो तसे नियतीवादी लेखक. त्यांचं कुठलंही पुस्तक वाचताना आपल्या जी. ए. कुलकर्णींची आठवण येते. मानव नियतीशरण आहे, पण प्रयत्न करणाऱ्याला यश जरूर मिळतं, असा सांगावा द *अल्केमिस्ट* देतं. या कादंबरीत परंपरागत शहाणपणाला उजाळा देणारी अनेक सुभाषितं, अवतरणं भेटत राहतात. जागरूकपणानं त्यांचं सखोल चिंतन करावं लागतं. पुस्तकातील जवळजवळ प्रत्येक वाक्य, संवाद सखोल अर्थ घेऊन येत राहतो. तो सावकाशपणे पचवावा लागतो, रिचवावा लागतो.

'अल्केमिस्ट'मधला दुकानदार एकदा कथानायकाला म्हणतो,

''जे जसं चाललं आहे त्याची मला सवय झाली आहे. माझ्या काही मित्रांनी प्रगती केली, काही भिकेला लागले. काही खूप पुढे गेले. मी मात्र आहे तिथेच राहिलो. तू इथं येण्याआधी मी तोच विचार करीत असे, त्यामुळे मला उद्विग्नता येई, पण आज माझ्या लक्षात येतंय की मला वाटतंय तितकं हे वाईट नाही. बदलाशी सामना कसा करावा, हे मला माहीत नसल्यामुळे मला कुठलाही बदल घडवून आणायचा नाही. मी जो आहे, जसा आहे त्याची मला सवय झाली आहे...''

असे 'ठेविले अनंते तैसेचि राहावे...' वृत्तीचे स्थितिवादी आपल्या आजूबाजूला अनेक असतात (कदाचित आपणही असू शकतो). त्यात गैरही काही नाही. मात्र अशा कर्माचे वावडे असलेल्यांना फळे मात्र 'रसाळ गोमटी' हवी असतात... समस्या ही आहे. सॅन्टियागोला वाटेत भेटलेला इंग्लिश गृहस्थ म्हणतो,

''जीवनातली प्रत्येक गोष्ट संकेत आहे. जगात प्रत्येकाला समजेल अशी एक वैश्विक भाषा आहे, परंतु ती याआधीच विस्मरणात गेली आहे. इतर अनेक गोष्टींप्रमाणे तिचाही शोध घेतो आहे मी, म्हणूनच इथवर आलो आहे. वैश्विक भाषा जाणणाऱ्यांचा शोध मला घ्यायचा आहे. त्या किमयागाराचा माग मला काढायचा आहे.''

सॅन्टियागो ज्या काफिल्याबरोबर जीवघेण्या सहारा वाळवंटातील प्रवास करीत असतो, त्यातील एक सांडणीस्वार स्वप्नप्राप्तीबाबतचं, जीवनाबाबतचं तत्त्वज्ञान सांगतो,

''आपल्याला ज्याची गरज आहे, आपल्याला जे हवं आहे, ते प्राप्त करण्याची क्षमता आपल्यात असेल, तर अज्ञाताची भीती बाळगण्याची मुळीच गरज नाही, हे मी समजून चुकलो आहे. मी जिवंत आहे. खाताना मी फक्त खाण्याचा विचार करतो. चालताना फक्त चालण्याचा विचार माझ्या मनात असतो. मी भूतकाळाला गोंजारत नाही, भविष्याच्या कल्पनेत रमत नाही. माझ्यासाठी फक्त 'हा क्षण' तेवढा खरा. या क्षणावर लक्ष केंद्रित करणं ज्याला जमतं, तो खऱ्या अर्थानं आनंदी असतो. या क्षणी आपण जगत असतो आणि हा क्षण म्हणजेच जीवन.''

पाउलो कोएलो हा कलंदर आणि अवलिया माणूस. त्यांचं आयुष्यही सॅन्टियागोसारखंच अनेक चढ-उतारांनी भरलेलं. ब्राझीलची राजधानी रिओ-दी-जानेरिओमध्ये १९४७ ला जन्मलेल्या कोएलोंना कलाक्षेत्रात कारकीर्द करायची होती. त्यांच्या मध्यमवर्गीय पालकांना मात्र ते पसंत नव्हतं. आपला मुलगा मनोरुग्ण असल्याचं मानून वडिलांनी त्यांना दोनदा

मनोरुग्णालयात दाखल केलं. पुढं पत्रकार, नाटककार, गीतकार अशा वेगवेगळ्या भूमिका अयशस्वीपणे पार पाडून ते लेखनाकडे वळले. त्याआधी वेगवेगळ्या देशात खूप भटकंतीही केली. त्यांचं द *अल्केमिस्ट* सुरुवातीला फारसं चाललं नाही. पहिल्या आवृत्तीच्या अवघ्या नऊशे प्रती विकल्या गेल्या. नंतर ते ब्राझीलच नव्हे तर जगभरातील सर्वाधिक विक्री होणाऱ्या पुस्तकांच्या यादीत सामील झालं. या पुस्तकाच्या जगभरातील विविध भाषांत मिळून साडेआठ कोटी प्रती विकल्या गेल्या. हे पुस्तक त्यांनी १९८७ मध्ये लिहिले. त्यांनी ते झपाटल्याप्रमाणे अवघ्या दोन आठवड्यांत हातावेगळं केल्याचं सांगितलं जातं. कोएलो द *अल्केमिस्ट* मुळे एकदम प्रकाशझोतात आले असले तरी त्यांची इतरही पुस्तकं अशीच जीवनगाणी गाणारी आहेत. द *जहीर,* द *पिलग्रिमेज, इलेव्हन मिनिट्स्* या पुस्तकांतूनही त्यांनी विविध विषयांची हाताळणी केली आहे. ही सारी पुस्तकं मराठीतही आली आहेत.

द *अल्केमिस्ट* ची भुरळ जगभरातील साहित्यिक, विचारवंत, कलावंतांना न पडती तरच नवल. 'अगर किसी चीज को दिल से चाहों तो पुरी कायनात उसे तुमसे मिलाने की कोशिश में लग जाती हैं!' हा संवाद ओळखीचा वाटतोय ना? तद्दन हिंदी चित्रपटातील हा संवाद द *अल्केमिस्ट* मधील एका अवतरणावर बेतलेला आहे. हॉलिवूडमधला विल स्मिथ या आघाडीच्या अभिनेत्यानं द *अल्केमिस्ट* वर चित्रपट बनवण्याचं शिवधनुष्य उचललं आहे, पण अनेक कारणांनी हा प्रकल्प गेली काही वर्षं रखडला आहे. लवकरच हा चित्रपट आपल्या भेटीला येईल अशी आशा करू या!

आशेवर स्वार होऊन, निराशेवर घाव घालीत स्वप्नांतला खजिना मिळवू इच्छिणाऱ्यांनी द *अल्केमिस्ट* जरूर वाचावं. अर्थात त्यांना त्यांच्या प्रत्येक समस्यांची 'तयार' उत्तरं मिळणार नाहीत. जगात तशी ती कुठं नसतातही. माणसागणिक ती वेगळी असतात. त्यांचा शोध घेण्याची जबाबदारी प्रत्येकाची असते. त्यासाठीची हवी ती उठाठेव करण्याची तयारी बहुतेकांची नसते. म्हणून तर समाजात बुवा, बाबांचं फावतं. कोएलोंच्या मतानुसार हवं ते साध्य करण्याची क्षमता, धमक प्रत्येकात असते. आणि हो...तो खजिनाही आपल्यापाशीच असतो. हा 'कळसा' आपल्याच 'काखेत' असला तरी जगरहाटी समजून घ्यायला 'गावाला वळसा' घालावाच लागतो. अशा स्वप्नांपासून ते खजिन्यापर्यंतच्या प्रवासाची कहाणी म्हणजे 'द अल्केमिस्ट'! चला तर मग आपापला आणि आपल्यातला खजिना शोधू या!

निरक्षराची 'अक्षर' कहाणी

निरपराध्यांना ते केवळ ज्यू आहेत म्हणून मारायचं, यामागचं युद्धोत्तर काळातील अपराधीपण सतत झेलत राहणं सोपं नसतं. हानाची कहाणी हेच तर सांगते. एकीकडे हा अपराध आणि दुसरीकडे आपलं 'गुपित' लपवण्याचा दबाव, यांत तिची होणारी घुसमट आपल्याला अस्वस्थ करते, छिन्नमनस्क करते!

पुस्तक : द रीडर
मूळ पुस्तक : The Reader
मूळ लेखक : बर्नार्ड श्लिंक
अनुवाद : अंबिका सरकार
प्रकाशक : राजहंस प्रकाशन

तो तसा अडनिड्या वयातला, साधारण पंधरा-सोळाचा. ती छत्तिशीची. दुनियादारीच्या प्रवाहातील दोन ओंडक्यांप्रमाणे ते एकमेकांना भेटतात आणि ऋणानुबंधांच्या वेगळ्याच गाठीत बांधले जातात. या गाठी दोघांनाही शेवटपर्यंत कचत राहतात, काचत राहतात. नात्यातल्या आनंदासवे येणाऱ्या अघोरी वेदना नाइलाजानं पदरात घ्याव्या लागतात. एका टप्प्यावर ती सुटते, तो मात्र अश्वत्थाम्यासारखा पुरी जिंदगानी स्वतःला तासत राहतो, कोसत राहतो. दोघांची ही 'अक्षर' कहाणी अस्वस्थ करणारी, सुन्न करणारी. जगणं असंही असतं तर, याचं भान आणून देणारी. धक्कादायक, पण थरारक नव्हे! नाट्यमयता नसलेली, तरीही अस्वस्थ करणारी. आपण छोट्याछोट्या दुःखांना कुरवाळत बसतो. हे असं जगावेगळं काही वाचलं, की मात्र आपल्या कोतेपणाची लाज लाज वाटावी! ही अशी कहाणी आहे, की जी कृष्ण-धवल स्वरूपात जोखता येत नाही. सतत न्यायाचा तराजू हातात घेऊन (फक्त) दुसऱ्यांना त्यात तोलण्याची सवय असलेल्यांनी या पुस्तकाच्या वाट्याला न गेलेलंच बरं. नीतिमत्तेचं सोवळं पांघरलेल्यांनाही या कादंबरीचं कथानक झेपणारं नाही. युद्ध वाङ्मयातलं अक्षर दालन समृद्ध करणाऱ्या या मुलखावेगळ्या कादंबरीचं नाव आहे, 'द रीडर.'

या कथेची सुरुवात होते सन १९५८ ला. तेव्हा दुसरं महायुद्ध संपून एक तप लोटलं होतं. या महायुद्धानं युरोपच्या उरा-खांद्यांवर झालेल्या जखमांवर खपली धरत असली तरी काही ठिकाणी त्या भळभळत होत्या. विशेषतः महायुद्धात सहभागी झालेली किंवा त्याला मूक पाठिंबा देणारी जर्मनांची पिढी; युद्धकाळात बालपण गेलेली आणि नंतर त्याच्या बऱ्या-वाईट परिणामांचं विश्लेषण करणारी, त्यावर चर्चा करणारी जर्मनांची पुढची पिढी यांच्यातलं फाटलेपण अद्याप कायम होतं. किंबहुना ते वाढत होतं. विवेकी जर्मनांमध्ये हिटलरच्या नादाला लागून आपण काय करून बसलो, अशी कशी माणुसकी विसरलो, हा अपराधगंड बळावला होता. युद्धात छळछावण्यांमधील जबाबदार नाझी अधिकाऱ्यांवर, कर्मचाऱ्यांवर ठिकठिकाणी खटले सुरू होते. दोस्त राष्ट्रांनी युद्ध-गुन्ह्यात सहभागी झालेल्या नाझी अधिकाऱ्यांवर न्यूरेमबर्ग या जर्मनीतील शहरात विशेष न्यायालय स्थापन करून खटले गुदरले होते. 'न्यूरेमबर्ग ट्रायल' म्हणून ते प्रसिद्धी पावले. ही सारी या कथानकाची पार्श्वभूमी.

पौगंडावस्थेतील शाळकरी मुलगा आणि एका प्रौढेच्या अजब दोस्तान्याने कथानकाची सुरुवात होते. १५ वर्षांचा मायकेल, काविळीचा संसर्ग झाल्यानंतर अनेक महिने शाळेत जाऊ शकत नाही. एकदा तो बाहेर पडतो अन् उलट्यांनी बेजार होतो. तिथं त्याला हाना श्मिट्झ ही ट्राम कंडक्टर मदत करते. बरा झाल्यावर तो आभार मानायला तिच्या घरी पोहोचतो. तिथंच त्यांचे भावबंध जुळतात आणि ते रत होतात. हळूहळू ते दररोजच दुपारच्या सुटीत भेटायला लागतात. त्यासाठी मायकेल शाळेतील तासाला बुट्टी मारून तिच्याकडे धाव घेत राहतो. या संबंधांना उभयतांच्या साहित्यप्रेमाची एक हळवी किनारही आहे. प्रत्येक भेटीत हाना मायकेलकडून पुस्तक वाचून घेते. त्याच्या तोंडून ऐकणं हा तिच्यासाठी

आनंदाचा सोहळा. होमरची *इलियड* आणि *ओडीसी* ही ग्रीक महाकाव्यं, अर्नेस्ट हेमिंग्वेचं *द ओल्ड मॅन अँड द सी* आदी अभिजात पुस्तकं तो तिच्यासाठी वाचतो. त्यावर दोघं चर्चा करतात. दिवस पुढे सरकत जातात. हे 'अक्षर' नातं सुरूच असतं, मात्र त्याला अंत असतो. एके दिवशी हाना अचानक गायब होते. मायकेल तिचा शोध घेतो, पण व्यर्थ. तिच्या नाहीशा होण्याची बोच मायकेलच्या मनाला लागून राहते. काही करून हाना त्याला हवी असते, पण ती तर न सापडण्यासाठीच गायब झालेली असते.

बर्नार्ड शिलंक

यथावकाश मायकेल तारुण्यात प्रवेश करतो. कायद्याच्या अभ्यासासाठी विधी महाविद्यालयात दाखल होतो. अभ्यासाचा एक भाग म्हणून त्याला नाझी छळछावणीतील माजी महिला सुरक्षारक्षकांच्या खटल्याचं कामकाज अभ्यासण्यासाठी पाठवलं जातं. तिथं युद्ध, गुन्ह्यातील आरोपी म्हणून हानाचं दर्शन होतं आणि तो हादरतो. एका चर्चमध्ये बंदिस्त असलेल्या ज्यू महिला कैद्यांवर विमानातून बॉम्बवर्षाव होतो आणि चर्चला आग लागते. नाझी महिला सुरक्षारक्षकांनी दरवाजे बाहेरून बंद केलेले असल्यानं तीनशेपेक्षा अधिक महिला आगीत मृत्युमुखी पडतात. या आगीतून बचावलेली एक महिला आणि तिच्या मुलीच्या तक्रारीवरून सुरक्षारक्षकांविरोधातील खटला सुरू झालेला असतो. छळछावण्यांतील अत्याचारांबाबत या मुलीनं लिहिलेलं पुस्तक पुरावा म्हणून पुढं येतं. आगीच्या घटनेचा अहवाल हानानेच लिहिला असल्याचं न्यायालयात सांगितलं जातं. सुरुवातीला हाना ते नाकारते. हस्ताक्षर तपासणी करण्याचा आदेश न्यायाधीश देतात, तेव्हा हाना अचानक माघार घेते आणि हा अहवाल आपणच लिहिल्याचं कबूल करून टाकते. खटल्याचं कामकाज पाहणाऱ्या मायकेलला तिच्या या कृत्याचा धक्का बसतो. मग त्याच्या लक्षात येतं एक विचित्र वास्तव. त्याचं लेखकानं पुस्तकात केलेलं वर्णन आपल्यासाठीही धक्कादायक ठरतं. मायकेल आपल्या भावना नोंदवताना म्हणतो...

'त्या तिथे ते मला लख्ख समजलं. हाना निरक्षर होती. तिला लिहिता अगर वाचताही येत नव्हतं. म्हणूनच ती इतरांना वाचून दाखवायला बोलवायची. त्यामुळेच आमच्या सायकलवरल्या सफरीत तिनं लिहिण्या-वाचण्याची गरज पडेल असलं सर्व काम मला दिलं होतं; आणि हॉटेलमध्ये मी लिहिलेली चिठ्ठी तिला सापडली तेव्हा काय लिहिलं आहे ते तिला समजणारच असं मी गृहीत धरीन आणि आपण उघड्या पडू या धास्तीमुळे तिचा स्वत:वरला ताबा सुटून ती बेभान

'द रीडर' चित्रपटात केट विन्स्लेट (हाना) आणि डेव्हीड क्रॉस (मायकेल).

संतापली होती. ट्राम कंपनी तिला जी वरची जागा देऊ करीत होती ती त्यामुळेच तिनं नाकारली होती. कंडक्टरचं काम करताना ती आपली निरक्षरपणाची कमतरता लपवू शकत होती, पण चालकाचं काम पत्करायचं तर ती लपवणं शक्य झालं नसतं. या कारणामुळेच सिमेन्स कंपनीत मिळणारी वरची जागा तिनं नाकारली होती आणि तिनं हे छळछावणीतील पहारेकऱ्याचं काम पत्करलं होतं.

आणि न्यायालयात हस्ताक्षरतज्ज्ञाला सामोरं जायला लागू नये म्हणूनच तिनं स्वतःच तो अहवाल लिहिल्याचं मान्य केलं होतं. आणि याच कारणामुळे खटल्यातली मुख्य गुन्हेगार म्हणून स्वतःला अडचणीत येऊ दिलं होतं का? त्यातलं एक कारण, त्या मुलीनं लिहिलेलं पुस्तक आणि त्यात केलेले आरोप अर्थातच तिला वाचता आले नव्हते, त्यात कोणत्या त्रुटी आहेत की ज्यांच्यामुळे स्वतःचा बचाव करता येईल हे अर्थातच तिला कळू शकलं नव्हतं. म्हणून तिला बचावाची तयारीच करता आली नव्हती का? आपल्याला लिहिता-वाचता येत नाही याची तिला शरम वाटत होती हे मी समजू शकतो. समाजात शिष्टमान्य नाही अशी वर्तणूक झाल्यामुळे वाटणारी शरम नि चोरटेपणा, दुसऱ्याला दुखवल्यामुळे शरमिंदं वाटणं, असल्या कारणांनी शरम वाटू शकते हे तर मी स्वतःच अनुभवलं होतं, पण छळछावणीत अगर खटल्याच्या वेळी केवळ निरक्षर असल्याची वाटणारी शरम हे पुरेसं कारण होतं? निरक्षरपण उघडकीस येऊ नये म्हणून गुन्हेगार असल्याचा आरोप मान्य करीत होती ती? त्याकरता गुन्हेही? हे सारे प्रश्न किती

वेळा मी विचारलेत स्वत:ला, तेव्हा नि नंतरही. गुन्हेगार म्हणवून घेणं हा भयंकर पर्याय पटला तिला, साधंसरळ निरक्षर म्हणवून घेण्यापेक्षा? असं वाटलं का तिला, की ते कधीच उघडकीस येणार नाही?

मायकेल उशिरा लक्षात आलेल्या या वास्तवामुळे हादरून जातो. हानाला आजन्म कारावासाची शिक्षा होते. पुस्तकाचा शेवटचा भाग खटल्यानंतरचं मायकेलचं जीवन, त्याचा अयशस्वी विवाह आणि तुरुंगात हानाशी संपर्क करण्याचा निर्णय याबद्दल आहे. हानाचं तुरुंगातील आयुष्य सुखकर जावं यासाठी तो अनोखा मार्ग अवलंबतो. अभिजात पुस्तकांचं वाचन करून ते ध्वनिमुद्रित करतो. या ध्वनिफिती तो तुरुंगात हानाला ऐकण्यासाठी पाठवत राहतो. हे तब्बल १८ वर्षं चालतं. नंतर हानाची शिक्षा कमी होते, तेव्हा तिच्या पुनर्वसनाची जबाबदारी मायकेलनं घ्यावी असं तुरुंगाधिकारी सुचवतात. मायकेलही ती मान्य करतो. अखेर तो मुक्तीचा दिवस येतो. मायकेल तिला आणायला तुरुंगात जातो तेव्हा वेगळंच वास्तव त्याची वाट पाहत असतं. ते काय असतं, हे पुस्तकातच वाचलेलं बरं!

जर्मन हेरकथा लेखनात उस्तादी मिळवलेल्या बर्नार्ड श्लिंक यांनी *द रीडर* मध्ये एकदम हटके विषय हाताळला. ही कृती म्हणजे जर्मनीतच जन्मलेल्या बर्नार्ड यांच्या व्यक्तिगत आयुष्याची पडछाया असल्याचं मानलं जात असलं तरी तसं त्यांनी कुठं मान्य केलेलं नाही. ही कादंबरी जर्मनीतच नव्हे तर अमेरिकेतही प्रचंड लोकप्रिय ठरली. मराठीसह ३९ भाषांत अनुवादित झाली. मराठी आवृत्ती राजहंस प्रकाशनानं प्रकाशित केली आहे. *न्यू यॉर्क टाइम्स*च्या सर्वाधिक खपाच्या यादीत दीर्घकाळ अव्वलस्थानी राहण्याचा पराक्रम करणारी ही पहिलीच जर्मन कादंबरी.

या कादंबरीवर २००८ मध्ये याच नावाचा उत्तम चित्रपट आला. 'टायटॅनिक'मुळे प्रकाशझोतात आलेली सौंदर्यवती गुणी अभिनेत्री केट विन्स्लेटनं हानाची भूमिका ताकदीनं पेलली. सतत तणावग्रस्त असणारी, स्वच्छतेचं प्रचंड वेड असलेली, आक्रमक प्रेयसी, दर्दी रसिक वाचक (की श्रोता?) ही सारी रूपं तिनं सुरेख साकारली. हा चित्रपट आपल्याला हादरवून सोडणारा अनुभव देतो. साहजिकच त्या वर्षीच्या सर्वोत्कृष्ट अभिनेत्रीसाठी असलेल्या प्रतिष्ठेच्या *ऑस्कर* वर तिचीच नाममुद्रा उमटली. शिवाय आणखीही प्रतिष्ठित पुरस्कारांनी चित्रपटाचा गौरव झाला. कुमारवयीन आणि प्रौढ मायकेलच्या भूमिका अनुक्रमे डेव्हीड क्रॉस आणि राल्फ फिनेस यांनी अत्यंत ताकदीनं साकारल्या. म्हणून तर हा चित्रपट अविस्मरणीय ठरतो. 'नेटफ्लिक्स'वर तो पाहता येईल. मूळ कादंबरीपेक्षा चित्रपट सरस उतरल्याचं अहोभाग्य काही मोजक्या कलाकृतींच्याच वाट्याला येतं; 'द रीडर' त्यापैकी एक!

ही कादंबरी वाचण्याचा अनुभवही काही हलका नाही. शेवटाकडे जाईपर्यंत आपण पार

खचून गेलेलो असतो. एक मुलगा आणि प्रौढा यांच्यातील शारीर नातं तसं न पचणारंच, पण लेखकानं खुबीनं ही पात्रं रंगवल्यानं त्यात कृत्रिमपणा किंवा गैर असं काही वाटत नाही. पाश्चिमात्य जगात तर त्याचा इतका बाऊ केला जात नाही. लेखक स्वतः कायद्याचा अभ्यासक असल्यानं खटल्याविषयीचं विस्तृत विश्लेषण येतं. कायद्याचे प्राध्यापक एका प्रसंगात विद्यार्थ्यांना सांगतात,

> *'समाजाला वाटतं की नैतिकतेमुळे आपलं मार्गक्रमण ठीक सुरू आहे, पण तसं नसतं. समाजजीवन कायद्यामुळे (कायद्याच्या धाकामुळे) सुरळीत चाललेलं असतं.'*

कायदा आणि जगण्या-वागण्याबातची लेखकाची अशी भाष्यं या कादंबरीला आणखी समृद्ध करणारी ठरतात. शिवाय हिटलर आणि त्यानं घडवून आणलेल्या उत्पाताचे पडसाद जगावर किती दीर्घकाळ पडत राहिले, याचं भान ही कादंबरी आणून देते.

निरक्षर असण्याचा शाप किती मोठा असतो ना! प्रगत समाजात वावरताना एखादी व्यक्ती आपलं अडाणीपण उघड होऊ नये यासाठी किती टोकाला जाते, हे पचवणं धक्कादायकच! प्रसंगी गुन्हा मान्य करून दीर्घ काळासाठी तुरुंगात जाऊ, पण अडाणीपणाचं किटाळ नको असं हानाला का बरं वाटावं? शिक्षणापासून वंचित असलेल्यांचे किती हाल होत असतील याचा अंदाज यावरून यावा. हानाला अभिजात साहित्याची आवड असते. त्यासाठी पुढे ती तुरुंगात भाषा शिकते, उत्तमोत्तम पुस्तकं वाचत स्वतःला समृद्ध करण्याचा प्रयत्न करते, पण तिच्यावर असलेल्या माणुसकीला काळिमा फासणाऱ्या डागाचं काय? तो तिला अंतर्बाह्य छळत राहतो.

निरपराध्यांना ते केवळ ज्यू आहेत म्हणून मारायचं, यामागचं युद्धोत्तर काळातील अपराधीपण सतत झेलत राहणं सोपं नसतं. हानाची कहाणी हेच तर सांगते. एकीकडे हा अपराध आणि दुसरीकडे निरक्षरपणा लपवण्याचा दबाव. असं आयुष्य कोणाच्याही, अगदी दुष्मनाच्या वाट्यालाही ना येवो! दुसऱ्या महायुद्धानं जगाला कित्येक कहाण्या दिल्या. काही खऱ्या, काही काल्पनिक तर काही खऱ्याची आणि काल्पनिकाची सरमिसळ! म्हणून तर पाश्चिमात्य साहित्यविश्व समृद्ध झालं. द *रीडर* सारखी पुस्तकं आपल्याला युद्धाच्या भेसूर पडछायांचं भान आणून देतात. युद्ध माणुसकीचा कस पणाला लावतं. खरा माणूस कोणता आणि प्रवाहाबरोबर पतित होणारा कोणता, याचं रोकडं आकलन ते करून देतं. माणुसकी सोडून तात्कालिक फायद्यासाठी दुसरा मार्ग धरू पाहणाऱ्यांना खबरदार करणारं आहे हे पुस्तक!

वाचनवाट

जिंदगी इक सफ़र हैं सुहाना

जीवन पाण्यासारखं असतं ना! म्हटलं तर निर्मळ, थोडं डहूळलं की गढूळ. प्रत्येक जण आपापल्या परीनं जगण्याला भिडत असतो. या चाकोरीला आव्हान देऊन आडवाट स्वीकारणारेही बरेच. 'आनंद' चित्रपटात राजेश खन्ना म्हणतो तसं, "बाबूमोशाय, जिंदगी बडी होनी चाहिए, लंबी नही!"

मुसाफिर हूँ यारों...

अर्नेस्टो चे गव्हेरा बंडखोर होता. लोककल्याणासाठी त्याचा जीव तीळतीळ तुटत होता. प्रवासातून घडलेला, बदललेला हा तरुण जगाच्या इतिहासाच्या बदलाचा प्रेरक ठरला. प्रत्येक जण क्रांती करू शकत नाही, मात्र स्वतःचा छोटासा भवताल बदलण्याचं सामर्थ्य प्रत्येकाला अंगीकारता येऊ शकतं. त्यासाठी आत्ममग्नतेच्या कोषाबाहेर पडावं लागतं.

पुस्तक : द मोटारसायकल डायरीज

मूळ पुस्तक : The Motorcycle Diaries

मूळ लेखक : अर्नेस्टो चे गव्हेरा

अनुवाद : अमृता देशपांडे

प्रकाशक : मधुश्री पब्लिकेशन

शहाणपण उत्तमरीत्या कमाविण्याचे काही प्रभावी मार्ग आहेत. प्रवास त्यांपैकी एक! पृथ्वीतलावर अस्तित्व लाभल्यापासून मिळालेल्या दोन पायांचा वापर करून मानव भक्ष्याच्या शोधासाठी स्थलांतर करू लागला. पुढं थोडी प्रगती झाल्यावर, सुसंस्कृतपणा प्राप्त झाल्यावर ही वाटचाल अधिक डोळस बनली. वाहतुकीची साधनं प्रगत होत गेली, तसा प्रवास अधिक सुकर, वेगवान होत गेला. जमिनीबरोबरच पाण्यातून आणि हवेतूनही झेप घेता येणं शक्य झालं. अनेक दर्यावर्दींनी समुद्रात नौका लोटून प्रगतीचे दरवाजे उघडले. भारत शोधायला निघालेला कोलंबस अमेरिकेत पोहोचला आणि एका संपन्न राष्ट्राचा जन्म झाला. वास्को डी गामानं भारताच्या भूमीवर पाऊल टाकलं, तो क्षण या देशाच्या इतिहास आणि भूगोलाच्या बदलाची नांदी ठरला. मोहनदास करमचंद गांधी या तरुणानं देश समजून घेण्यासाठी भारतभर पदयात्रा केली, त्यातून जन्माला आला एक महात्मा, ज्यानं अहिंसेची अनोखी शिकवण अवघ्या जगाला दिली. याच अमोघ अस्त्राचा वापर करून त्यानं या खंडप्राय देशाला स्वातंत्र्यही मिळवून दिलं.

चिनी आणि युरोपीय प्रवाशांनी तत्कालीन भारताचं केलेलं वर्णन, दस्तऐवजीकरण आजही इतिहासाचा सज्जड पुरावा म्हणून वापरलं जातं. ब्रिटनमध्ये जन्मलेला रिचर्ड बर्टन एकोणिसाव्या शतकातील गाजलेला धाडसी प्रवासी. तब्बल २९ भाषा अवगत केलेल्या या अवलियानं जिवाची जोखीम पत्करून युरोप, आफ्रिका आणि आशिया खंडांतून उदंड प्रवास केला. अरबांचं *अरेबियन नाइट्स* आणि भारताचं *कामसूत्र* आंग्लभाषेत अनुवादित करून त्यानं समस्त जगाला अचंबित केलं. बर्टनसारख्या प्रवाशांनी जग जोडलं. जगाचा नकाशा अशा मुशाफिरांच्या पावलांबरहुकूम तयार होत गेला. त्यातून भूगोल आकाराला आला. आक्रमणाच्या उद्देशानं वाटचाल करणारे अलेक्झांडर दि ग्रेट, नेपोलियनसारखे सत्ताकांक्षीही भूतलावर निपजले. त्यांनी शस्त्राच्या बळावर सीमोल्लंघन करीत भूगोल बदलला. बदललेल्या भूगोलाच्या सीमा अद्यापही जगभर धगधगताहेत.

विमान किंवा रेल्वे, बस, मोटारीतून प्रवास करणाऱ्यांची आपल्याकडे कमतरता नाही. सायकल किंवा मोटरसायकलवरून दीर्घ प्रवास करणारे तसे कमीच. एकेकाळी अटकेपार झेंडा फडकवणारे, पानिपतात समशेर गाजवणारे मराठे आता झाडासारखी मुळं मातीत गाडून घरकोंबडे झाले आहेत. पर्यटनाचं ठीक आहे, पण पोटापाण्यासाठी अगदीच अपरिहार्य ठरलं तरच जागा सोडायची हा आपला नवा मराठी बाणा! हे साचलेपण माणूस म्हणूनही आपली मोजमापं कमी करणारं आहे आणि त्याचं भानही आपल्याला नाही. पाणी साचलं की त्याचं डबकं बनतं, वाहिलं की ते पवित्र नदी म्हणून ओळखलं जातं. अनेक भटक्या जमाती आजही जगाच्या पाठीवर एका ठिकाणी बूड न टेकवता सतत भटकत राहतात. त्यांची अनुभवांची शिदोरी अधिक संपन्न असते. कोणत्याही कठीण परिस्थितीला तोंड देण्याची, अल्प साधनसंपत्तीत जगण्याची अचाट क्षमता त्यांच्याकडे असते. भौतिक संपत्ती कमी

असेल, पण जीवनानुभवात त्यांची बरोबरी कोणी करू शकत नाही. लेखकांनाही हे लागू पडतं. म्हणूनच जगण्याला भिडणारा, फिरता लेखक अधिक सकस साहित्यनिर्मिती करू शकतो.

अर्नेस्टो चे गव्हेरा

अर्नेस्टो चे गव्हेरा या पुढं क्यूबासह काही देशांच्या स्वातंत्र्यचळवळींचं नेतृत्व करणाऱ्या हीरोच्या अनोख्या प्रवासाची कहाणीही अशीच इतिहास बदलवणारी ठरली. नुकतंच मिसरूड फुटलेला वैद्यकीय शाखेचं शिक्षण घेणारा हा २३ वर्षांचा हुशार तरुण आपला २९ वर्षांचा मित्र अल्बर्टो ग्रानाडो याच्याबरोबर मोटारसायकलवरून सन १९५२च्या जानेवारीत लॅटिन अमेरिकेच्या चित्तथरारक प्रवासाला निघतो, त्याचं हे वर्णन, त्याच्याच शब्दातलं. पुढं ते द *मोटारसायकल डायरीज* या नावानं स्पॅनिश भाषेत प्रसिद्ध झालं. यथावकाश चे गव्हेरा क्युबाच्या स्वातंत्र्यलढ्यातील पराक्रमामुळे जगाच्या नजरेत भरला. प्रस्थापित व्यवस्थेच्या विरोधात एल्गार करू पाहणाऱ्या जगभरातील तरुणाईचं तो प्रतीक ठरला, त्यांच्या गळ्यातील ताईतच जणू! त्यामुळे त्याची ही अनोखी डायरी जगभरातील विविध भाषांत पोहोचली.

हे दोघे अर्जेंटिनातून चिलीला पोहोचले. ॲण्डीजच्या बर्फाच्छादित पर्वतरांगा, अटाकामाचं सहनशीलतेचा कस पाहणारं वाळवंट, पेरूमधील ॲमेझॉन नदी आणि तिच्या काठावरील आदिवासी जीवन हे सारं त्यांनी भरभरून अनुभवलं. तब्बल आठ हजार किलोमीटरचा हा थकवणारा दीर्घ प्रवास त्यांच्या आयुष्यावर प्रभाव टाकणारा ठरला. दोघांचंही अवघं आयुष्य बदलून गेलं. आदिवासींचं दारिद्र्य, त्यांची होणारी पिळवणूक, शोषण चे गव्हेराच्या मनात क्रांतीची बीजं पेरणारी ठरली. तो साम्यवादाकडे झुकला. पुढं फिडेल कॅस्ट्रोच्या क्युबालाही त्यानं या मार्गावरच नेलं. अमेरिकेच्या कुशीतला हा चिमुकला देश आजही या बलाढ्य देशाला वाकुल्या दाखवत साम्यवाद मिरवतो आहे. कॅस्ट्रो हयात असताना त्याच्या हत्येचे अनेक प्रयत्न झाले. त्याची राजवट उलथवून टाकण्यासाठी अमेरिकेनं अनेक खेळ्या केल्या; पण त्या साऱ्या निष्फळ ठरवण्यात क्युबाला यश आलं.

चे गव्हेरा आणि ग्रानाडो ज्या खंडात राहतात, त्या खंडाबद्दल त्यांनी फक्त पुस्तकांमध्ये वाचलेल्या गोष्टी प्रत्यक्षात पाहणं, अनुभवणं हा या प्रवासाचा मूळ हेतू. मोडकळीस आलेली मोटारसायकल, सतत पैशांची चणचण, वेगवेगळ्या ठिकाणी राहण्यासाठी निवारा आणि अन्न मिळवण्यासाठी लोकांपुढं वारंवार पसरावे लागणारे हात आणि त्यातून तगून जाण्याची अनोखी जिद्द याचं मनोज्ञ दर्शन या डायरीतून होतं. त्यातच अर्नेस्टोचा अधेमधे बळावणारा दम्याचा आजार त्यांचा कस पाहत राहतो. या दोघांचा साराच प्रवास तसा कठीण आणि

आव्हानात्मक. लॅटिन अमेरिकेतील इंडियन्सची गरिबी त्यांना जगाचं वेगळंच भान आणून देत होती. या आदिवासींचं शोषण त्यांना अस्वस्थ करीत होतं. मोटारसायकल बंद पडल्यावर ती तिथंच सोडून मिळेल त्या वाहनानं, म्हणजे बहुतेक वेळा ट्रकनं त्यांचा प्रवास सुरू राहिला. वाटेतील निसर्गरम्य ठिकाणं हाच त्यातल्या त्यात विरंगुळा. पेरू या देशातील एका निसर्गरम्य ठिकाणाचं अर्नेस्टोनं केलेलं वर्णन त्याच्याच शब्दांत...

त्या पवित्र तळ्याच्या अथांगतेचा फक्त काही भागच इथूनच दिसत होता. चहूबाजूंनी पाण्यानं वेढलेल्या जमिनीच्या एका लहानशा सुळक्यावर पुनोची खाडी आहे. तलावातल्या प्रशांत पाण्यात कुठे कुठे वेळूचे माचवे बांधलेले दिसताहेत आणि तलावाच्या मुखातून काही मासेमारीच्या बोटी पुढे जात आहेत. खूपच थंड वारं सुटलं होतं. त्यामुळे धड श्वासही घेता येत नव्हता आणि वरचं सुस्तावलेलं आकाश आमच्या मनाची प्रतिकृतीच दाखवत होतं. आम्ही जरी इलाव्हेपाशी न थांबता परस्पर पुनोला आलो असलो आणि आम्हाला तात्पुरतं लॉज आणि चांगलं जेवण मिळालं असलं, तरी आमच्या नशिबानं इथून आमच्यापासून पळच काढलेला दिसतोय. तिथल्या ऑफिसरनं परदेशी नागरिकांना इथे रात्री अजिबात मुक्काम करता येणार नाही, हे स्पष्टपणे सांगून आम्हाला बाहेरचा रस्ता दाखवला. पण तो तलाव पाहिल्याशिवाय आम्हाला इथून जायची इच्छा नव्हती. म्हणून आम्हाला कोणी बोटीतून घेऊन जाऊन संपूर्ण तलावाचं दर्शन करवून आणेल का, हे पाहण्यासाठी घाटावर गेलो. तिथल्या कर्मठ आयमारा मच्छीमारांपैकी कुणालाच स्पॅनिश भाषा अजिबात येत नव्हती, त्यामुळे आम्ही दुभाष्या घेतला. व्यवस्थित पाच सोल्स देऊन आम्हा दोघांना संपूर्ण तलावाची सैर करवून आणण्याचं ठरवून घेतलं. तलावात पोहावं असंही आम्हाला वाटलं होतं, परंतु करंगळीच्या टोकानं पाण्याला स्पर्श करून पाण्याचं तापमान पाहिल्यावर आम्ही पोहणं रद्द केलं. (पण अल्बर्टोनं आधीच कपडे आणि बूट काढले आणि त्याला काहीही न करता ते परत घालावे लागले, यात त्यानं स्वतःचं फारच गमतीशीर प्रदर्शन करून हसं करून घेतलं.) तलावाच्या हिरव्या-करड्या पृष्ठभागावरून हळूहळू छोटे ढीग दुरून आमच्याकडे सरकत यावेत तसा काही बेटांचा एक पुंजका आमच्यासमोर आला. तिथे काही मच्छीमार राहतात असं आमच्या दुभाष्यानं आम्हाला सांगितलं, "त्यातल्या काहींनी तर कधी गोरा माणूस पाहिलेलाच नाही. आणि ते ५०० वर्षांपूर्वी जसे राहत होते तसेच आजही राहतात, तेच अन्न वर्षानुवर्षं खातात, आणि तेच ५०० वर्षांपूर्वीचं मासेमारीचं तंत्र वापरतात. त्यांनी त्यांचे रीतीरिवाज, पूजापाठ आणि संस्कृती जिवंत ठेवली आहे."

'द मोटारसायकल डायरीज' या चित्रपटात गेल गार्सिया बर्नाल (चे गव्हेरा) आणि रॉड्रीगो डेला सेर्ना (अल्बर्टो ग्रानाडो)

चे गव्हेराच्या मृत्यूनंतर किती तरी दिवसांनी ही डायरी पुस्तकरूपात प्रसिद्ध केली गेली. मधुश्री पब्लिकेशननं हे पुस्तक मराठीत आणलं आहे. डायरी आहे त्या स्वरूपात प्रसिद्ध केल्यामुळे तिच्यात तुटकपणा आला आहे. काही गोष्टींचे संदर्भ लागत नाहीत. बरीच वाक्यं असंबद्ध वाटतात. त्यामुळे वारंवार रसभंग होतो. दैनंदिनी लिहिताना बऱ्याचदा काही गोष्टी गृहीत धरलेल्या असतात. ती प्रसिद्ध करताना या रिकाम्या जागा भराव्या लागतात, अन्यथा वाचकांपुढं सर्वसमावेशक चित्र उभं राहत नाही. कदाचित चे गव्हेरानं तिच्यावर काही संस्कार केले असते, तर ती अधिक वाचनीय झाली असती. ते न झाल्यानं त्याला समजून घेण्यासाठी इंटरनेटवर मुशाफिरी करावी लागते किंवा यू-ट्यूबवर उपलब्ध असलेला 'द मोटारसायकल डायरीज' हा चित्रपट पाहावा लागतो.

सन २००४ मध्ये 'द मोटारसायकल डायरीज' याच नावानं स्पॅनिश चित्रपट आला आणि गाजलाही! तो पुस्तकापेक्षा अधिक सरस आहे. चे गव्हेरा आणि अल्बर्टो ग्रानाडो यांच्यातील खेळकरपणाचा सही आविष्कार त्यात पाहायला मिळतो. गेल गार्सिया बर्नाल या दक्षिण अमेरिकन अभिनेत्यानं चे गव्हेराची भूमिका त्याच्यातील पूर्ण ऊर्जेनिशी साकारली आहे. दिग्दर्शक वॉल्टर सालेस यांचं दिग्दर्शन लाभलेल्या या चित्रपटाला एका ऑस्कर पुरस्कारावर आपली नाममुद्रा उमटवता आली. इतरही अनेक मानाचे पुरस्कार त्यानं पटकावले. विशेष म्हणजे एकविसाव्या शतकाच्या प्रारंभीही दक्षिण अमेरिकेतील देशांची स्थिती ५० वर्षांपूर्वीसारखीच होती, असं दिग्दर्शक वॉल्टर सालेस यांनी आपल्या चित्रीकरणाच्या अनुभवांबद्दल नोंदवून ठेवलं आहे.

या प्रवासानं भारल्या गेलेल्या, राजकीय व्यवस्थेविषयी भ्रमनिरास झालेल्या चे गव्हेराचं पुढं काय झालं हा इतिहास आहे. फिडेल कॅस्ट्रोच्या खांद्याला खांदा लावून त्यानं क्युबाच्या स्वातंत्र्यलढ्यात भाग घेतला. गनिमी लढ्यातला माहीर योद्धा म्हणून त्याला आजही ओळखलं जातं. त्याविषयी त्यानं पुस्तकही लिहिलं. जीवश्च-कंठश्च मित्रांची ही जोडी जगभर प्रसिद्धी पावली. स्वातंत्र्यानंतर कॅस्ट्रोच्या आग्रहानुसार चे गव्हेरा क्युबाचा गृहमंत्री झाला. तिथल्या केंद्रीय बँकेचं प्रमुखपदही त्यानं सांभाळलं. क्युबाच्या आरोग्यव्यवस्थेत आमूलाग्र बदल घडवून आणण्याचं श्रेय त्यालाच दिलं जातं. आजही ही यंत्रणा जगातील अव्वल आरोग्य व्यवस्था म्हणून ओळखली जाते. प्रशासकीय व्यवस्थेत चे गव्हेराचा जीव फारसा रमला नाही. दक्षिण अमेरिकेतील अन्य देशांच्या स्वातंत्र्यलढ्यांचं आवतन त्याला खुणावत होतं. तो गोपनीय पद्धतीनं बोलिव्हियात पोहोचला. अमेरिकेची सीआयए ही क्रूर गुप्तचर यंत्रणा त्याच्या मागावर होतीच. बोलिव्हियन शिपायांना पुढं करून त्यांनी गव्हेराला पकडलं. दुसऱ्याच दिवशी, म्हणजे ९ ऑक्टोबर १९६७ रोजी त्याला गोळ्या घालून ठार करण्यात आलं. तिथंच त्याचा मृतदेह गाडला गेला. तब्बल ३० वर्षांनंतर त्याच्या मृतदेहाचे अवशेष शोधून सन १९९७ मध्ये ते क्युबाला नेण्यात आले. कॅस्ट्रोनं तिथं आपल्या मित्राचं उचित स्मारक उभारलं. जगभरातल्या स्वातंत्र्य, समता, बंधुतेची आस असणाऱ्या तरुणाईचं ते प्रेरणास्थळ बनलं आहे. अनेक देशांतील तरुण, तरुणी आजही चे गव्हेराचं लष्करी वेशातलं चित्र असलेले टी शर्टस्, हॅटस् परिधान करण्यात गौरव मानतात. चे गव्हेरा मरण्यापूर्वी आपल्या मारेकऱ्यांना म्हणाला होता, 'मला गोळ्या घालू नका. मी चे गव्हेरा आहे. मला मारण्यापेक्षा मी जिवंत असणंच तुमच्यासाठी जास्त मोलाचं आहे.' पण भित्र्या हुकूमशहांची गोळी निधड्या छातीच्या योद्ध्याला कधी जीवनदान देण्याचं औदार्य दाखवू शकत नाही.

चे गव्हेरा बंडखोर होता. लोककल्याणासाठी त्याचा जीव तीळतीळ तुटत होता. प्रवासातून घडलेला, बदललेला हा तरुण जगाच्या इतिहासाच्या बदलाचा प्रेरक ठरला. प्रत्येक जण क्रांती करू शकत नाही, मात्र स्वतःचा छोटासा भवताल बदलण्याचं सामर्थ्य प्रत्येकाला अंगीकारता येऊ शकतं. त्यासाठी आत्ममग्नतेच्या कोषाबाहेर पडावं लागतं. लोकहो, पावलाला पाऊल जोडलं की प्रवास सुरू होतो. एक पाऊल उचला आणि त्याला दुसऱ्याची जोड द्या. हे अफाट जग आणि त्यातला अमर्याद निसर्ग तुमची वाट पाहतो आहे. प्रवास ही अज्ञाताकडून ज्ञाताकडे नेणारी वाट आहे. ती तुम्हाला समृद्ध करून सोडल्याशिवाय राहणार नाही. मग, वाट कसली पाहताय? चलो, निकल पडो!

दर्यासारंग

माणूसजात तशी चिवट. माणसाला उद्ध्वस्त करता येईल एखाद्या वेळी, पण त्याला पराभूत करणं कठीण, असं अर्नेस्ट हेमिंग्वेचं मत. त्याच्या या मताचं साहित्यिक रूपांतरण म्हणजे 'द ओल्ड मॅन अ‍ॅण्ड द सी'. जिद्द, चिकाटी आणि विजिगीषू वृत्तीचं अनोखं दर्शन घडविणारी कादंबरी म्हणून तिला जगभरातल्या साहित्यरसिकांनी डोक्यावर घेतलं.

पुस्तक : द ओल्ड मॅन अ‍ॅण्ड द सी

मूळ पुस्तक : The Old Man And The Sea

मूळ लेखक : अर्नेस्ट हेमिंग्वे

अनुवाद : पु. ल. देशपांडे

प्रकाशक : देशमुख आणि कंपनी

अर्नेस्ट हेमिंग्वे हा अफाट आणि अचाट माणूस होता. खरं तर अरभाटच! त्याच्या बलदंड शरीरयष्टीत रेड्याची ताकद होती. काय केलं नाही त्यानं? दुनियेच्या छाताडावर उभं राहून जगण्याच्या विविध अंगांवर अक्षरशः राज्य केलं. उन्मत्तपणे शिंगं उगारून अनेक जीवनानुभव मदमस्तपणे अंगावर झेलले. साहित्यविश्वातले उत्तुंग आणि अखेरचे समजले जाणारे नोबेल आणि पुलित्झर पुरस्कार त्याच्या अल्मारीत बंदिस्त झालेले असले तरी त्याला केवळ साहित्यात गती आणि रुची होती असं नाही. तो उत्तम दर्यासारंग होता. मच्छीमारीत त्याचा हात धरणारा कोणी सापडणे मुश्कील. कोणाही आडदांडाला लोळवणारा निष्णात मुष्टियोद्धाही होता तो. अट्टल शिकारी होता. श्वापदांना अंगावर घेऊन खेळवून मारण्याचा शौक होता त्याला. चित्रकलेतही चांगली गती होती.

वैभवाच्या शिखरावर पोहोचण्यापूर्वी हेमिंग्वेला जगण्यासाठी बरीच मगजमारी करावी लागली. कारखान्यात कामगार म्हणून तो राबला. काही काळ शेतीभातीत मजुरीसाठी घाम गाळला. निसर्गाचं गान त्याला शेतीनं शिकवलं. पत्रकारितेतही त्यानं हात मारून पाहिला. अमेरिकी लष्कराकडून तो पहिल्या महायुद्धात सामील झाला. रुग्णवाहिकेचा चालक बनून त्यानं अनेक जखमी सैनिकांचे प्राण वाचवले. या काळात दोनदा जीवघेण्या विमान अपघातांतून वाचला. एकदा तर कवटीलाही तडा गेला. अंगावर शे-दीडशे जखमांचे व्रण घेऊनच तो युद्धाच्या खाईतून बाहेर पडला. नंतर त्यानं पॅरिसमध्ये लेखनकामाठी सुरू केली. या उमेदीच्या काळात दारिद्र्यच त्याच्या वाट्याला आलं. इतकं की, काही वेळा कबुतरांच्या मांसावर गुजराण करावी लागली, पण तो हटला नाही. आपल्यासारख्या 'आराम छाये'त जगायला सोकावलेल्यांच्या दृष्टीनं त्याचा हा बेडरपणा हेवा वाटावा असाच. अनुभवांच्या या लोलकाचा प्रकाशवर्णपट त्याच्या लेखणीतून न पाझरता तरच नवल!

अजोड साहित्यिक म्हणून जगभर डंका दुमदुमू लागल्यावर हेमिंग्वे केवळ त्यालाच शोभेल अशा मिजाशीत राहू लागला. क्युबातल्या हवाना शहराजवळ त्यानं मोठी शेतीवाडी घेतली. तिथं केळीसह विविध फळबागा फुलवल्या. आयुष्याच्या धकाधकीत एकामागोमाग तब्बल चार लग्नं केली. पहिली तीन तुटली. चौथं त्याच्या अंतापर्यंत टिकलं. शेतीवाडीत मनोऱ्याची गढी बांधून तो लेखन करू लागला. पत्नीबरोबरच नऊ नोकर, बावन्न मांजरं, सोळा कुत्री, दोनशे कबुतरं, तीन गाई असा खटाला घेऊन तो राहायचा. पेंटिंग्ज, पुस्तकांची तर मोजदादच नाही. रात्रीचं लिखाण त्याला शिळंपाकं वाटायचं. पहाटेच त्याची लेखनसमाधी लागायची. लेखनसाधना इतकी पराकोटीची, की एखाद्या पुस्तकाचा खर्डा सुधारून वीस-तीस वेळा टाईपरायटरवर बडवण्याचा त्याला कधीच कंटाळा आला नाही. *फेअरवेल टू आर्म्स* या गाजलेल्या कादंबरीचा शेवट त्यानं एकोणचाळीस वेळा पुन्हा पुन्हा सुधारून लिहिला. साहजिकच असा हा लेखनअर्क अस्सलच उतरायचा. उतारवयात मानसिक संतुलन बिघडलेल्या अर्नेस्टनं डोक्याला बंदुकीची नळी भिडवून चाप ओढला.

त्याच्या वडिलांनीही असाच जीवनत्याग केलेला. अशा मृत्यूचं त्याला नेहमी अप्रूप होतं. माणसाला हवं तेव्हा मरता आलं पाहिजे, तो त्याचा जन्मदत्त हक्क आहे, असं वाटायचं त्याला. त्यानं हट्टानं हा हक्क बजावला.

अर्नेस्ट हेमिंग्वे

डोळे मिटण्यापूर्वी डोळसपणानं हवं तसं जगता यायला हवं. ऐऱ्यागैऱ्यांचं ते काम नव्हे. मनमौजी जगण्याची एक किंमत असते. अस्सल जीवनानुभवासाठी ती चुकवण्याची हेमिंग्वेची सदोदित तयारी असायची. संसारी माणसासारखी पैशाची तमा त्यानं बाळगली नाही. तारुण्यात भुकेकंगाली अनुभवलेल्या या साहित्यिकाच्या बँक खात्यात नंतर बक्कळ पैसा आला. ही संपत्ती उधळायलाही तो कमी पडला नाही. एकूण काय तर, 'सेटल' होण्याचा सोस न बाळगता चांगलं रसरशीत आयुष्य जगला तो. आपल्या कानावरून हेमिंग्वेचं नाव गेलेलं असतं. त्याच्या साहित्याविषयी मात्र वरवरची माहिती असते. त्याच्या लिखाणात जशा युद्धाच्या पडछाया होत्या, तशाच्या प्रेमाच्या शीतल सावल्याही होत्या. मानवी जगण्याला असलेली प्रेमाची किनार तो कधी विसरला नाही. त्यानं विपुल लिखाण केलं. *दि सन आल्सो रायझेस, ए फेअरवेल टू आर्म्स, फॉर हूम द बेल टोल्स, द ओल्ड मॅन अँड द सी* या त्याच्या साहित्यकृती जगभर गाजल्या. अनेक भाषांत त्या अनुवादित झाल्या. काहींवर दोन-दोन चित्रपट निघाले. तेही गाजले. सर्वात महत्त्वाची आणि जगभर गाजलेली कादंबरी *दि ओल्ड मॅन अँड दि सी*. तिला १९५२ साली पुलित्झर मिळालं. पुढे दोनच वर्षांनी एकूण साहित्यसेवेबद्दल हेमिंग्वेचं नाव नोबेल वर कोरलं गेलं. एका लेखकाला यापरता आणखी कोणता बहुमान हवा?

द ओल्ड मॅन ॲन्ड द सी ही अजरामर कादंबरी प्रस्तुत लेखाची विषयवस्तू. त्याआधी हेमिंग्वेवर लिहिण्याचा मोह टाळता येण्यासारखा नव्हता, म्हणून नमनालाच हे घडाभर तेल. अर्थात ही कादंबरी त्याच्याच अनुभवाचा एक कवडसा असल्यानं त्याच्या चरितकहाणीला वळसा घालून पुढं जाताच येणार नव्हतं. माणूसजात तशी चिवट. माणसाला उद्ध्वस्त करता येईल एखाद्या वेळी, पण त्याला पराभूत करणं कठीण, असं हेमिंग्वेचं मत. त्याच्या या मताचं साहित्यिक रूपांतरण म्हणजे *द ओल्ड मॅन ॲन्ड द सी*. जिद्द, चिकाटी आणि विजिगीषू वृत्तीचं अनोखं दर्शन घडवणारी कादंबरी म्हणून तिला जगभरातल्या साहित्यरसिकांनी डोक्यावर उचलून धरलं, समीक्षकांनीही गौरवलं.

गोष्ट तशी साधीच, एका म्हाताऱ्याच्या मासेमारीच्या पराक्रमाची! क्युबातल्या हवानाजवळ एका समुद्रकाठच्या खेड्यात राहणारा सांतियागो हा कित्येक उन्हाळे-पावसाळे पाहिलेला गरीब कोळी. हा एकटा जीव सदाशिव, झापाच्या झोपडीत राहायचा. तो दररोज

दर्यात होडी लोटायचा, पण वयोमानानुसार हल्ली मासे मिळेनासे झाले होते. सलग ८४ दिवस गळाला एकही मासा न लागल्याने त्या छोट्या खेड्यातील टावरणांत (मद्यालय) जमणाऱ्या कोळ्यांच्या दृष्टीने तो चेष्टेचा विषय बनलेला. बारा-चौदा वर्षांचा मनोलिन हा पोऱ्या त्याचा शागीर्द. या म्हाताऱ्याकडून तो मासेमारीतल्या खूप गोष्टी शिकला, त्यामुळे रक्ताचं नातं नसलं तरी त्याचा म्हाताऱ्यावर जीव होता. मासेमारीत सलग अपयशी ठरू लागल्यानं पोराच्या बापानं त्याला दुसऱ्या होडीवर मासेमारीसाठी जायला सांगितलेलं. पोरगा नाखुशीनंच दुसऱ्या कोळ्यांबरोबर मासेमारीला जात असला तरी सकाळ-संध्याकाळ तो म्हाताऱ्याच्याच आगेमागे करायचा. त्याला हवं नको पाहायचा. गावातील हॉटेलातून त्याला खायला काही पदार्थ, बीअर, गरमागरम कॉफी आणून द्यायचा. होडीतलं मासेमारीचं साहित्य झोपडीपर्यंत पोहोचवायला मदत करायचा. हा म्हाताराच त्याचं भावविश्व होतं, त्याचा हीरो होता.

एके दिवशी म्हातारा नशीब आजमावण्यासाठी खोल समुद्रात मासेमारीला जातो. दीर्घकाळचा माशांचा दुष्काळ संपवण्याचा निर्धार करून होडी हाकारलेल्या म्हाताऱ्याच्या गळाला एक मोठा मर्लिन मासा लागतो. सुरुवातीला म्हाताऱ्याला त्याच्या आकाराचा अंदाजच येत नाही, पण गळाच्या खेचण्यावरून आणि होडीला बसत असलेल्या ओढीवरून हे भलं मोठं घबाड असल्याचं त्याला जाणवतं. नंतर मासा अचानक पाण्याबाहेर झेपावतो, तेव्हा त्याचा आकार पाहून म्हातारा अवाक्‌च होतो. तो त्याच्या होडीपेक्षाही किती तरी मोठा असतो. दोन दिवस आणि रात्री तोंडात गळ रुतलेला हा मासा म्हाताऱ्याला झुंजवत राहतो. म्हातारा त्यात जखमी होतो, गळाचे दोरखंड कचल्याने त्याचे हात काम देईनासे होतात, पण तो जिद्द सोडत नाही. नंतर दमून होडीभोवती गिरक्या मारणाऱ्या माशाला म्हातारा बर्चीच्या साहाय्यानं मारतो. त्याचं धूड आत घेणं शक्य नसल्यानं होडीला बांधतो. गलितगात्र झालेला म्हातारा खोल समुद्रातून किनाऱ्याकडे जायला निघतो तेव्हा अक्राळविक्राळ शार्क मासे त्याच्या मर्लिन माशावर ताव मारण्यासाठी हल्ले करीत राहतात. म्हातारा त्यांना बर्चीनं, सुऱ्यानं भोसकतो, वल्ह्यानं बदडत राहतो. शार्कच्या हल्ल्यातून केवळ मर्लिन माशाचं डोकं आणि शेपटी वाचते, बाकी सगळा मांसल भाग शार्क फस्त करतात. दमलेला, थकलेला म्हातारा चौथ्या दिवशी पहाटे बंदरात पोचतो. त्याच्या होडीला बांधलेला माशाचा भलामोठा सांगाडा गावात चर्चेचा विषय बनतो. म्हाताऱ्याच्या शौर्यानं भारावून गेलेला छोटा मनोलिन रडत रडत आपल्या जखमी गुरूच्या सेवेला लागतो. आख्खं गाव म्हाताऱ्याच्या शौर्याची तारीफ करत असतं.

समुद्रावरच्या एकटेपणाला कंटाळलेल्या म्हाताऱ्याला स्वतःशीच बोलायची सवय लागलेली. त्यासंदर्भातील एक उतारा येथे देण्याचा मोह टाळता येण्यासारखा नाही...

तिसऱ्या फेरीच्या वेळी मात्र त्याला तो मासा प्रथम दिसला. सुरुवातीला त्याला तो लांब सावलीसारखा वाटला. ती गडद सावली इतका वेळ सरकत गेली की तिच्या लांबीवर त्याचा विश्वासच बसेना. ''छे! तो इतका मोठा असणं शक्यच नाही,'' म्हातारा स्वतःशीच म्हणाला, पण खरोखरीच तो तितका मोठा होता. एखाद्या भल्याथोरल्या कोयत्याच्या पात्याहून उंच फिकट जांभळ्या रंगाची त्याची शेपटी गडद निळ्या पाण्यावर आली होती. मासा आता चक्कर मारून आत वळत होता. शांत आणि देखणा दिसत होता तो. फक्त त्याचं भलंमोठं शेपूट काय ते हलत होतं. ''काही झालं तरी तुला मरायचंच आहे रे माशा! पण माशा, माझाही जीव घेतलाच पाहिजे का तुला?'' म्हातारा म्हणाला. म्हाताऱ्याने दोर सोडला आणि त्याच्यावर पाय रोवला. बर्ची जितकी वर उचलता येईल तितकी उचलली आणि माणसाच्या छातीइतक्या उंचीवर चढलेल्या आणि वर उघड्यावर आलेल्या त्या माशाच्या भल्यामोठ्या छाताडाच्या पंखाच्या मागच्या बाजूला आपल्या अंगचं बळ एकवटून खोल खुपसली. मग स्वतःचं मरण शरीरात भिनलेलं असतानाही तो मासा तरारून वर आला. आपली ती विशाल लांबी, रुंदी, सारी ताकद आणि लावण्य याचं दर्शन घडवीत पाण्यावर उंच उभारून राहिला. मग तो

म्हाताऱ्याच्या अंगावर आणि साऱ्या होडीवर पाण्याचा फवारा उडवीत समुद्रात दाणकन कोसळला.

देशमुख आणि कंपनीनं सन १९६५मध्ये ही कादंबरी मराठीत आणली. *एका कोळीयाने* या नावानं तिचा स्वैर अनुवाद केला आहे पु. ल. देशपांडे यांनी. त्यासाठी त्यांनी प्रत्यक्ष कोळ्यांशी, जाणकारांशी संपर्क साधून मासेमारीतले बारकावे जाणून घेतले. आधी हा अनुवाद वि. स. खांडेकर करणार होते, पण प्रकृतिअस्वास्थ्यामुळे त्यांना हे काम पूर्ण करता आलं नाही. पु. लं. नी अर्नेस्ट हेमिंग्वेचा हा म्हातारा मराठीत ताकदीनं आणला आहे. आनंदाची बाब म्हणजे पुठ्ठा बांधणीतील दर्जेदार छपाई असलेलं हे पुस्तक मूळ इंग्रजी पुस्तकाप्रमाणे रंगीत चित्रांनी सजलं आहे. त्यामुळे त्यात एकप्रकारचा जिवंतपणा आला आहे. खूप कमी मराठी पुस्तकांच्या वाट्याला असं भाग्य येतं. ही छोटेखानी कादंबरी खरं तर एकाच बैठकीत हातावेगळी करता येते. पु. लं चा परिसस्पर्श झाल्यानं तिचं भाषावैभव अफलातूनच! अर्थात हे स्वैर भाषांतर आहे. अलीकडे मधुश्री प्रकाशनानं या पुस्तकाचा मुळाबरहुकूम अनुवाद प्रसिद्ध केला आहे. हे पुस्तकही उत्तम चित्रांनी सजलेलं आहे.

जगभर डंका वाजवला गेलेल्या या कादंबरीची दखल चित्रपटक्षेत्राने घेतली नसती तरच नवल! सन १९५८मध्ये स्पेन्सर ट्रेसीची मुख्य भूमिका असलेला चित्रपट आला. मूळ साहित्यकृतीला फारसा न्याय तो देऊ शकला नाही. पुढे १९९० मध्ये अँथोनी क्वीनने म्हाताऱ्या नायकाची भूमिका साकारलेला चित्रपट तुलनेने उजवा ठरला. त्यापेक्षाही सुरेख एक ॲनिमेशनपट आला. हा लघुपट यू ट्यूबवरही उपलब्ध आहे.

आपण आपल्या आवाक्याचे, क्षमतांचे, मर्यादांचे गुलाम असतो. त्यांना आव्हान मिळेल अशी कोणतीही गोष्ट करायला धजावत नाही. त्यामुळे आपली होडी कधी खोल समुद्रात जातच नाही. काठावरच ती हेलकावत राहते. जिद्द, चिकाटी नसेल, प्रयत्नांचा अभिषेक नसेल तर भव्यदिव्य यश कसे मिळणार? ते हवं असेल तर म्हाताऱ्यासारखा चिवटपणा अंगी बाळगायला हवा. वारंवार अपयश आलं तरी आपली होडी खवळलेल्या दर्यात लोटायला हवी. अंगात बळ नसलं तरी चालेल, पण मीच जिंकेन हा आत्मविश्वास असेल तर दर्याचं पोट चिरून हवा तो मासा बाहेर खेचण्याचं सामर्थ्य आपल्या ठायी असतंच असतं. त्याचं प्रभावी आविष्करण झालं तर मानव अजिंक्य ठरतो, हा हेमिंग्वेचा विश्वास मला तरी सार्थ वाटतो. तुम्हाला काय वाटतं?

लखलख सौदामिनी

आपल्या संकुचित विश्वाच्या पल्याडही एक जग आहे. ते आपल्याशी कधी कधी सांधा जोडू पाहतं. त्याला प्रतिसाद द्या. क्षमता हरवलेल्यांचे डोळे व्हा, मुख व्हा, कान व्हा! किमान त्यांचं जग समजून तरी घ्या. तुमची दुःखं तुम्हाला नक्कीच थिटी वाटतील, अहंकाराचा बडेजाव फुका असल्याचं भान येईल.

पुस्तक : आंधळी

मूळ पुस्तक : The Helen Kellar Story

मूळ लेखक : कॅथरीन ओवेन्स पिअर

अनुवाद : शान्ता ज. शेळके

प्रकाशक : मेहता पब्लिशिंग हाऊस

`Alone we can do so little, together we can do so much!`

- Helen Keller

ती ठार आंधळी होती; बहिरी आणि मुकीही होती. तरीही जगानं मान वळवून पाहावं असं काही तरी तिनं करून दाखवलं. आपल्या कर्तृत्वाचं निशाण जगाच्या छाताडावर दिमाखानं फडफडवलं. पंचेंद्रिये शाबूत असलेले आपण किती कुरकुरत असतो ना! तिनं तर लहानपणीच आजारपणात दृष्टी आणि श्रवणशक्तीही गमावली. पण न खचता अतोनात प्रयत्न करून तिनं आपल्या शारीर मर्यादांवर मात केली. पुढं प्रख्यात साहित्यिक मार्क ट्वेननं तिला 'मिरॅकल वर्कर' ही उपाधी दिली; इतकं थोर काम तिनं करून ठेवलं. ती समाजसेविका बनली. दिव्यांगांच्या, दुर्बल घटकांच्या हक्कांसाठी, कल्याणासाठी झटली. समाजवादाचा पुरस्कार केला. उत्तम वक्ता म्हणूनही नाव कमावलं. त्यासाठी केवळ अमेरिकाच नव्हे, तर जगभरातील पंचविसेक देशांचे दौरे केले. म्हणून जगभरात हेलन केलर हे नाव आज आदरानं घेतलं जातं. ज्ञानेंद्रियांवर विजय मिळवणारी ती लखलखती सौदामिनी होती.

हेलनचे वडील सैन्यातील निवृत्त कॅप्टन, पुढं ते एका प्रादेशिक वृत्तपत्राचे संपादक बनले. आई कॅथरिन ऊर्फ केटही उच्च घराण्यातली. या दांपत्याचं हे दुसरं लग्न. या देखण्या अन् गोड पोरीचा जन्म अमेरिकेतील टस्कंबिया प्रांतात २७ जून १८८० रोजी झाला. हेलनच्या चिमखड्या बोलांनी केलर कुटुंबीयांच्या घरात आगळंच चैतन्य सळसळू लागलं, पण हे सुखचित्र फार काळ टिकलं नाही. हेलन अवघी १९ महिन्यांची असताना मस्तिष्कावरण ज्वरामुळे (मेनिंजायटिस) तिची दृष्टी आणि श्रवणशक्ती गेली. केलर कुटुंबीयांना हा मोठाच धक्का होता. हेलन जशी मोठी होत गेली, तशी अधिक हिंस्र होऊ लागली. भवताल जाणवतोय, पण तो नजरेत सामावून घेता येत नाही; बाहेर आवाजांची दुनिया रसरसली आहे, पण कान खिळे ठोकल्यासारखे बधिर झालेत; व्यक्त व्हायचंय, पण त्यासाठी शब्द नाहीत, वाणी नाही, तेव्हा होणारं घुसमटलेपण किती भीषण असेल ना! ही तगमग माणसानं सोसावी तरी कशी? छोट्या हेलन केलरनं ही पराकोटीची अवस्था अनुभवली. सुरुवातीला ती प्रचंड रागराग करायची. हाताला लागतील त्या वस्तूंची मोडतोड, फेकाफेक करायची; आई, भाऊ, बहिणींवर तर ती तुटून पडायची. सदैव रसरसता ज्वालामुखीच जणू!

हेलनला शिकवणं हे तिच्या आई-वडिलांच्या दृष्टीनं एक दिव्य होतं. दिव्यांगांना कसं शिकवायचं असतं याची त्यांना कल्पना नव्हती. तेव्हा आजच्याइतकं प्रगत तंत्रज्ञान किंवा साधनं नव्हती. म्हणून हे कौशल्य असणाऱ्या ॲन सलिव्हन या पंचविशीतल्या तरुण शिक्षिकेला पाचारण केलं गेलं. दाखल झाल्याबरोबर तिला हेलनच्या संतापी स्वभावाची प्रचिती आली. तिला हातांच्या खुणांची भाषा शिकवू पाहणाऱ्या ॲनला हेलननं निकरानं विरोध केला. तिच्यावर हल्ला करून चापट्यांचा प्रसादही दिला, पण ॲन मागे हटली

नाही. आपला पराकोटीचा द्वेष करणाऱ्या या विद्यार्थिनीला ती चिकाटीनं शिकवत राहिली. त्यातून दोघींमध्ये तयार झालेलं नातं पुढे तब्बल अर्धशतक टिकलं. हेलनची शिक्षिका, मदतनीस म्हणून ॲन आपल्या मृत्यूपर्यंत कार्यरत राहिली. या विद्यार्थिनीला जगाच्या नजरेत आणण्याइतपत लक्षवेधी बनवण्यात ॲनचा मोठा वाटा राहिला. *द हेलन केलर स्टोरी* या पुस्तकात हेलनचा अनोखा जीवनपट प्रत्ययकारकरीत्या उलगडून दाखवला आहे. ॲननं हेलनला बोटांच्या खुणांच्या साहाय्यानं शिकवायला सुरुवात केली. दोघींमधल्या या हृद्य नात्याची सुरुवात कशी झाली, त्याबाबतचा पुस्तकातला हा चित्रदर्शी उतारा...

ॲन सलिव्हनने एक रिकामा पेला हेलनच्या हाती दिला आणि बागेत पाण्याचा हातपंप होता तेथे तिला नेले. ॲनने हेलनला त्या पंपाजवळ उभे केले. तिला हातातला पेला नळाखाली धरावयास लावला आणि हातपंप खालीवर करावयास सुरुवात केली. नळाचे थंडगार पाणी पेला भरून हेलनच्या हातावरून वाहू लागले. ॲनने तिचा दुसरा हात हाती घेतला आणि त्यावर 'पाणी' या अर्थाच्या खुणा केल्या. हेलनच्या एका हातावरून थंड पाणी वाहत होते. दुसऱ्या हातावर 'पाणी' या अर्थाच्या खुणा नोंदल्या जात होत्या. एकाएकी हेलन चकित, स्तब्ध झाली. तिच्या हातातला पेला खाली पडून फुटला तरी त्याची तिला दादही नव्हती. एकाएकी एक फार जुनी स्मृती तिच्या मनात हळूहळू जागी होत होती. अगदी लहान असता हेलन पाण्याला 'पा-पा-' म्हणे. ते 'पा-पा' म्हणजेच हे 'पाणी'! ती अधीर झाली. तिच्या अंगातले रक्त वेगाने धावू लागले आणि एक नवे ज्ञान तिच्या मेंदूत उदय पावले. 'पा-पा' म्हणजेच 'पाणी' तर मग हा एक 'शब्द' होता. इतकेच नव्हे तर आतापर्यंत बोटांच्या ज्या खुणा तिच्या तळहातावर केल्या जात होत्या ते सारे 'शब्द' होते. प्रत्येक गोष्टीचा, प्रत्येक क्रियेचा निदर्शक असा एकेक 'शब्द' होता आणि तेच तर तिला शिकविण्याची खटपट तिच्या बाई करीत होत्या! तिच्या मनातली खळबळ तिच्या मुद्रेवर उमटली. त्याबरोबर ॲन सलिव्हन तिजकडे धावली आणि तिने तिला आवेगाने आपल्या बाहुपाशात कवटाळले. हेलन जितकी उत्तेजित झाली होती, तेवढेच ॲनचे मनही त्या क्षणी उचंबळून आले होते. तिला एकदम हसू फुटले आणि तिला रडूही कोसळले! कारण सरतेशेवटी हेलनला शब्दांची कल्पना, व्याप्ती कळली होती. तिने प्रगतीचा एक महत्त्वाचा टप्पा गाठला होता.

त्या दोघी हर्षभराने घरात धावत आल्या. काय झाले ते ॲनने सर्वांना सांगितले. त्याबरोबर घरातली सारी माणसे हेलनभोवती गोळा झाली. त्यांच्या उत्साहाला आणि आनंदाला पारावार राहिला नव्हता, पण हेलनचा उत्साह साऱ्यांपेक्षा अधिक

होता. तो सारा दिवस ती शब्दांची मागणी करीत होती. याला काय म्हणायचे? त्याला काय म्हणायचे? छोट्या मिल्ड्रेडला काय म्हणायचे हेदेखील तिने विचारून घेतले. 'बाळ' हा एक नवा शब्द तिला कळला. मग तिने ॲनकडे बोट रोखले आणि तिची ओळख पटवून देणाऱ्या शब्दासाठी ती हट्ट धरून बसली. 'बा-ई' ॲन सलिव्हनने तिच्या हातावर खुणा केल्या, 'बाई!' हेलनच्या मनातली तिरस्काराची व द्वेषाची उरलीसुरली छटाही आता पार मावळून गेली व एका अननुभूत आनंदाने तिचे हृदय भरून आले. ॲनने तिचा हात उचलला व तिची बोटे आपल्या तोंडावरून, गालांवरून, ओठांवरून फिरवली. आपल्या मुखावरचे बारीकसारीक भावही हेलनला कळावेत, यासाठी ॲनची धडपड चालली होती. ती हसली. तिच्या ओठांचे कोपरे वर सरकले आणि गालांना खळ्या पडल्या. हेलननेही तसेच करून पाहिले. ॲनच्या मुखाविर्भावाचे तिने अनुकरण केले आणि काय चमत्कार! हेलनच्या मुखावरील भावशून्यता क्षणार्धात मावळून गेली. तिचा चेहरा आता कोरा, रिकामा राहिला नव्हता. कारण हेलन केलर आता हसत होती! आपले दोन्ही हात स्वयंस्फूर्तीने तिने ॲनच्या गळ्याभोवती वेढले, आणि आज प्रथमच आपल्या बाईंचा तिने प्रेमभराने मुका घेतला!

केवळ स्पर्श, गंध, कंपनांद्वारेच जग समजून घेणं किंवा व्यक्त होणं हेलनला शक्य होतं. या मर्यादा असूनही किंचितही बाऊ न करता तिनं आपली जीवननौका भवसागरात लोटून दिली. कर्णबधिरांना बोलता येणं अशक्य कोटीतलं मानलं जातं. कारण वाचा असली तरी शब्द कानावर पडत नसल्यानं त्यांचा अर्थासह उच्चार करणं शक्य नसतं. हेलननं ही मर्यादाही ओलांडली. ती जड जड शब्दांत बोलायला शिकली. सरावानं ती अस्खलित बोलू लागली. त्याआधी तिनं इंग्रजीबरोबरच फ्रेंच, इंग्रजी, जर्मन, लॅटिन भाषाही अवगत केल्या. गणित, भूगोल, विज्ञान या विषयांत गती मिळवली. ॲनच्या मदतीनं शालेय शिक्षण ब्रेल लिपीच्या साहाय्यानं पूर्ण करून ती हार्वर्ड विद्यापीठाच्या रॅडक्लिफ महाविद्यालयात दाखल झाली. सन १९०४मध्ये वयाच्या चोविसाव्या वर्षी तिनं कला शाखेची पदवी मिळवली. ही पदवी मिळवणारी ती जगातली पहिली अंध, बहिरी विद्यार्थिनी ठरली. जगाशी संवाद साधण्यासाठी आवश्यक असलेली सारी तंत्रं तिनं अवगत केली. विशिष्ट प्रकारे बनवलेल्या टेबलाच्या पृष्ठभागावरील कंपनांच्या माध्यमातून संगीताचा आनंदही ती घेऊ शकत असे. आता हे सारं कसं शक्य आहे, ते तपशिलात समजून घ्यायचं असेल, तर हे पुस्तक वाचायला हवं. दूरध्वनीचा शोध लावणारे डॉ. अलेक्झांडर ग्रॅहम बेल, प्रख्यात साहित्यिक मार्क ट्वेन यांनी तिला या काळात चांगली मदत केली. तिच्या पराक्रमानं भारावून गेलेल्या ट्वेन यांनी तर तिला 'मिरॅकल वर्कर' ही उपाधी बहाल केली. पुढं याच नावाचा हेलनच्या जीवनावरचा

'मिरॅकल वर्कर' या सन २००० मध्ये प्रदर्शित झालेल्या चित्रपटात ॲलिसन इलियट (ॲन सलिव्हन) आणि हॅली आयसेनबर्ग (हेलन केलर)

चित्रपटही आला. खरं तर तिच्यावर अनेक चित्रपट, नाट्य रूपांतरं, दूरचित्रवाणी मालिका आल्या आणि गाजल्याही. काही चित्रपटांना ऑस्करही मिळालं. खुद्द हेलननं तिच्या जीवनकहाणीवर आधारित एका चित्रपटात व काही काही नाटकांत नायिकेची भूमिकाही वठवली. हेलन केलर आणि तिच्या जादुई आयुष्यावर जगभरात असंख्य पुस्तकं लिहिली गेली. खुद्द हेलननं आपलं आत्मचरित्र तरुणपणीच सन १९०३ मध्ये लिहिलं. *द स्टोरी ऑफ माय लाइफ* हे त्याचं नाव. दुर्दम्य इच्छाशक्ती असल्यावर अशक्य कोटीतला चमत्कारही कसा घडवता येऊ शकतो, याचं भान देणारं हे पुस्तक जगभर प्रचंड गाजलं. अनेक भाषांमध्ये ते अनुवादित झालं. तिच्या पूर्ण आयुष्याची, त्यातील चढ-उतारांची, यशापयशाची कहाणी सांगणारं *द हेलन केलर स्टोरी* हे पुस्तक तिचं अधिकृत आणि विश्वासार्ह चरित्र मानलं जातं. कॅथरिन ओवेन्स पिअर यांनी लिहिलेल्या या पुस्तकाचा रसाळ मराठी अनुवाद शांता शेळके यांनी केला आहे. मेहता पब्लिशिंग हाऊसनं *आंधळी* या नावानं तो प्रकाशित केला आहे. सन १९६३मध्ये प्रथम प्रकाशित झालेल्या या मराठी पुस्तकाच्या सात आवृत्त्या निघाल्या आहेत. यावरून शांताबाईंनी किती ताकदीनं हे पुस्तक मराठीत आणलं असावं, याची प्रचिती यावी.

हेलननं तब्बल १२ पुस्तकं लिहिली. *माय की इन लाइफ, द वर्ल्ड आय लिव्ह इन, द मिरॅकल ऑफ लाइफ, आउट ऑफ दि डार्क, माय रिलीजन* ही त्यांपैकी काही. कित्येक लेखही तिनं लिहिले. जगभरातील वृत्तपत्रांमध्ये ते प्रसिद्ध झाले. डोळे नसले तरी तिचं वाचन

तगडं होतं. ब्रेल लिपीतून तिनं होमरचं महाकाव्य *इलियड* वाचलं; त्याचबरोबर विल्यम शेक्सपिअरची नाटकं, बायबल, लॉर्ड टेनिसनच्या कविता अशा अभिजात साहित्यानं तिच्यावर गारुड केलं. या साहित्यामुळे जग आपल्याला अधिक कळलं, असं तिनं कृतज्ञतेनं नमूद केलं आहे. आपल्यातले ९५ टक्क्यांपेक्षा अधिक डोळस लोक वाचनाच्या वाटेलाही जात नाहीत. शाळा-महाविद्यालय संपलं की त्यांचं पुस्तकांशी असलेलं नातं संपतं. वाचन कष्टप्रद वाटणाऱ्या आळशांनी हेलनला आपल्या शारीर मर्यादांमुळे इतकं वाचन करताना किती त्रास झाला असेल, याचा जरूर विचार करावा.

अमेरिकनांनी हेलनला अक्षरशः डोक्यावर घेतले. प्रेसिडेन्शियल मेडल ऑफ फ्रीडम या अमेरिकेतील सर्वोच्च नागरी पुरस्कारानं तिला गौरवण्यात आलं. अमेरिकेचे तत्कालीन अध्यक्ष लिन्डन जॉन्सन यांच्या हस्ते १४ सप्टेंबर १९६४ रोजी तिला हा सन्मान प्रदान करण्यात आला. कृतार्थ आयुष्य जगलेली हेलन अगदी म्हातारी होऊन वयाच्या ८७ व्या वर्षी १ जून १९६८ रोजी निवर्तली. जगभरातील अनेक देशांच्या शहरांतील प्रमुख रस्त्यांना हेलन केलरचं नाव दिलं गेलं. तिच्या नावाची टपाल तिकिटं तर कित्येक देशांनी काढली.

अमिताभ बच्चन आणि राणी मुखर्जीच्या हटके अभिनयानं गाजलेला 'ब्लॅक' हा चित्रपट तुम्ही पाहिला असेल. हेलनच्या जीवनकहाणीवरूनच संजय लीला भन्साळी यांनी हा चित्रपट बनवला. भवतालाविषयीच्या सगळ्या संवेदना गोठल्यावर होणारी घुसमट, तगमग काय असते ते समजून घ्यायचं असेल, तर हा चित्रपट जरूर पाहावा. राजश्री प्रॉडक्शनचा सन १९६४ मध्ये आलेला 'दोस्ती' हा अभिजात चित्रपटही जरूर पाहा. अंध आणि अपंग मित्रांची कहाणी सांगणाऱ्या या चित्रपटातील मोहम्मद रफी यांच्या रेशीमस्वरातील श्रवणीय गीतं अवर्णनीय आनंद देतात. केवळ चाकरी आणि भाकरी मिळाली म्हणजे माणसाचे सारे प्रश्न सुटत नाहीत; त्याला हवं असतं प्रेम आणि मैत्री, असा संदेश देणाऱ्या या चित्रपटातलं '*चाहूँगा मैं तुझे सांज सवेरे, फिर भी कभी अब नाम को तेरे आवाज मैं ना दूँगा...*' हे सुरेख गाणं कदाचित तुम्ही ऐकलंही असेल. मजरूह सुलतानपुरी यांनी लिहिलेलं हे गीत चित्रपटात मित्रानं मित्रासाठी म्हटलं आहे. ते देवाची प्रार्थना म्हणूनही गाता येतं किंवा प्रेयसीसाठीही आळवता येतं, ही त्याची वेगळी थोरवी. त्याचबरोबर माणसाला माणूस म्हणून पाहा (अंधांना वेगळी वागणूक देऊ नका) असा संदेश देणारं अंध नायकानं गायिलेलं 'दोस्ती'मधलं हेही गाणं यू ट्यूबवर जरूर ऐका. रफीसाहेबांच्या आवाजाची जादू अनुभवा.

जानेवालों जरा मुडके देखों मुझे
एक इन्सान हूँ मैं तुम्हारी तरह।
जिसने सब को रचा अपनेही रूपसे
उसकी पहचान हूँ मैं तुम्हारी तरह।

डोळे बंद करा, कानात बोळे घाला, तोंडाला चिकटपट्टी लावा आणि कल्पना करा यापुढचं आयुष्य आपल्याला असंच जगायचं आहे. किमान पंधरा मिनिटं या स्थितीत राहून पाहा. या जगात लक्षावधी जीव असं अंधकारमय जीवन कसं जगत असतील, याची किमान अनुभूती तुम्हाला घेता येईल. हाती-पायी, कानी-कपाळी धडधाकट असणारे कोट्यवधी जीव कण्हत कुथत, इतरांविषयी टीकाटिप्पणी करत जगत असलेले आपण पाहतो. मानवासाठी गृहीत असलेल्या किमान क्षमताही नसलेल्या दिव्यांगांकडून काही शिकावं असं त्यांना कधी वाटत नाही. दिव्यांगांकडे पाहण्याचा आपला दृष्टिकोन सहानुभूतीचा असतो; बऱ्याचदा ती कोरडी असते. त्यांच्याकडे काही वेगळ्या क्षमता आहेत हे आपल्या गावीही नसतं अन् त्या समजून घेण्याची आपली तयारीही नसते.

लोकहो, माणसांमध्ये डावं-उजवं करू नका. आपण सारेच समान आहोत. साऱ्यांनाच समान हक्क, अधिकार आहेत. एखाद्यामध्ये अवयवांच्या, क्षमतांच्या कमतरता असल्या तरी त्याला वेगळी वागणूक देऊ नका. जसा आपल्याला सन्मान हवा असतो, तसाच तो इतरांनाही हवा असतो. शारीर क्षमता उणावलेले जीवही मानवच आहेत. त्यांना हात देणं आपलं कर्तव्यच. आपल्या संकुचित विश्वाच्या पल्याडही एक जग आहे. ते आपल्याशी कधी कधी सांधा जोडू पाहतं. त्याला प्रतिसाद द्या. क्षमता हरवलेल्यांचे डोळे व्हा, मुख व्हा, कान व्हा! किमान त्यांचं जग समजून तरी घ्या. तुमची दुःखं तुम्हाला नक्कीच थिटी वाटतील, अहंकाराचा बडेजाव फुका असल्याचं भान येईल. जगण्याचं नवं बळ तुमच्या शिडांमध्ये भरलं जाईल. माणुसकी, माणुसकी म्हणतात ती यापेक्षा फार काही वेगळी नसतेच मुळी!

जगणं सुंदर आहे!

जगण्यासाठी आप्तांचे, मित्रांचे मांस खाण्याची वेळ तुमच्यावर आली तर? तुम्ही हे अमानवी, घृणास्पद कृत्य करण्यास तयार व्हाल? अँडीज पर्वतरांगांमध्ये अडकून पडलेल्या उरुग्वे नामक छोट्या देशातील कोवळ्या तरुणांवर ही वेळ आली. सत्तर दिवसांच्या जीवघेण्या संघर्षानंतर यातली काही मुलं बचावली. त्यांची कहाणी वाचणं हा एक थरारक अनुभव.

पुस्तक : अलाइव्ह

मूळ पुस्तक : Alive

मूळ लेखक : पीअर्स पॉल रीड

अनुवाद : रवींद्र गुर्जर

प्रकाशक : श्रीराम बुक एजन्सी

मानवजात किती चिवट असते ना! बळकट सांघिक भावना आणि विजिगीषू वृत्ती असेल, तर कोणत्याही कठीण प्रसंगातून तरून जाण्याची हिंमत माणूस बाळगून असतो. अत्यंत प्रतिकूल परिस्थितीत जगण्याचं बाळकडू सहजी कोणालाच मिळालेलं नसतं, पण वेळ येते तेव्हा माणूस असीम जिद्दीची तोरणं बांधून संकटांवर मात करतो. जगाच्या इतिहासात असे लक्षावधी प्रसंग आले असतील, की ज्यामध्ये माणसाच्या चिकाटीची कठोर परीक्षा घेतली गेली. कित्येकांनी दम तोडला असला, तरी बहुतांश जण धीरोदात्तपणानं वागून उत्तीर्ण झाले, विजेते ठरले. जगण्याला पुन्हा असोशीनं सामोरे गेले. अशा लढवय्यांच्या शौर्याची गाथा सांगणारी अनेक पुस्तकं निघाली, लोकप्रियही झाली. त्यावर चित्रपट आले, गाजलेही. ही अशीच एक कहाणी. दूरवर, तिकडे दक्षिण अमेरिकेत घडलेली. वर्ष होतं १९७२. म्हणजे ५० वर्षांपूर्वीची ही गोष्ट. जगाच्या इतिहासातील ही आगळीवेगळी बचाव आणि सुटका मोहीम. या घटनेनं अवघं जग चकित झालं. जगभरातल्या माध्यमांनी तिची दखल घेतली. उरुग्वे हा तसा छोटा देश. अर्जेंटिना आणि ब्राझीलच्या कुशीत वसलेला. या घटनेनं तो जगाच्या केंद्रस्थानी आला.

परंपराप्रिय असलेल्या उरुग्वेतील मुलांवर संस्कारही तसेच व्हायचे. रग्बी हा या देशातला लोकप्रिय खेळ. राजधानी मॉन्टेव्हिडिओमधील जे स्टेला मॉरिस कॉलेजच्या माजी विद्यार्थ्यांचा ओल्ड ख्रिश्चन फर्स्ट फिफ्टीन हा क्लब देशातील सर्वोत्तम संघ गणला जायचा. एकदा ते अर्जेंटिनात जाऊन तिथल्या संघांबरोबर सामना खेळूनही आलेले. या अनुभवानं आत्मविश्वास दुणावलेला. त्यामुळे चिलीला जाऊन तिथल्या संघांशी सामने खेळण्याचं ठरलं. सन १९७१ मधला हा दौरा यशस्वी ठरला. अनेकांचा हा परदेश आणि विमान प्रवासाचाही पहिलाच अनुभव. या यशामुळे हुरळून गेलेल्या मुलांनी दुसऱ्या वर्षी पुन्हा चिलीला जाण्याचा बेत आखला. या दौऱ्याचं नियोजन भरात आलेलं. चिलीला जायचं म्हणजे आपल्या हिमालयासारखी असलेली भव्य आणि बर्फाच्छादित अँडीज पर्वतरांग ओलांडून जाणं आलं. बेत ठरत होता, तसा विस्कटतही होता. कोण येणार, कोण नाही यावर चर्वितचर्वण सुरू होतं. विशेष विमानातील प्रवासी संख्येची बेगमी व्हावी म्हणून संघाबरोबरच काही मुलांचे नातेवाइकही जाण्यास तयार झालेले. तसं न होतं तर दरडोई विमानखर्च न परवडणारा ठरत होता. ऐनवेळी अनेकांनी माघार घेतलेली. मित्रांनी या सफरीवर यावं म्हणून संघातील रग्बी खेळाडूंनी त्यांना चक्क चिलीतील स्वैर युवतींची भडक वर्णनं ऐकवली. काही जण त्याला फशी पडले, दौऱ्यावर जायला तयारही झाले. अशी धामधूम सुरू असतानाच जायचा दिवस उजाडला. गुरुवार, १२ ऑक्टोबर १९७२. कॅरास्कोच्या विमानतळावर उरुग्वे एअर फोर्सचं फेअर चाइल्ड एफ २२७ हे विशेष विमान दाखल झालेलं. दौऱ्यावर निघालेल्या मुलांची वयं अठरा ते सव्वीसच्या दरम्यान. कॅरास्कोचा छोटासा आंतरराष्ट्रीय विमानतळ मुलांच्या उत्साहानं सळसळत होता. काही पालकही त्यांच्याबरोबर निघालेले.

विमान निघालं. उरुग्वे ओलांडून अर्जेंटिनावरून प्रवास सुरू झाला. पुढं दीडशे मैल रुंदीची बर्फाच्छादित अँडीज पर्वतरांग दिसू लागली. एकाएकी वैमानिकानं घोषणा केली, हवामान खराब असल्यानं विमान अर्जेंटिनातील मेंडोझा विमानतळावर उतरवत आहोत. विमान उतरल्यावर सारे प्रवासी मौजमजा करायला त्या छोट्या शहरात गटागटानं निघाले. रात्रीचा मुक्काम तिथंच करावा लागला. दुसऱ्या दिवशी हवामान ठीक नसतानाही उड्डाण भरण्याचा निर्णय दोन्ही वैमानिकांनी घेतला. चिलीची राजधानी सँटियागोच्या दिशेनं प्रवास सुरू झाला. तो पूर्णत्वास जाणार नव्हताच. चिलीकडून येणाऱ्या उष्ण वाऱ्यांनी पर्वतरांगांवरील वातावरण पार बिघडून गेलं होतं. ढगांच्या दाटीत शिरलेलं विमान जोरदार वाऱ्यांमुळे फेकलं गेलं. वैमानिकांना अंदाज आला नाही. पर्वताच्या कडांना पंख धडकल्यानं विमान कोसळलं. एकच कोलाहल झाला. पंचेचाळीसपैकी जे चाळिसेक लोक वाचले, त्यांच्या दुर्दैवाचे दशावतार सुरू झाले. पाठीमागचे पंख तुटून बर्फात कोसळलेल्या विमानाच्या सांगाड्याच्या पुढच्या भागातील काही जण शेवटच्या घटका मोजत होते. काही जबर जखमी झाले होते. मानसिक धक्का तर मोठाच होता.

पीअर्स पॉल रीड

तापमान शून्याच्या किती तरी खाली होतं. विमानाच्या आजूबाजूला मृतदेह विखरून पडले होते. पुढच्या सत्तर दिवसांत याच मित्रांच्या, आप्तांच्या मृतदेहाचे लचके तोडून जीव जगवावा लागणार आहे, याची भयावह जाणीव तेव्हा जगल्या-वाचलेल्या कोणालाच नव्हती. आपल्या शोधासाठी उरुग्वे, चिलीहून विमानं बाहेर पडतील. लागलीच आपण या शीत स्मशानातून बाहेर पडू, असा विश्वास जिवंत राहिलेल्या सर्वांना वाटत होता, पण तो फोल ठरणार होता. शोधासाठी विमानं निघाली; पण महाकाय पर्वतरांगांमध्ये या छोट्या विमानाचे अवशेष शोधणं त्यांना जमलं नाही. बाहेरच्या जगाशी संपर्क साधणं शक्य होत नसलं, तरी विमानातील दुरुस्त केलेल्या मोडक्यातोडक्या रेडिओवरून मुलांना या घडामोडी कळत होत्या. अखेर काही दिवसांनी हा शोध थांबल्याचं कळल्यावर मुलांना नैराश्यानं घेरलं, पण त्यातून ते सावरले. जगण्यासाठीचा, आपल्या जगात परतण्यासाठीचा संघर्ष सुरू झाला. अर्थात, त्याला लगेच यशाची फळं लगडणार नव्हती.

ही मुलं कशी जगली, कशी तगली? त्यांच्यात वाद कसे झाले? त्यांनी एकमेकांना कसं सांभाळून घेतलं. जीवघेण्या कडाक्याच्या थंडीला आणि हिमवादळांना त्यांनी कसं तोंड दिलं? जवळचे खाद्यपदार्थ संपल्यावर शून्याखालील तापमानामुळे टिकून राहिलेल्या आपल्याच मित्रांच्या मृतदेहांचं मांस तोडून खाण्याची वेळ त्यांच्यावर कशी आली, हे सारं जाणून घ्यायचं असेल तर पीअर्स पॉल रीड यांनी लिहिलेलं *अलाइव्ह* हे पुस्तक वाचायला

हवं. या पुस्तकाचा रवींद्र गुर्जर यांनी *सत्तर दिवस* या नावानं केलेला मराठी अनुवाद श्रीराम बुक एजन्सीनं पुस्तकरूपात प्रकाशित केला आहे. खूप वर्षांपूर्वी मी तो वाचला होता. तेव्हापासून हे चित्तथरारक पुस्तक माझ्या स्मरणात पक्कं बसलं. अरेच्चा, असाही संघर्ष कोणाच्या वाट्याला येऊ शकतो तर, अशी भयचकित करणारी जाणीव या पुस्तकानं करून दिली. पराकोटीच्या प्रतिकूल परिस्थितीतही आशेवर जगणं कशाला म्हणतात, याचंही नेटकं आकलन या पुस्तकानं करून दिलं.

सगळे मार्ग खुंटतात तेव्हा हतबल मानवाच्या हाती उरते केवळ प्रार्थना. पर्वतरांगांत अडकलेल्या मुलांनी तोही मार्ग चोखाळला. त्यांनी ईश्वराचा धावा सुरू केला. अशा प्रार्थनांनाही फळ आलं नाही. मुलांचा आत्मविश्वास दिवसेंदिवस ढासळू लागला. भुसभुशीत बर्फावरून चालत पर्वतारोहण करून माणसांच्या जगात पोहोचणं दिवसेंदिवस दिवास्वप्न ठरू लागलं.

शेवटी दोघांनी धाडस करायचं ठरवलं. बाकीचे जखमी, अशक्त. त्यामुळे त्यांना विमानाच्या, मोडक्या सांगाड्याबाहेर पडणं झेपणारं नव्हतं. या सांगाड्यानंच त्यांना आसरा दिला होता. तोही नसता तर आणखी काही मुलं थंडीच्या, हिमवृष्टीच्या तडाख्यानं कधीच खपली असती. रॉबर्टो कॅनेसा आणि फर्नांडो पेरॅडो ही तुलनेनं धट्टीकट्टी असलेली मुलं आपल्या मृत मित्रांच्या मांसाचा काही शिधा घेऊन मानवी वस्ती शोधण्याच्या मोहिमेवर बाहेर पडली. अशक्तपणा, प्रतिकूल हवामान, चौदा-पंधरा हजार फुटांवरची खडी चढण त्यांची परीक्षा पाहत होती. तरीही नऊ दिवसांचा प्रवास करून ते मानवी वस्तीत कसे पोहोचले हे मुळातून वाचणं थरारकच. मदत आणि बचाव पथकानं नंतर या दोघांची मदत घेऊन अँडीजमध्ये अडकून पडलेल्या इतर मुलांची अपघात स्थळावरून सुटका केली.

अशा अग्निदिव्यातून बाहेर पडलेल्या, लौकिक जगात परतलेल्यांना जगणं किती सुंदर आहे, याची साक्ष न पटती तरच नवल. मृत्यूला स्पर्श करून आलेली ही चिवट मुलं सुटकेनंतर कमालीची आनंदली. अर्थात, त्यांचं मन खात होतं. आपल्याच मित्रांच्या मृत शरीराचं मांस आपण खाल्लं आहे, त्यांच्या घरच्यांना तोंड कसं दाखवायचं, हा यक्षप्रश्न त्यांना सतावत होता. कुठून तरी हा विषय हळुवारपणे चर्चेत आला. माध्यमांपर्यंतही पोहोचला. काही माध्यमांनी त्याचा गवगवा केला नाही. काही आक्रस्ताळ्या माध्यमांनी चार पावलं पुढं टाकत भडक बातम्या दिल्या. काही जिवंत मुलांना ठार मारून या मुलांनी त्यांचं मांस खाल्ल्याचा जावईशोध त्यांनी लावला. त्यानं ही मुलं हादरली. त्यांनी पुढं येऊन स्पष्टीकरण दिलं; पण व्हायचा तो त्रास त्यांना आणि त्यांच्या कुटुंबीयांना झालाच.

मित्रांच्या शरीराचे लचके तोडणं सोपं नव्हतं. ते जगण्यासाठी अपरिहार्यच होतं. तो निर्णय घेणं आणि अमलात आणणं त्याहून कठीण होतं. त्याबाबतचा पुस्तकातला हा उतारा..

अन्नसाठा संपत आला होता. सध्याचा आहार म्हणजे फक्त चॉकलेटचा तुकडा आणि घोटभर दारू. त्या सुदृढ खेळाडूंना इतक्या अपुऱ्या आहारावर निभावणं कठीण जात होतं. तरीही सशक्त, अशक्त, जखमी - सर्व जण समान वाटप स्वीकारत होते. जास्त दिवस जिवंत राहणं शक्य नाही हे सत्य ते जाणून होते. दिवसेंदिवस येणाऱ्या वाढत्या अशक्तपणामुळे, अंतकाळ फार दूर नाही हे लक्षात येण्यासाठी वैद्यकीय ज्ञानाची गरज नव्हती. खाण्याचा प्रश्न दुसऱ्या पद्धतीनं सोडवता येईल काय, यावर विचारविनिमय सुरू झाला. अँडीजवर गवताची बारीकशी काडीदेखील उगवत नव्हती. विमानाच्या जवळपास तर बर्फच बर्फ होतं. शंभर फूट खाली जमीन दिसत होती. उघड्याबोडक्या खडकांना ऊन आणि हवा मिळत असे, पण त्यावर शेवाळासारखं काही तरी उगवे. ते खरवडून आणि वाटून पाण्याबरोबर खाऊन पाहिलंसुद्धा; पण त्याची चव कडवट आणि शिसारी आणणारी होती. अन्न म्हणून त्याचा काही उपयोग नव्हता. त्याखेरीज मात्र अक्षरशः काहीही दिसेना. अगदी खुर्च्यांचाही विचार करण्यात आला; पण त्यात गवत भरलेलं नसल्यामुळे खाण्याच्या दृष्टीनं उपयुक्त काहीच नव्हतं. काहीही करून जिवंत राहायचं असेल, तर अपघातात ठार झालेल्या सहकाऱ्यांचं मांस खाण्याखेरीज दुसरा मार्ग नाही, हे बऱ्याच जणांच्या पूर्वीच ध्यानात आलं होतं. विचार भयानक होता, पण तितकाच सत्य! विमानाभोवती ठेवण्यात आलेली मृत शरीरं आत्यंतिक थंडीमुळे जशीच्या तशी टिकून होती. आपल्याच मित्रांचं मांस कापून खाण्याची गोष्ट थरकाप उडवणारी होती; पण दुर्दैवी परिस्थितीमुळे त्याचाही विचार करणं आवश्यक होतं. हळूहळू त्या विषयाला तोंड फुटलं. मुलं आपापसांत बेताबेतानं चर्चा करू लागली. या कल्पनेला पाठिंबा मिळेल असा ज्यांच्याविषयी भरवसा होता, त्यांच्याजवळ विषय काढण्यात आला. शेवटी कॅनेसानं बिनदिक्कतपणे सर्वांपुढे प्रस्ताव मांडला. तो म्हणाला, ''आपल्याला मदत मिळणं आता शक्य नाही. त्यामुळे सुटकेचे प्रयत्न आपल्यालाच केले पाहिजेत. अन्नाखेरीज ते असंभव आहेत. हा निर्णय आपल्याला घ्यावाच लागेल.''

काही घटना आपल्या अंतर्बाह्य बदलून टाकतात. मग ते प्रियजनांचे मृत्यू असोत, की असह्य वाटणारा नकार! कोणाचाही सल्ला न ऐकणारेही अशा घटनांनी बदलतात. जीवनाकडे नव्या दृष्टीनं पाहू लागतात. काही मात्र खचून जातात, प्रसंगी विध्वंसाचा मार्गही स्वीकारतात. अँडीजमध्ये अडकून पडलेली मुलंही अशीच बदलली. आपण जे जगतो ते सर्वसामान्य जीवन किती सुंदर आहे, याचा साक्षात्कार त्यांना झाला. पुस्तकातील हा एक उतारा या बदलाचा प्रत्यय देतो...

'अलाइव्ह' या सत्य घटनेवर आधारित चित्रपटातील दृश्य. अँडीज पर्वतरांगांमध्ये कोसळलेल्या विमानाच्या सांगाड्याजवळ उभे असलेले उरुग्वेचे रग्बी खेळाडू.

मानवी वस्तीच्या शोधात बाहेर पडलेल्या पेरॅडोचाही अपघातानंतर कायापालट झाला. त्याचा भित्रा, लाजरा आणि विक्षिप्त स्वभाव कुठल्या कुठे लुप्त झाला होता. त्याचे व्यक्तिमत्व आता प्रभावी, खंबीर बनले. त्याच्याच नेतृत्वामुळे अखेरची मोहीम यशस्वी झाली होती. बाकी त्याचं पूर्वीचंच जीवन पुन्हा सुरू झालं; गाडी घेऊन समुद्रकिनाऱ्यावर भटकणं. पूर्वी त्याला बावळट समजणाऱ्या कित्येक सुंदर मुली आता त्याच्याभोवती गोळा झाल्या. त्याचं प्रेम संपादन करण्यासाठी एकमेकींत चढाओढ सुरू झाली. कुठेही गेला तरी वार्ताहर आणि फोटोग्राफर त्याच्या मागोमाग जात. इतर पंधरा जणांचं प्रस्थही वाढलेलं होतंच. मुख्य म्हणजे सर्वांची एकी पहिल्यासारखीच टिकून होती. मनात प्रत्येकाला वाटायचं, की सुटका होण्यात आपला फार महत्त्वपूर्ण वाटा होता. हे थोडं खरंही होतंच.

सगळ्या मुलांचा जीवनाकडे बघण्याचा दृष्टिकोन बदलला होता. माणुसकीवरचा विश्वासही वाढला होता. त्या अपघातामुळे त्यांना खूप शिकायला मिळालं. पर्वतावर पाच हजार डॉलर्स जरी मिळाले असते, तरी त्यांनी एकसुद्धा सिगारेट विकली नसती. त्यांच्या फाजील अपेक्षा केव्हाच नष्ट झाल्या होत्या. सुधारलेल्या, ऐषआरामी जगात वावरताना मनातून ते स्थितप्रज्ञ बनले होते. घरच्या लोकांवर ते कमालीचं प्रेम करू लागले, तसंच साऱ्या जगावरही.

या विमान अपघातानं, बचाव मोहिमेनं जगाला थक्क केलं. साहित्य, मनोरंजनविश्वाला त्याची भुरळ न पडती तरच नवल! या दुर्घटनेवर तब्बल २६ पुस्तकं लिहिली गेली. शिवाय नऊ माहितीपट आणि चार चित्रपट निघाले. त्यापैकी १९९३ ला निघालेला *अलाइव्ह* हा चित्रपट गाजला. या विमान दुर्घटनेला १३ ऑक्टोबर २०२२ रोजी ५० वर्षं पूर्ण झाली. त्यानिमित्तानं माध्यमांनी पुन्हा जुन्या आठवणींना उजाळा दिला. या दुर्घटनेत सापडलेला १८ वर्षांचा छोकरा कार्लोस पेझ आता ६८ वर्षांचा बाप्या झाला आहे. तो निष्णात डॉक्टर आहे. त्याची मुलाखत अनेक वृत्तपत्रांनी घेतली. तो म्हणाला, 'आम्ही त्या वेळी जो संघर्ष केला तो कोणत्या हॉलिवूडपटाचा भाग व्हावा किंवा या घटनेच्या ५० व्या वर्धापन दिनानिमित्त माध्यमांना मुलाखती द्याव्यात यासाठी नव्हताच मुळी! घरी परतून आई-वडिलांची गळाभेट घेण्यासाठी मी आसुसलो होतो. केवळ त्यासाठीच त्या अग्निदिव्यातून आम्ही बाहेर पडलो.'

लोकहो, संकटात आपली माणसंच आठवतात. त्यांचा आठवच आपल्याला संघर्षासाठी, जगण्यासाठी बळ देत राहतो. जगणं खरंच सुंदर असतं, पण ते सोपं मात्र नसतं. ते वेळोवेळी अनेक आव्हानं आपल्यापुढं उभी करतं. आपली कसोटी पाहतं. धीरोदात्तपणानं त्याला सामोरं जाता आलं, तर यश मिळो न मिळो, लढून कटल्याचा आनंद तरी नक्की मिळतो. नशिबावर भरवसा ठेवून राहणाऱ्यांचं या जगात काही भलं व्हायची शक्यता तशी कमीच. हातपाय हलवणाऱ्यांना मात्र भरभरून जगता येतं. अशा माणसाची जग कदर करतं. त्याला आदर मिळतो, सन्मान मिळतो. सत्तर दिवसांची ही कहाणी आपला जगण्यावरचा विश्वास दृढ करणारी ठरावी. माणूस प्रतिकूल परिस्थितीतही किती उत्तुंग कार्य करू शकतो, याचं भान जगाला आणून देणारा हा अपघात एकूण मानवजातीच्या संघर्षशील इतिहासातील मानाचं पान ठरावा.

डोळा सपान पाहतो, काटा पायात रुततो!

भारत काय किंवा चीन काय, सगळीकडचा शेतकरी सारखाच. त्याची दुःखं सारखी, त्याचं शोषण सारखं आणि त्याचं प्राक्तनही सारखंच! दारिद्र्य हा जणू जगभरातल्या शेतकऱ्यांचा स्थायी भावच.

पुस्तक : काळी
मूळ पुस्तक : The Good Earth
मूळ लेखक : पर्ल बक
अनुवाद : भारती पांडे
प्रकाशक : मेहता पब्लिशिंग हाऊस

स्वप्नं पाहण्याचा माणसाचा अधिकार कोणीच हिरावून घेऊ शकत नाही, अगदी गुलामाचासुद्धा. जसा एखादा श्रीमंत स्वप्नं जोजवतो, तशी ती भिकाऱ्याच्या किंवा एखाद्या गरिबाच्या डोळ्यांमध्येही वस्तीला असू शकतात. स्वप्नांना वास्तवात आणण्याचं भाग्य प्रयत्नांचं आणि कष्टाचं शिंपण करणाऱ्यांनाच लाभतं. स्वप्नं प्रत्यक्षात उतरवताना होणाऱ्या यातना सोसण्याचं बळ ज्याच्या ठायी आहे, तो यशस्वी होतोच. अर्थात, हे यश बहुतांश वेळा आर्थिक असतं, भौतिक असतं. त्याला हवं ते सुख, समाधान त्यातून मिळतं का, या प्रश्नाचं उत्तर बऱ्याचदा नकारार्थी येतं. मग ही सारी यातायात कशासाठी, असा उद्विग्न करणारा सवाल मृत्युशय्येवरील माणसाच्या मनाला कुरतडत राहतो.

दारिद्र्याला मातीत गाडून, त्यावर पाय ठेवत विजयी ललकारी देणाऱ्यांनाही 'आनंदाचे डोही आनंद तरंग' अशी अवस्था का बरं लाभत नसावी? प्रश्न कठीण आहे. त्याचं उत्तर एका वाक्यात देता येण्यासारखं नाहीच, शिवाय येणारं कोणतंही उत्तर सापेक्षच असेल. चक्रधर स्वामींच्या लीळाचरित्रातल्या हत्तीच्या गोष्टीसारखंच! प्रत्येक आंधळ्याला हत्ती वेगळाच वाटतो. कारण प्रत्येक जण त्याच्या त्याच्या 'नजरे'तून हत्ती पाहत असतो, जोखत असतो. प्रत्येकाचा आपला आपला दृष्टांत असतो, त्याचं स्वरूप ज्याच्या त्याच्या वकुबानुसार ठरतं. सुखाची गत तशीच तर असते. पैसा नसला तरी ते मिळू शकतं आणि बख्खळ पैसा असला तरी ते मिळेलच याची खात्री कोणी द्यावी? मनाचा विषमाशी असलेला झगडाच संपलेला नसेल तर 'समाचं अधान' असलेलं समाधान मिळावं तरी कसं? एक मिळवायला जावं, तर दुसरं हरवतं...

चीनमधल्या एका दरिद्री गावात राहणाऱ्या शेतकरी कुटुंबातील वांगलुंग आणि त्याची बायको ओ-लान हेही स्वप्नं पाहतात. ती प्रत्यक्षात आणण्यासाठी रक्त ओकेपर्यंत राबतात. यथावकाश श्रीमंतीही त्यांच्या पायाशी लोळण घेऊ लागते. श्रीमंत होता होता दारिद्र्यात असताना सांभाळलेल्या नीतिमत्तेचा बाजार मात्र उठतो. अशा वेळी सुख कसं लाभावं? ते तर दूर दूरच धावत राहतं. पुढं स्वार्थी पोरांच्या अप्पलपोटेपणामुळे कमावलेलं सारं गमावण्याची नौबत येऊन उभी ठाकते. मग मरणाची वाट पाहणाऱ्या वांगलुंगनं आयुष्यभर एवढा उटारेटा करून मिळवलं तरी काय, असा प्रश्न उभा राहतो. आयुष्य सरलं तरी प्रश्न उरतातच शेवटी, ही आणखी एक कटकट!

ही कथा आहे आपल्या शेजारच्या महाकाय चीनमधली. अर्थात, हा देश महासत्ता नव्हता त्या काळातली, म्हणजे विसाव्या शतकाच्या प्रारंभीची. पर्ल बक या अमेरिकी लेखिकेची ही कादंबरी. *द गुड अर्थ* हे तिचं नाव. पर्लनं चिनी शेतकऱ्यांचं हलाखीचं जीवन जवळून पाहिलं. ही अमेरिकी मिशनरी दांपत्याची पोर. चीनमध्येच लहानाची मोठी झाली. तिथलं दारिद्र्य, कमालीची विषम व्यवस्था पाहून अस्वस्थ झाली. शेतकऱ्याचं अवघं जीवन दैन्य-दारिद्र्यासह तिनं *द गुड अर्थ* मध्ये तटस्थपणे चितारलं. अमेरिकी

वाचकांसाठी हे विश्वच वेगळं होतं, थक्क करणारं होतं. ही कादंबरी सन १९३१ मध्ये प्रसिद्ध झाली आणि बघता बघता लोकप्रिय झाली. सर्वाधिक विक्री होणाऱ्या पुस्तकांच्या यादीत सलग दोन वर्षं अव्वल स्थानी राहिली. १९३२ मध्ये प्रतिष्ठेच्या पुलित्झर पुरस्कारानं तिच्या यशाला 'चार चांद' लावले. भारती पांडे यांनी मराठीत *काळी* या नावानं केलेल्या या पुस्तकाचा अनुवाद सरस उतरला आहे. त्यांनी केलेली मराठी शब्दांची सहज सुंदर निवड कौतुकास्पद!

पर्ल बक

मरीआईच्या फेऱ्यासारखं सातत्यानं शेतकऱ्याच्या आयुष्यावर झाकोळ आणणाऱ्या दुष्काळाच्या आगमनाचं वर्णन पर्ल बकनं ताकदीनं केलं आहे...

एकदा दैवानं एखाद्याकडं पाठ फिरवली, की पुन्हा सुदैव त्याच्याकडं बघतच नाही म्हणतात. पाऊस वेळेवर झाला नाही. आकाश रोज नव्या तेजानं आणि नव्या दमानं चमकत राहिलं. सुकलेल्या, तहानलेल्या धरतीकडं पाहण्याचं पावसानं नाकारलंच होतं जणू. पहाटेपासून पहाटेपर्यंत एकही ढग नसायचा आणि रात्री तारे आपल्या क्रूर सौंदर्यानिशी चमकत राहायचे. वांगलुंग सर्व ताकद लावून आपल्या शेताची मशागत करीत होता. तरी शेतं सुकलीच. वसंताच्या येण्यासरशी मोठ्या उत्साहानं उगवून आलेले गव्हाचे कोवळे कोंब, आकाशातून किंवा भुईतून काहीच मदत मिळत नाही, हे पाहून वाढायचं थांबून स्तब्ध झाले होते. मग हळूहळू सुकून कोरडे पडले होते - एका वांझ सुगीसारखे.

उपेक्षा आणि अवहेलना हा तर गरिबांना न मागता मिळणारा 'दागिना'. त्यामुळे रोजचं जगणं नरक तर होतंच, पण हेच नित्य जगणं आहे याचं आयुष्यभर मस्तिष्कात साकळलेलं भान माणसाला गुलामापेक्षाही बथ्थड बनवतं. त्यातून स्त्रियांचं स्थान तर आणखी पाताळात घसरलेलं. एक वस्तू, मुलं जन्माला घालण्याचं, रांधण्याचं यंत्र एवढीच तिची ओळख. राबराब राबून हाडाची काडं करणाऱ्या ओ-लानचं जिणंही असंच. एका बड्या जमीनदाराच्या घरातली वडिलांनी विकलेली ही गरीब, कुरूप दासी. वांगलुंगचे वडील त्याचं लग्न या दासीशी ठरवतात तेव्हा त्यानं तिला पाहिलेलंही नसतं. त्याच्या मनातल्या स्वप्नसुंदरीशी ती मेळ खाईल का, याचीच धास्ती त्याला असते. झोपडीत आयुष्य घालवलेल्या वडिलांच्या सुनेबाबतच्या अपेक्षांच्या यादीत मात्र, 'फार तरुण नको, सुंदर तर अजिबात नको' असा रोकडा फासा टाकलेला असतो. ते कठोर भाषेत वांगलुंगला सुनावतात...

"सुंदर बाई घेऊन काय करायचंय? आपल्याला अशी बाई पाहिजे, जी घर सांभाळेल, शेतात काम करेल आणि काम करता करता मुलं जन्माला घालील. हे सगळं काय एखाद्या नटव्या सुंदरीकडून होणार आहे? ती सतत तिच्या रूपाचा, तिला शोभून दिसणाऱ्या कपड्यालत्त्यांचा विचार करीत बसेल. नको, नको, काही नको. आपल्या घरात सुंदर बाई नको. आपण शेतकरी माणसं. शिवाय मोठ्या घरातल्या सुंदर दासी कुणी हाताळल्याखेरीज मोठ्या होतात का? सगळे कुमारसाहेब तिच्याशी खेळून तृप्त झालेले असतात. एखाद्या कुरूप बाईजवळ पहिला असणं एखाद्या सुंदर बाईजवळ शंभरावा म्हणून जाण्यापेक्षा चांगलं नाही का? आणि तुला काय वाटतं रे? तुझे कामाधामाचे खडबडीत हात कोण्या सुंदर बाईला रुचतील, एखाद्या साहेबाच्या मऊ गुबगुबीत हातापेक्षा!"

गरिबी माणसाला किती कडवट बनवते ना! असे रोकडे संवाद कादंबरीत पदोपदी येत राहतात, दारिद्र्याची झालर गडद करीत राहतात. लेखिका त्यावर भाष्य करत नाही. निष्णात छायालेखक आपल्या कॅमेऱ्यात तटस्थपणे जे आहे ते टिपत राहतो, तसं लेखिका चिनी शेतकरी दांपत्याचं, कुटुंबाचं, आजूबाजूच्या स्वार्थी माणसांचं जिणं दाखवत राहते. त्यामुळे विषयाची दाहकता आणखी वाढते, आपल्या अंगाशी येते, अस्वस्थ करते. ही कादंबरी रसरशीत ग्रामीण बोलीनं आणि झटकेबाज, तिखट संवादांनी नटलेली आहे. त्यामध्ये कृषी संस्कृतीतील उपजत परंपरागत शहाणपण पुरेपूर उतरलं आहे. लेखिका तिथल्या ग्रामीण जीवनाशी किती समरस झाली होती, याचा प्रत्यय त्यावरून यावा.

भारत काय किंवा चीन काय, सगळीकडचा शेतकरी सारखाच. त्याची दुःखं सारखी, त्याचं शोषण सारखं आणि त्याचं प्राक्तनही सारखंच! दारिद्र्य हा जणू जगभरातल्या शेतकऱ्यांचा स्थायीभावच. दारिद्र्याची राख झटकून ताठ उभे राहणारे विरळाच. वांगलुंग आणि त्याची ओ-लान त्यांपैकीच एक. ओ-लान मुलं जन्माला घालता घालता वांगलुंगबरोबर शेतात राबते. पुढं दुष्काळातून उगवलेल्या भुकेच्या राक्षसामुळे त्यांच्या हाडाची काडं होतात. आजूबाजूला लोक टाचा घासून मरत असताना हे कुटुंब मात्र शेती आणि घर वगळता सारं किडुकमिडुक विकून शहरात आयुष्य काढायला जातं. तिथं वांगलुंग रिक्षा ओढतो, ओ-लान आणि मुलं भीक मागतात. शहरांतल्या पोशाखी माणसांच्या विश्वात ते अक्षरशः बांडगुळासारखं जिणं जगतात. एकदा शहरात आलेल्या भुकेल्यांची दंगल उसळते. लोक श्रीमंतांच्या घरात शिरून लूटमार करतात. वांगलुंग आणि ओ-लानही त्यात सामील होतात. भुकेला नीतिमत्ता कळत नसते. वांगलुंगला पैशाचं गाठोडं हाताशी लागतं, तर ओ-लानला जडजवाहीर मिळतात. ही लूट घेऊन ते गावी परततात आणि आणखी जमीन विकत घेतात. गडीमाणसं ठेवतात. श्रीमंत होतात. शेवटी तरुणपणात

चिनी शेतकरी कुटुंबाच्या कहाणीवर बेतलेल्या 'द गुड अर्थ' चित्रपटात जर्मन अभिनेत्री लुईज रेनर (ओ–लान) आणि अमेरिकी अभिनेता पॉल मुनी (वांगलुंग).

दडपल्या गेलेल्या वांगलुंगच्या इच्छा-वासना जागृत होतात. ओ-लानकडील शेवटचे उरलेले दोन दागिने विकून तो लोटस नावाची रखेल विकत घेतो. फसवल्या गेलेल्या ओ-लानचा मृत्यू होतो. संकटात एकत्र असणारी माणसं पैसा हातात खेळू लागल्यावर स्वार्थी कशी होतात, या जागतिक प्रश्नाचं उत्तर अद्याप कोणालाच सापडलेलं नसावं ना! नंतर मृत्युशय्येवर पोहोचलेल्या वांगलुंगची मुलं आणि त्यांच्या बायका त्याची शेती विकून पैसे वाटून घेण्याच्या मागं लागतात. जमिनीला आई मानणाऱ्या वांगलुंगच्या दृष्टीनं हे पाप असतं. त्याचा दारिद्र्याकडून सुरू झालेला प्रवास श्रीमंतीपर्यंत पोहोचतो खरा, पण त्याला काळी झालर लागलेली असते ती अधःपतनाची!

पर्ल बक चीनमधील नानकिंग विद्यापीठात इंग्रजी साहित्याची प्राध्यापक म्हणून रुजू झाली होती. विद्यापाठातील निवासस्थानाच्या पोटमाळ्यावर दररोज तिची लेखनसमाधी लागायची. ते साल होतं १९२९. या एका वर्षात तिनं द *गुड अर्थ* लिहून हातावेगळी केली. पुढं घडला तो वाङ्मयक्षेत्रातला इतिहास होता. सर्वाधिक खपाच्या यादीत ही कादंबरी चमकत राहिलीच, पण त्याचबरोबर सर्वाधिक परकीय भाषांत अनुवादित होण्याचा बहुमानही तिला लाभला. खुद्द चीनमध्ये मँडरीनसह सात स्थानिक भाषांत ती उपलब्ध आहे. या कादंबरीबद्दल पर्लनं म्हटलं होतं कथानकाचा निश्चित आराखडा माझ्या डोळ्यांपुढं नव्हता. होता तो फक्त एक चिनी शेतकरी, त्याची बायको आणि जमीन. या साऱ्यांवर होणाऱ्या कमालीच्या अन्यायामुळे मी पेटून उठले होते. त्यातूनच हे कथानक

साकारलं. नंतर माझ्या लक्षात येत गेलं, की ही गोष्ट शेतकऱ्याच्या बाबतीत जगाच्या पाठीवर कुठंही घडू शकते.

म्हणून तर ही कहाणी सर्वव्यापी ठरते. शंभरीच्या उंबरठ्यावर उभी असलेली ही साहित्यकृती कालजयी ठरण्याचंही ते एक कारण. पुलित्झर पाठोपाठ पर्ल बकला साहित्यातलं नोबेलही मिळालं. त्यात अर्थातच द *गुड अर्थ* चा वाटा सिंहाचा. १९३७ मध्ये 'द गुड अर्थ'वर त्याच नावाचा चित्रपट आला. या कृष्णधवल चित्रपटात जर्मन अभिनेत्री लुईज रेनरनं ओ-लानची, तर अमेरिकी अभिनेता पॉल मुनीनं वांगलुंगची भूमिका साकारली. त्या वर्षीचा उत्कृष्ट अभिनेत्रीचा ऑस्कर पुरस्कार लुईज रेनरनं पटकावला, शिवाय उत्कृष्ट छायालेखनावरही ऑस्करची मोहोर उमटली. एकूण जागतिक साहित्य आणि कलाविश्वात वांगलुंग आणि ओ-लान या शेतकरी दांपत्याची कहाणी अजरामर ठरली.

'अरे संसार संसार' चित्रपटातील कवी विठ्ठल वाघ यांचं 'काळ्या मातीत मातीत, तिफण चालते...' हे गाणं तुम्ही ऐकलंय का? ऐकलं नसेल तर यू-ट्यूबवर जाऊन जरूर ऐका. शेती आणि शेतकऱ्याच्या कष्टाच्या जिण्याचं सार सांगणाऱ्या या अजरामर गीताला सुरेख शब्दकळा लाभली आहे. मराठी काव्यविश्वातला लखलखता अलंकारच जणू! कोणाही मराठीप्रेमीला आपल्या भाषेच्या अक्षरवैभवाचं कौतुक वाटावं अशी याची रचना. संगीत तर इतकं सुरेल नि सुरेख की अंगात लय भरल्यासारखी होते. एकदा हे गाणं ऐकलंत तर पुढचे चार दिवस तरी ते गुणगुणत राहाल हे नक्की! महाराष्ट्रातला कोणी पांडुरंग असो की चीनमधला वांगलुंग, त्याच्या कष्टमय जिण्याचं वर्णन हे गाणं करतं. या गीतातल्या काही ओळी ...

...काळ्या ढेकळात डोळा हिरवं सपान पाहतो
डोळा सपान पाहतो, काटा पायात रुततो!
काटा पायात रुतता लाल रगात सांडतं
लाल रगात सांडतं, हिरवं सपान फुलतं!

म्हणजे हिरवं सपान फुलवायचं असेल तर पायात काटा रुतवून घ्यावाच लागतो तर! हेच तर आहे मानवी आयुष्याचं सार!

मरेंगे तो वहीं जाकर जहाँ पर ज़िंदगी है !

अपरिहार्य सक्तीमुळे गावाकडून परदेशात नशीब आजमावायला निघालेल्यांची कथा आणि व्यथा जाणून घ्यायची असेल तर 'द ग्रेप्स ऑफ रॉथ'सारख्या अभिजात कादंबऱ्या वाचल्या पाहिजेत, आपल्या १९४७ च्या फाळणीवरचं वाङ्मय वाचलं पाहिजे. सुस्थिर जगण्याला सोकावलेल्यांना माणुसकीचा गहिवर जाणून घ्यायचा असेल, तर गरिबांची ही जीवघेणी तंगडतोड समजून घ्यावी लागेल.

पुस्तक : द ग्रेप्स ऑफ रॉथ
मूळ पुस्तक : The Grapes Of Wrath
मूळ लेखक : जॉन स्टाइनबेक
अनुवाद : मिलिंद चंपानेरकर
प्रकाशक : रोहन प्रकाशन

'भुकेल्या लोकांच्या नजरेतला रोष वाढत चाललेला आहे. लोकांच्या आत्म्यांमध्ये रोषाची द्राक्षं भरली जात आहेत आणि ती संपृक्त होऊन जड होत आहेत. लोकांच्या बाजूने न्याय होण्याची वेळ यावी, यासाठीच ती भारित होत आहेत. रोष (रॉथ) हे विचार, मूल्यमापन आणि प्रतिक्रिया यांचं प्रतीक असतं; त्याशिवाय आणखी आपल्याकडे असतंच काय?... मला वाटतं, रोष ही जगातील सर्वाधिक निकोप गोष्ट आहे.'

- जॉन स्टाइनबेक, नोबेल विजेते अमेरिकी साहित्यिक

या पृथ्वीतलावर शिक्षणासाठी, प्रगतीसाठी, कौटुंबिक विकासासाठी आजवर अब्जावधी स्थलांतरं झाली असतील. त्यात गैर काहीच नाही. सातत्यानं नव्या जागेच्या, नव्या जगाच्या, अधिक मोठ्या संधीच्या शोधात असणं हे जिवंतपणाचंच लक्षण. नवं काही करण्याच्या मिषानं आदिम काळापासून माणूस रस्ता शोधू लागला, वाट तुडवू लागला, नवनवे प्रदेश धुंडाळू लागला. अशीही काही विस्थापनं झाली ज्यामध्ये सक्ती होती, हिंसा होती, कोणाचा तरी स्वार्थ होता. युद्धं, भूराजकीय वादही स्थलांतराचे कारण ठरले. चेहरा नसलेला 'नाही रे' वर्ग या अत्याचाराचा नेहमीच हुकमी बळी ठरत आला. मग ती भारत-पाकिस्तानची फाळणी असो, धरणग्रस्तांना मुळासकट उपटून फेकणं असो, की कोरोना काळात सरकारनं लादलेल्या ठाणबंदीनं केलेलं गोरगरीब मजुरांचं स्थलांतर असो.

दुष्काळामुळे, रोजी-रोटीची साधनं हिरावल्यामुळे होणारी घाऊक स्थलांतरं तर जगाच्या पाठीवर अगणित आहेत. जगभरात त्यावर वाङ्मयनिर्मिती झाली. त्यातल्या काही ग्रंथांचा अभिजात साहित्यात समावेश होतो. अमेरिकेत विसाव्या शतकाच्या प्रारंभी आलेली महामंदी, अवर्षण यांमुळे ओक्लाहोमा प्रांतातून हजारो शेतकऱ्यांचं स्थलांतर झालं. त्याची कहाणी सांगणारी जॉन स्टाइनबेक यांची द *ग्रेप्स ऑफ रॉथ* ही दीर्घ कादंबरी जागतिक वाङ्मयातील अव्वल साहित्यकृती मानली जाते. जगाच्या पाठीवर कुठंही गेलं तरी शेतकरी आणि त्याच्या शोषणाच्या कहाण्या सारख्याच आहेत, याचा प्रत्यय ही कादंबरी वाचताना पदोपदी येतो. अमेरिकेत सन १९३९ मध्ये प्रकाशित झालेली ही कादंबरी अगदी अलीकडे रोहन प्रकाशनानं देखण्या रूपात मराठीत आणली आहे. मिलिंद चंपानेरकर यांनी प्रभावीपणे या कादंबरीचा अनुवाद केला आहे. त्यासाठी अमेरिकेत जाऊन या कादंबरीचं कथानक घडलं तो भाग त्यांनी फिरून पाहिला. त्यामुळे भाषा आणि आकारामुळे थोडी अवजड भासणारी कादंबरी मराठीत अगदी सहजशैलीत अवतरली आहे.

विज्ञानाच्या साहाय्यानं झालेली भौतिक साधनांची रेलचेल, त्यातून साकारलेली

ऐषआरामी जीवनशैली जगणारे नागरिक अशी अमेरिकेची आपल्या मनात असणारी प्रतिमा द *ग्रेप्स ऑफ रॉथ* वाचल्यावर भंगून जाते. कादंबरीत घडणाऱ्या विस्थापनाच्या घटनांना १९३० च्या दशकाची पार्श्वभूमी आहे. तेव्हा तिथं सामान्यजनांना आर्थिक महामंदीसह विविध संकटांना सामोरं जावं लागलं. दक्षिण व मध्य अमेरिकेत आलेल्या धुळीच्या वादळामुळे (Dust Bowl) शेतजमिनींची नासाडी झाली. शिवाय मोठ्या प्रमाणावरील भांडवलकेंद्री शेतीचा व शेतीच्या यांत्रिकीकरणाचा पुरस्कार केल्यामुळे छोट्या शेतकऱ्यांवर विस्थापनाची कुऱ्हाड पडली. त्या काळात पश्चिम अमेरिकेतील कॅलिफोर्नियात नव्यानं द्राक्ष-संत्र्यांची, बागायती कापसाची लागवड सुरू झाली होती. तिथं तुम्हाला काम मिळेल, नवजीवन लाभेल, असं स्वप्न प्रस्थापितांनी ओक्लाहोमातील या भाबड्या शेतकऱ्यांना दाखवून त्यांच्या जमिनी लाटल्या. त्यांच्या सांगण्यावर विश्वास ठेवून मध्य-दक्षिण अमेरिकेतील लाखो शेतकऱ्यांनी कॅलिफोर्नियाला स्थलांतर करण्यासाठी रूट ६६ या जुन्या व्यापारी महामार्गावरून केलेला दोन हजार मैलांचा खडतर आणि संघर्षमय प्रवास, प्रत्यक्षात वाट्याला आलेली उद्ध्वस्तता आणि त्या प्रक्रियेत त्यांच्या जाणिवेत झालेले सूक्ष्म बदल असा विशाल पट या कादंबरीत उलगडला जातो. परिस्थिती कितीही प्रतिकूल असली, तरी मानवी मूल्यांवर अढळ विश्वास असलेली सामान्य जनता परिस्थितीशी संघर्ष करत कसा चिवटपणे आपला मार्ग काढत राहते, याचं प्रभावी चित्रण लेखकानं केलं आहे.

जॉन स्टाइनबेक

१९३०च्या दशकात ओक्लाहोमातील पाच लाख लोकांनी, मुख्यतः शेतकऱ्यांनी स्थलांतर केलं. त्यांच्या संघर्षाची कहाणी सांगणाऱ्या या महाकादंबरीच्या केंद्रस्थानी आहे जोड हे आडनाव असलेलं कुटुंब. या कुटुंबातील सदस्य, त्यांच्यातील प्रेम, संघर्ष याभोवती ही कादंबरी फिरत राहते. शेतकऱ्याला, शेतीला नामोहरम करणारे निसर्गातील बदल, अन्न मिळवण्यासाठीचा फाटक्या माणसांचा झगडा आणि कॅलिफोर्नियातील शेतीचं आभासी सुखचित्र प्राप्त करण्यासाठी सुरू असलेली पायपीट हा कादंबरीचा गाभा. त्याबाबत लेखकानं केलेलं रोकडं भाष्य आपल्याला अस्वस्थ करतं. सुरुवातीला बँका आणि बड्या शेतकऱ्यांकडून ओक्लाहोमातील छोट्या शेतकऱ्यांच्या जमिनी बळकावण्यासाठी सुरू असलेले प्रयत्न, नंतर कॅलिफोर्नियातील श्रीमंत मळेवाल्यांकडून मजुरीसाठी या स्थलांतरितांचं झालेलं शोषण, त्यांना उन्मत्तपणानं वारंवार झिडकारणं केवळ मानवातील अवनतीचं दर्शन घडवतं. आपल्याकडे शेतकऱ्याला शहाणपण शिकवण्याचा प्रयत्न करणारे काही दीडशहाणे शहरांत आहेत, तसेच ते अमेरिकेतही

आहेत. स्थलांतरित शेतकरी हा आपल्यासाठी धोका आहे अशी त्यांची धारणा. या स्थलांतरितांची कुचेष्टाही ते करत राहतात. स्टाइनबेकनं या हावरट, स्वार्थी आणि दांभिक लोकांच्या विकृत मनोवृत्तीवर चांगलाच प्रकाश टाकला आहे. बदलत्या निसर्गाची वर्णनं, शेतीतील विविध पिकं, त्यांच्या वाढीच्या अवस्थेची वर्णनं, कीड-रोगांचा प्रादुर्भाव याची नेटकी वर्णनं लेखकानं केली आहेत. त्यामुळे या साहित्यकृतीच्या अस्सलपणात मोलाची भर पडली आहे.

जोडकुटुंबात ग्रॅम्पा आणि ग्रॅन्मा हे वयोवृद्ध जोडपं, त्यांचा मुलगा पा आणि सून मा, त्यांची मुलं टॉम, नोहा आणि रोझ ऑफ शेरॉन ही तरुण मुलगी, तिचा पती कॉनी आणि पा यांचे बंधू अंकल जॉन अशी मुख्य पात्रं आहेत. एका जुन्या छोट्या ट्रकवर आपलं किडूकमिडूक लादून ते कॅलिफोर्नियाच्या दिशेनं प्रवास सुरू करतात. दोन हजार मैलांचा दुष्काळी प्रदेशातील हा प्रवास तसा सोपा नाही. टॉम हा जोडकुटुंबातला तरुण पोरगा या कादंबरीचा नायक. मनानं चांगला, पण परिस्थितीवश गुन्हेगारीकडे वळलेला. त्याचा मित्र धर्मोपदेशक जिम कॅसी हे पात्रही तसं महत्त्वाचं. कॅलिफोर्नियाकडे निघालेल्या काफिल्यातले हे शिलेदार. हे दीर्घ आणि गुंतागुंतीचं कथानक आहे. ते समजून घेण्यासाठी कादंबरी वाचणंच श्रेयस्कर. आशा ही जीवनाची ऊर्जा आहे आणि दुःख वाटून घेण्यासाठी आपलं असं कोणीतरी आपल्याबरोबर असावं लागतं. मग काळ कितीही कठीण आला तरी जगणं सुसह्य होऊ शकतं, असा संदेश लेखक देतो.

रोझ ऑफ शेरॉनचा पती कॉनी नंतर जोडकुटुंबाला सोडून जातो, तेव्हा ती गर्भवती असते. शेवटी जोडकुटुंब राहत असलेल्या विस्थापितांच्या वसाहतीमध्ये अतिवृष्टी होते. त्यामुळे या फाटक्या लोकांचे संसार भिजून जातात. रोगराई पसरते. रोझ ऑफ शेरॉनचं मूलही दगावतं. कादंबरीचा शेवट स्टाइनबेकनं फारच धक्कादायक केला आहे. त्यामुळे या कादंबरीवर अश्लीलतेला उत्तेजन दिल्याची टीका झाली. वाढत्या जनरेट्यामुळे प्रकाशकानं हा शेवट बदलण्याची विनंती स्टाइनबेकला केली, पण त्यानं ती पार धुडकावून लावली. यथावकाश लोकांनीही हा शेवट स्वीकारला. विस्थापितांच्या या वसाहतीमध्ये एक मुलगा आपल्या प्रौढ पित्यासह दाखल होतो. आठवडाभर काहीच खायला न मिळाल्यामुळे त्याचे वडील गलितगात्र झालेले असतात. खायला काहीच उरलेलं नसतानाही त्यांना मदत करायचा निर्णय जोडकुटुंबाची प्रमुख सदस्य मा घेते. ही मदत काय ते सांगणारा कादंबरीतला हा उतारा…

अचानक तो मुलगा हमसाहमशी रडू लागला. '
'ते मरून जातीन … भुकेनं मरनाऽर तेऽऽ.''
"हुश्श!'' मा म्हणाली, "कायजी नोको करू. आपन इचार करू, काय

कराचं ते."

मा ने रोझ ऑफ शेरॉनकडे पाहिलं. ती पांघरुणात अंग आक्रसून घेऊन सुशेगात पडली होती.. माची आणि तिची ओझरती, पण अर्थपूर्ण नजरानजर झाली आणि मग माने त्या पुरुषांकडे पाहिलं. पुन्हा त्या दोन स्त्रियांनी एकमेकींच्या डोळ्यांत खोलवर पाहिलं. रोझ ऑफ शेरॉनला श्वास रोधल्यागत झालं आणि मग तिला धाप लागली. 'होव,' माच्या नजरेचा अर्थ समजून रोझ ऑफ शेरॉन म्हणाली. त्या धान्यकोठारात इतका वेळ पडून राहिलेली रोझ ऑफ शेरॉन आता उठली आणि शांतचित्त होऊन अगदी निश्चल बसली. मग तिने अंगावरची रजई बाजूला सारून आपलं थकलेलं शरीर सावरून घेतलं आणि रजई अंगाभोवती लपेटून घेतली. ती हळूहळू त्या कोपऱ्यापर्यंत चालत गेली आणि तिने त्या माणसाच्या भकास चेहऱ्याकडे पाहिलं; त्याच्या विस्फारलेल्या, भयभीत डोळ्यांमध्ये पाहिलं. आणि मग ती अगदी हळूच त्याच्या बाजूला झोपली. त्याने आपलं डोकं डावी- उजवीकडे हलवलं. रोझ ऑफ शेरॉनने लपेटून घेतलेली रजई थोडी सैलावली आणि आपले स्तन अनावृत केले. "तुमाले प्या लागंन," ती म्हणाली. ती पुढे झाली आणि तिनं त्याचं डोकं जवळ घेतलं. तिचे हात त्याच्या केसात हळुवार फिरू लागले. तिनं वर पाहिलं आणि मग त्या कोठारावर सर्वत्र नजर फिरवली. आपले विलगसे ओठ तिने मिटून घेतले. तिच्या चेहऱ्यावर एक गूढ स्मित विलसलं.

कोणी कल्पनासुद्धा करू शकणार नाही असा हा कादंबरीचा शेवट एकदम अंगावर येतो. नुकतंच आपलं अपत्य गमावलेली तरुण स्तनदा माता एका परक्या माणसाची भूक भागवण्यासाठी त्याला स्तन्यपान कशी काय करू देते, हे आकलनाच्या पलीकडचंच. स्टाइनबेकनं समाजमनाला दिलेला हा धक्का जबर ठरला, कादंबरीची परिणामकारकता वाढवून गेला. तत्कालीन अमेरिकी समाजामध्ये त्यावर उलटसुलट प्रतिक्रिया उमटणं स्वाभाविकच होतं. घडलंही तसंच, पण स्टाइनबेक बधला नाही. टोकाचा विरोध होऊनही त्यानं शेवट बदलायला नकार दिला आणि त्यावर तो ठाम राहिला. साधी माणसं कितीही फाटकी, कफल्लक असली तरी त्यांच्यातील दानत खूप मोठी असते. कद्रू वृत्तीच्या तथाकथित श्रीमंतांपेक्षा तर अशी माणसं खूपच मोठी असतात, हे सांगणारा हा प्रसंग कादंबरीत खूपच प्रत्ययकारकरीत्या उतरला आहे.

सन १९०२ मध्ये जन्मलेला स्टाइनबेक तसा पेशानं पत्रकार. पुढं तो ललित लेखनाकडे वळला. त्यानं तब्बल १७ कादंबऱ्या, एक कथासंग्रह, चार अनुवादित पुस्तकं, अनेक लेख असं विपुल लिखाण केलं. *द ग्रेप्स ऑफ रॉथ* साठी त्याला प्रतिष्ठेचा पुलित्झर पुरस्कार

मिळाला. पुढं सर्वोच्च नोबल पुरस्कारानंही त्याचा सन्मान झाला. सन १९४० मध्ये 'द ग्रेप्स ऑफ रॉथ'वर कृष्णधवल चित्रपट आला आणि गाजलाही. त्याला ऑस्करसाठी पाच नामांकनं मिळाली. जॉन फोर्ड (उत्कृष्ट दिग्दर्शन) आणि जेन डार्वेल (उत्कृष्ट साहाय्यक अभिनेत्री) ऑस्करचे मानकरी ठरले. या कादंबरीनं अमेरिकी समाजमन हादरलं. खरंच आपण इतके असंवेदनशील आहोत का, आपल्या बांधवांवरचा अन्याय आपल्याला दिसला कसा नाही, असे प्रश्न त्यांना पडले. कादंबरीचं जसं स्वागत झालं, तसा तिचा निषेधही झाला. काही ठिकाणी तिच्या प्रती जाळण्यात आल्या. तिकडे आयर्लंड, तुर्कस्तानापर्यंत पडसाद उमटले. स्टाइनबेकचं हे पुस्तक अतिरंजित असल्याची टीका झाली. स्टाइनबेक मात्र ठाम राहिला. एका वर्षातच या पुस्तकाच्या चार लाख तीस हजार प्रती खपल्या. पुढं युरोप, अमेरिकेतील प्रमुख वृत्तपत्रांनी प्रसिद्ध केलेल्या शंभर अव्वल पुस्तकांच्या यादीत या अभिजात कादंबरीला वरचं स्थान मिळालं.

चित्रपटाचं चित्रीकरण सुरू झालं तेव्हाही स्थलांतरितांची अवस्था तशीच होती. चित्रपटाचा निर्माता डेरील झनूक याला कादंबरीतील चित्रण अतिरंजित आहे की काय, अशी धास्ती वाटत होती. त्यानं चित्रपटाच्या क्रूमधील कोणाला सुगावा न लागू देता काही जणांना हे वास्तव तपासण्यासाठी प्रत्यक्ष 'रूट ६६'वर पाठवलं. काही दिवस पाहणी करून हे लोक परत आले. त्यांनी सांगितलं ते धक्कादायक होतं. स्टाइनबेकनं जे लिहिलं होतं ते खरंच होतं. ते अतिरंजित नव्हतं, उलट त्यानं ते थोडं सौम्य स्वरूपात मांडलं होतं. यावरून स्थलांतरितांना प्रत्यक्षात किती वाईट जिणं जगावं लागलं असेल याचा अंदाज यावा.

किडूकमिडूक घेऊन रस्ता तुडवणारी हतबल माणसं पाहून डोळे पाणावले नाहीत, असा सहृदय माणूस आढळणार नाही. तुम्ही सहृदय आहात की नाही, हे तपासायचं असेल तर अशा कहाण्या सांगणारी पुस्तकं, चित्रपट पाहून आपला 'सहृदयता बुद्ध्यांक' तुम्हाला जोखता येईल. अगदी ताजं उदाहरण द्यायचं तर कोरोनातील विस्थापनावर बनलेला '1232 KMs' हा दीड तासाचा माहितीपट 'डिस्ने हॉटस्टार'वर जरूर पाहा. बिहारला आपल्या गावी सायकलवरून निघालेल्या काही तरुण मजुरांचा १२३२ किलोमीटरचा खडतर प्रवास दिग्दर्शक विनोद काप्री यांनी प्रत्ययकारकरीत्या दाखवला आहे. घरांमध्ये आरामात राहून 'फूड चॅलेंज'सारख्या पोटभरू उपक्रमात मग्न राहिलेल्या स्वार्थी सुखवस्तूंना खरं तर ही चपराक आहे.

भारतात कोरोना ठाणबंदीच्या काळात अन्न-पाण्याविना जीवच जाण्याची भीती निर्माण झाल्यावर शहरवासीयांचं आयुष्य सुखकर करणाऱ्या तीन कोटी मजुरांनी झोपड्यांबाहेर पडून आपल्या मुलखाकडे पायपीट सुरू केली. पोलिसांच्या लाठ्या खात सायकलनं आणि मिळेल त्या वाहनानं हे अर्धपोटी लोक आपल्या गावचा रस्ता जवळ करीत होते. पोट जाळायला शहरांतील झोपडपट्ट्यांत वळवळणारं जिणं जगणाऱ्यांचे आई-वडील,

बायका-मुलं, जमिनीचे तुकडे तिकडं गावाकडेच तर असतात. या मजुरांची व्यथा गुलजार यांनी संवेदनशीलपणानं एका कवितेत टिपली. नंतर ती '1232 KMs' या चित्रपटाचा भाग बनली. विशाल भारद्वाज यांनी संगीतबद्ध केलेल्या या कवितेतला दर्द प्रख्यात गायक सुखविंदर सिंग यांनी ताकदीनं आपल्यापर्यंत पोहोचवला आहे. यू-ट्यूबवरही तुम्हाला हे गाणं ऐकता येईल...

मरेंगे तो वहीं जाकर जहाँ पर ज़िंदगी है
यहाँ तो जिस्म लाकर प्लग लगाए थे

मशीनें बंद होने लग गई थीं शहर की सारी
उन्हीं से हाथ-पाँव चलते रहते थे

वरना ज़िंदगी तो गाँव ही में बो के आए थे
वो बँटवारे चचेरे और ममेरे भाइयों वाले
सगाई, शादियाँ, खलियान और सूखे
भले हर बार अपना आसमाँ बरसे या ना बरसे
मुक़दमे सारे लड़ते थे वहीं पे ज़िंदगी के
मरेंगे तो वहीं जाकर जहाँ पर ज़िंदगी है

ही झाली शहरांकडून आपल्या गावांकडे परतणाऱ्यांची व्यथा. अपरिहार्य सक्तीमुळे गावाकडून परमुलखात नशीब आजमावायला निघालेल्यांची कथा आणि व्यथा जाणून घ्यायची असेल तर द *ग्रेप्स ऑफ रॉथ* सारख्या अभिजात कादंबऱ्या वाचल्या पाहिजेत,

१९४७च्या फाळणीवरचं वाङ्मय वाचलं पाहिजे. सुस्थिर जगण्याला सोकावलेल्यांना माणुसकीचा गहिवर जाणून घ्यायचा असेल तर गरिबांची ही जीवघेणी तंगडतोड समजून घ्यावी लागेल.

लोकहो, पृथ्वीतलावरली किंवा या देशातली गरिबी संपलेली नाही. बळजोरांकडून होणारं शक्तिहीनांचं शोषण थांबलेलं नाही. उलट गरिबी आणि गरिबाला आपणच आपल्या विषयपत्रिकेवरून हद्दपार केलं आहे. दारिद्र्यातून मध्यमवर्गात प्रवेश केलेल्यांना पूर्वी गरिबांविषयी आस्था वाटायची. अनेक थोर लोकांची चरित्रं म्हणजे दारिद्र्याशी केलेला संघर्षच असायचा. अशा पुस्तकांचा बोलबोला असणारा तो काळ होता. तेव्हा आपल्या चित्रपटांचे नायक गरीब असायचे. पराभव समोर दिसत असतानाही ते क्रांतीची भाषा बोलायचे. आठवा, 'दो बिघा जमीन', 'मदर इंडिया', 'नया दौर', 'श्री ४२०', 'नमक हराम'. चित्रपटांत प्रेमगीतांबरोबरच क्रांतिगानही गायलं जायचं. सुरेश भटांचं *'उषःकाल होता होता काळरात्र झाली, अरे पुन्हा आयुष्याच्या पेटवा मशाली'* हे गीत आशा भोसलेंच्या स्वरात ऐकताना अंगअंग चेतून उठायचं. एकविसाव्या शतकात हे चित्र बदललं. आता हिंदीच नव्हे तर अगदी भाषिक चित्रपटांतूनही गरिबी गायब झाली आहे. गरीब तिथेच आहेत. त्यांच्या कहाण्या सांगणारे, लिहिणारे, वाचणारे बेपत्ता झालेत. दररोज हातातोंडाची गाठ न पडणाऱ्यांचा लोकसंख्येतील वाटा मोठा आहे. विस्थापितांचे प्रश्नही सुटलेले नाहीत. अर्धशतक लोटलं तरी कोयना धरणग्रस्तांना अद्याप आपण न्याय देऊ शकलेलो नाही. शेतकऱ्यांच्या शोषणाला तर मर्यादाच नाही. ...आणि आपल्याला वाटतं, या देशाचा खूप विकास झाला आहे. आभासी दुनियेत रमलेल्यांना, भ्रमात राहणाऱ्यांना कोणी जागं करावं?

मरणाने केली सुटका, जगण्याने छळले होते!

खरं नसलेलं बोलणं एवढाच खोटेपणाचा अर्थ नसतो. तर खरं असेल त्याहून अधिक काही बोलणं आणि मानवी मनाच्या संदर्भात आपल्याला जाणवतं त्याहून अधिक काही बोलणं, हा खोटेपणाचा अर्थ आहे. आपण सगळेच जगणं सुलभ करण्यासाठी रोज असं वागत असतो.

पुस्तक : परका
मूळ पुस्तक : The Stranger
मूळ लेखक : अल्बेर काम्यू
अनुवाद : अवधूत डोंगरे
प्रकाशक : मधुश्री पब्लिकेशन

> ***‘सुख म्हणजे काय, याचा शोध घ्यायला गेलात तर तुम्ही कधीच सुखी होऊ शकणार नाही आणि जीवनाचा अर्थ शोधायला गेलात तर तुम्ही कधीच जगू शकणार नाही.’***
>
> **– आल्बेर काम्यू**

मनात येईल तसं तुम्ही वागू शकता का, बोलू शकता का? उत्तर देण्याआधी थोडा विचार करा! कोणीही टिकोजीराव असलात तरी या प्रश्नाचं उत्तर तुम्हाला ‘नाही’ असंच द्यावं लागेल, हे लक्षात घ्या! मनाच्या काळकोठडीत अनेक गोष्टी रटरटत असतात. त्या बाहेर आल्या तर नीतिनियमांनी बद्ध समाजशील प्राणी म्हणून असलेली आपली ओळख तुम्हाला पुसावी लागेल. याचाच दुसरा अर्थ असा, की कोणी कितीही दावा केला तरी आपण आपल्या विचारांशी प्रामाणिक नसतो. उदाहरणार्थ, कार्यालयात आपण साहेबावर खार खाऊन असतो, पण बोलताना मात्र आदरभावच व्यक्त होतो. बॉसचा शब्द झेलायच्या स्पर्धेत मागं राहणं कोणालाच परवडणारं नसतं, बॉस! कोणी तरी मनापासून खूप आवडत असतं, पण अशा अप्राप्य गोष्टींपासून दूर राहण्याचा संयम, समंजसपणा अंगी बाणवावा लागतो. काही जणांना ‘जानी दुष्मन’ असतात. त्यांच्या नरडीचा घोट घ्यावा, असं त्यांना सतत वाटत असतं; पण प्रत्यक्षात तसं करण्याचं धारिष्ट्य होत नाही. अगदीच अति झालं तर शिवीगाळ करण्याचा थोडा कमी सभ्य मार्ग अवलंबला जातो. काही जण प्रत्यक्ष हिंसाही करतात, पण तो अपवाद असतो, नियम नव्हे! मनात आलेल्या क्रूर किंवा कटू-गोड विचारांना चाळणी लावून समाजशील मार्गानं व्यक्त करण्याचं कठीण काम मेंदू नावाचा अवयव करत राहतो. म्हणून तर आपल्याला सभ्यतेचा, सुसंस्कृततेचा मुखवटा मिजाशीनं मिरवता येतो.

असा कोणी तरी, कुठे तरी असतो, जो खरंच मनात येईल तसं बोलतो आणि वागतोही. कदाचित तोच खरा (रूढार्थानं सभ्य नसला तरी) स्वतंत्र, प्रामाणिक म्हणवून घ्यायला पात्र ठरावा. फ्रेंच लेखक आल्बेर काम्यू याच्या *दि आउटसायडर* किंवा *दि स्ट्रेंजर* या दोन्ही नावांनी ओळखल्या जाणाऱ्या कादंबरीचा नायक मेर्सो या अर्थानं प्रामाणिक म्हणून गणला जाऊ शकतो. ही कादंबरी समजून घेण्याआधी आल्बेर काम्यूचा जीवनप्रवास थोडक्यात जाणून घ्यायला हवा. त्याचं आयुष्य जणू एका कादंबरीचं कथानक होतं. वडील शेतमजूर, आई गृहिणी. आल्बेर लहान असतानाच वडील पहिल्या महायुद्धात मारले गेले. नंतर या मायलेकरांचं जिणं अत्यंत हलाखीचं झालं. शाळेत तो हुशार विद्यार्थी, पण दारिद्र्यामुळे नाना व्यवसाय, नोकऱ्या कराव्या लागल्या. त्यातूनही आपलं फुटबॉलचं आणि नाटकाचं वेड त्यानं जोपासलं. काही काळ पत्रकारिताही केली. जाँ पॉल सार्त्र या प्रख्यात लेखकाशी त्याचं मैत्र होतं. तो कम्युनिझमचा भोक्ता होता, पण अंधभक्त नव्हता.

अस्तित्ववादी लेखक, तत्त्वज्ञ म्हणून हा पाश्चात्त्य लेखक प्रसिद्ध आहे. अर्थात, अस्तित्ववादी ही आपली ओळख काम्यूला अजिबात मान्य नव्हती. *दि स्ट्रेंजर* आणि *दि प्लेग* या त्याच्या कादंबऱ्यांनी जागतिक अभिजात साहित्यात मानाचं पान मिळवलं. या कृतींनी आणि त्यासाठी वापरलेल्या लेखनशैलीनं अवघं साहित्यविश्व हादरलं. रोखठोक कोरडी भाषा हे त्याचं वैशिष्ट्य. त्याच्या साहित्यात घटना घडतात, पण त्या क्रमवार नसतात. तार्किकता असतेच असं नाही. तरीही त्यांचं वाचन करणं हा थरारक अनुभव असतो. मानवी दुःखाची अपरिहार्यता आपल्याला अस्वस्थ करते. विशेषतः *दि स्ट्रेंजर* च्या नायकाचं अलिप्तपण, भावनाशून्यता आपल्याला हादरवून सोडते. परिणामांची, सामाजिक संकेतांची पर्वा न करता जे खरं आहे, जे अंतर्मनात आहे, तेच बोलण्याचं त्याचं धाडस केवळ थक्क करणारं! मधुश्री प्रकाशनानं अलीकडेच काम्यूची मूळ फ्रेंचमधील ही कलाकृती मराठीत आणली आहे. अवधूत डोंगरे यांनी 'परका' या नावानं तिचा सरस मराठी अनुवाद केला आहे.

अल्बेर काम्यू

दि स्ट्रेंजर चं कथानक उत्तर आफ्रिकेतील अल्जिरियाची राजधानी अल्जियर्स या भूमध्य समुद्राच्या किनारपट्टीवरील शहरात घडतं. तेव्हा अल्जिरिया ही फ्रेंचांची वसाहत होती. मेर्सो हा कादंबरीचा नायक फ्रान्सचा नागरिक. कादंबरीच्या पहिल्या भागाची सुरुवातच नायकाच्या धक्कादायक निवेदनानं होते...

> *आज आई वारली. किंवा कदाचित काल असेल, मला माहीत नाही. तिच्या वृद्धाश्रमातून मला एक तार आली. : 'आई गेल्या. उद्या अंत्यविधी. तुमचा विश्वासू.' यावरून काहीच अर्थ लागत नाही. हे कदाचित कालचंही असेल.*

आईच्या अंत्ययात्रेत तो पारंपरिक पद्धतीच्या शोकाचं कोणतंच प्रदर्शन करत नाही. तिच्या मृतदेहासमोर तो कॉफी पीत आणि सिगारेट ओढत बसतो. दुसऱ्याच दिवशी त्याच्या कार्यालयात पूर्वी काम करणाऱ्या मारीशी त्याची गाठ पडते. ते समुद्रकिनाऱ्यावर मौजमजा करतात आणि अखेर रत होतात. त्यानंतरच्या काही दिवसांत मेर्सो त्याचा शेजारी असलेल्या रेमंड सिंटेसला त्याच्या व्यभिचारी मैत्रिणीला अद्दल घडवायला मदत करतो. या प्रकरणात त्याच्या हातून समुद्रकिनाऱ्यावर एका अरबाचा खून होतो. त्या क्षणी त्याच्या भावना काय होत्या किंवा गोळी झाडताना त्याला काय वाटलं, याबद्दल तो काहीही सांगत नाही. त्याऐवजी फक्त उन्हाच्या झळा आणि त्या उष्णतेनं होणारा त्रास याचंच वर्णन करत राहतो.

कादंबरीच्या दुसऱ्या भागाची सुरुवात मेर्सो तुरुंगात असताना होते. खटल्याच्या सुनावणीच्या वेळी सरकारी वकिलाला मेर्सोचा शांतपणा आणि उदासीनता पाहून त्याला कोणताच पश्चात्ताप होत नाही किंवा अपराधी वाटत नाही, हे लक्षात येतं. मग हा वकील खून कसा झाला यापेक्षा त्याच्या आईच्या प्रेतयात्रेच्या वेळी तो का रडला नाही, तो कसा भावनाहीन आहे, यावरच युक्तिवाद करण्यावर सगळं लक्ष केंद्रित करतो. शेवटी मेर्सोला आत्माहीन माणूस ठरवून त्याला मृत्यूचीच शिक्षा योग्य आहे, अशी मांडणी करतो. मेर्सोचा वकील त्याला वाचवण्याचा आणि शिक्षा सौम्य करण्याचा प्रयत्न करतो. न्यायाधीश मेर्सोला भर चौकात लोकांसमोर फाशी द्यावं, असा निवाडा देतात.

पुढं शिक्षेच्या अंमलबजावणीआधी देवाला शरण जाण्याची विनवणी करणाऱ्या ख्रिश्चन पाद्र्यावर मेर्सो भडकतो. माणसाचा असमंजसपणा आणि स्वत:च्या अस्तित्वाची निरर्थकता यावर बेधडक बोलतो. शेवटी तो सांगतो, 'माझी एकच इच्छा उरली आहे - ती म्हणजे माझ्या फाशीच्या वेळी जास्तीत जास्त लोकांनी यावं आणि माझ्याविषयी तिरस्कारानं आरोळ्या ठोकून मला निरोप द्यावा!' अस्वस्थ करणाऱ्या या कादंबरीचा असा शेवट होतो. थोडक्यात, सभोवतालची परिस्थिती बदलता येत नसेल तर त्याकडे उदासीनपणानं दुर्लक्ष करण्याऐवजी ती स्वीकारून निर्णयात्मक पद्धतीनं पुढं जायला हवं असं काम्यू सूचित करतो. दुसऱ्या महायुद्धामुळे युरोपभर पसरलेल्या नैराश्याचं सावट या कादंबरीभर आढळतं. मेर्सो अत्यंत प्रामाणिक आहे. मनात येईल ते बोलताना कोणाचीही तमा तो बाळगत नाही. त्याच्या या भावनिक अनास्थेमुळे तो समाजात एक त्रयस्थ किंवा 'स्ट्रेंजर' ठरतो. त्याचा प्रवास निष्क्रिय असणं, तटस्थ असणं आणि उदासीन असणं अशा मार्गानं जाऊन पुढे परिस्थिती बदलता येत नसेल तर ती स्वीकारण्याकडे आणि शांतपणे मरण्यापर्यंत जातो. आपल्या कविवर्य सुरेश भटांनी म्हटलं आहे...

इतकेच मला जाताना सरणावर कळले होते-
मरणाने केली सुटका जगण्याने छळले होते!
गेलेल्या आयुष्याचा मधुमास गडे विसरू या,
पाऊल कधी वाऱ्याचे माघारी वळले होते?

सुरेश भट जगण्याच्या संघर्षाविषयी, प्रेमाविषयी भाष्य करतात. काम्यूचा नायक मात्र या साऱ्यापलीकडे गेला आहे. जीवन निरर्थक आहे. त्याचा अर्थ शोधण्याचा प्रयत्न करू नका. जगण्याचा आनंद लुटा, आताचा क्षण साजरा करा, असा संदेश काम्यू या कथानकातून देतो. काम्यूच्या लिखाणात असंख्य अविस्मरणीय अवतरणं आढळतात. ती त्याच्यातील अस्सल तत्त्वज्ञाची ओळख करून देतात.

मानवाच्या ढोंगीपणाविषयी काम्यू म्हणतो, 'आपलं आहे ते अस्तित्व न स्वीकारणारा

मानव हा एकमेव प्राणी असावा.' सभ्यपणाचा मुखवटा सांभाळताना माणसांच्या होणाऱ्या दमछाकीकडे लक्ष वेधताना त्यानं म्हटलंय, 'काही लोक फक्त 'नॉर्मल' राहण्याकरिता प्रचंड ऊर्जा आणि श्रम खर्ची टाकतात आणि ते कोणाच्या लक्षातही येत नाही.' 'आत्महत्या करण्यापेक्षा जगण्यासाठी अधिक धैर्य लागतं,' असंही निरीक्षण तो नोंदवतो. ऐनवेळी रेल्वे प्रवासाचा बेत रद्द करून ४ जानेवारी १९६० रोजी मोटारीने निघालेला काम्यू अपघातात मरण पावला, तेव्हा त्याचं वय होतं अवघं ४६ वर्षं. इतक्या कमी वयात त्यानं केलेलं काम मात्र उदंड होतं. तो कम्युनिझमचा पाठीराखा होता, पण त्याच्या नावाखाली रशियात स्टालिनकडून सुरू असलेला नंगानाच त्याला मान्य नव्हता. विशेषतः हंगेरीतील नागरी उठाव चिरडून टाकताना केलेल्या बळाच्या पाशवी वापरावर त्यानं आपल्या लेखनातून जोरदार टीकास्त्र सोडलं. त्यामुळे रशियाच्या केजीबी या गुप्तचर संघटनेनं त्याच्या मोटारीचा अपघात घडवून आणल्याची थिअरी मांडली जाते, पण तिची खातरजमा झालेली नाही.

दि स्ट्रेंजर वर जसा कौतुकाचा वर्षाव झाला, तसा टीकेचा भडिमारही झाला. या कादंबरीचा नायक छिन्नमनस्क (स्किझोफ्रेनिक) किंवा मंदबुद्धी असल्याची टीका काही समीक्षकांनी केली. याबाबत कादंबरीच्या इंग्रजी आवृत्तीला एक स्वतंत्र टिपण लिहून काम्यूनं आपली भूमिका स्पष्ट करण्याचा प्रयत्न केला. तो म्हणतो...

> *'खूप काळापूर्वी 'परका'चा सारांश मी एका वाक्यात नोंदवला होता, तो असा: 'आपल्या समाजात स्वतःच्या आईच्या अंत्यविधीला न रडणाऱ्या माणसाला देहदंडाची शिक्षा फर्मावली जाऊ शकते.' हे वाक्य अत्यंत विरोधाभासी होतं, हे मी कबूल करतो. या पुस्तकाचा नायक प्रचलित नियमांनुसार वागत नाही म्हणून त्याला शिक्षा होते, इतकाच माझ्या म्हणण्याचा अर्थ होता. या अर्थी, तो ज्या समाजात राहत असतो तिथे परका ठरतो; एकाकी नि ऐंद्रिय जगण्याच्या बाहेरच्या भागांमध्ये, परिघावर तो भटकत राहतो. त्यामुळे तो समाजाने नाकारलेला आहे, असं मानण्याचा मोह काही वाचकांना झाला; पण त्याच्या वृत्तीचं अधिक अचूक किंवा लेखकाच्या हेतूशी अधिक अनुरूप चित्र स्पष्ट व्हायचं असेल तर, मेर्सो कशा रीतीने प्रचलित नियमांनुसार वागत नाही असा प्रश्न स्वतःला विचारायला हवा. याचं उत्तर साधं आहे : तो खोटं बोलायला नकार देतो. खरं नसलेलं बोलणं एवढाच खोटेपणाचा अर्थ नसतो. तर खरं असेल त्याहून अधिक काही बोलणं आणि मानवी मनाच्या संदर्भात आपल्याला जाणवतं त्याहून अधिक काही बोलणं, हा खोटेपणाचा अर्थ आहे, किंबहुना हा जास्त महत्त्वाचा अर्थ आहे. आपण सगळेच जगणं सोपं करण्यासाठी रोज असं वागत असतो, पण मेर्सो जगणं दिसतंय त्याहून अधिक सोपं करायला नकार देतो. तो जसा आहे*

तेच बोलतो, तो स्वतःच्या भावना लपवणं नाकारतो आणि समाजाला लगेच धोका उत्पन्न झाल्यासारखं वाटतं. शौर्याचा काहीच पवित्रा न घेणाऱ्या आणि सत्यासाठी मरायला तयार असलेल्या माणसाची गोष्ट म्हणून 'परका'कडे पाहणं फारसं चुकीचं ठरणार नाही.'

काम्यू हे साधं रसायन नव्हतं. त्याला वयाच्या चव्वेचाळिसाव्या वर्षी सन १९५७ मध्ये साहित्यासाठीचा नोबेल पुरस्कार जाहीर झाला. रुडयार्ड किपलिंगनंतर इतक्या कमी वयात हा सर्वोच्च सन्मान मिळणारा तो दुसरा साहित्यिक ठरला. हा पुरस्कार स्वीकारावा की नाकारावा, याबाबत त्याची मनःस्थिती द्विधा होती. पुरस्कार स्वीकारला तर आपल्या आगामी साहित्यावर त्याचा वाईट परिणाम होईल, असं त्याला वाटत होतं. मित्रांच्या, आप्तांच्या आग्रहानंतर त्यानं तो स्वीकारायचं ठरवलं. स्टॉकहोममधल्या नोबेल पुरस्कार सोहळ्यात त्यानं केलेलं भाषण त्याची वैचारिक उंची, वेगळेपण स्पष्ट करणारं होतं. काम्यू सारखे प्रतिभावंत किती द्रष्टे असतात, त्यांचे विचार कसे सार्वकालिक असतात याचा प्रत्यय त्यावरून यावा. तो म्हणाला,

'एका लेखकाची भूमिका इतकीही सोपी नसते. तो इतिहास घडवणाऱ्यांचा सेवक होऊ शकत नाही. ज्यांना या इतिहासाची किंमत चुकवावी लागते त्यांचा (जनता) तो सेवक असतो. तसं नाही झालं तर तो एकटा पडेल आणि आपल्या कलेपासून वंचित राहील. हुकूमशाही सरकारांची लाखोंची फौजही त्याची या एकाकीपणापासून सुटका करू शकत नाही. विशेष करून तेव्हा, जेव्हा तो अतिरेकी विचारांच्या लोकांच्या सुरात सूर मिळवू लागेल! त्या तुलनेत जगाच्या कुठल्या तरी तुरुंगात खितपत पडलेल्या एखाद्या कैद्याचं मौन लेखकाच्या आत्म्याला हादरवू शकतं. हे मौन लक्षात ठेवून आपल्या कलेच्या माध्यमातून लेखकानं त्याला आवाज दिला पाहिजे. खरं तर माझ्या आयुष्यातल्या अनेक वाईट प्रसंगी मला जर कोणी तारलं असेल, त्यातून बाहेर काढलं असेल तर ते माझ्या लेखनानं. सामाजिक बांधिलकी जपणं हेच तर खऱ्या साहित्यिकाचं कर्तव्य असतं. कुठल्याही परिस्थितीत त्यानं लेखणीच्या माध्यमातून अन्यायाविरुद्ध आवाज उठवलाच पाहिजे. खोटेपणा आणि लाचारी या गोष्टींना त्याच्याजवळ कधीच थारा असू शकत नाही. सगळं जग संकटातून जात असतानाही जगाला वाचवण्याचा प्रयत्न साहित्यिकानं शांततेच्या मार्गानं केला पाहिजे. स्वातंत्र्याचं मोल खूप मोठं आहे आणि ते अबाधित राहावं यासाठी निर्धारपूर्वक चालत राहिलं पाहिजे. लेखकाच्या कलेची महानता दोन गोष्टींवरून ठरते... 'सत्याची सेवा आणि स्वातंत्र्याची सेवा'.

लोकहो, विचारांशी प्रामाणिक राहणं ही बोलण्याइतकी साधी गोष्ट नाही. मेर्सोप्रमाणे एखादा क्षण तरी जगून पाहा, समाजमान्य नसलेली एखादी तरी मनासारखी छोटीशी कृती करून पाहा. त्यावर आजूबाजूनं येणाऱ्या प्रतिक्रियांचा पाऊस झेलण्याचं आपलं सामर्थ्य आजमवा. विचारांशी प्रामाणिक राहणं किती कठीण असतं याची प्रचिती तुम्हाला आल्याशिवाय राहणार नाही. विचारांना दाबून ठेवून सभ्यतेचा मुखवटा परिधान करण्याच्या कृतीलाच आदिम प्रेरणांचं दमन म्हटलं जातं की जे अनैसर्गिक असतं, पण काम्यू म्हणतो त्याप्रमाणे जगण सोपं करण्यासाठी आपल्याला हा मार्गच अनुकरणीय वाटतो. पामरांनी याच मार्गानं आस्तेकदम चालत राहावं! आपल्या जी. ए. कुलकर्णी यांनी एका कथेत स्वातंत्र्य म्हणजे काय, याचा उलगडा उघड्या-नागड्या शब्दांत केला आहे. जी. ए. म्हणतात, ''स्वातंत्र्य खुंट्याला बांधलेल्या जनावराच्या दाव्यासारखं असतं. दाव्याची माया ठेवून जेवढं नाचता येईल, तेवढं नाचावं माणसानं. दाव्याच्या परिघाबाहेर उंडारण्याचा प्रयत्न केला तर गळ्याला फास ठरलेला!''

... तर पामरांसाठी असं आणि एवढंच असतं स्वातंत्र्य!

शेरलॉक होम्सचे कारनामे

सूक्ष्मापर्यंत पोहोचण्यासाठी लागणारी चिकाटी, निरीक्षणशक्ती, धीर असतो कुठे आपल्याकडे? याउलट पटकन तोंड उघडून तत्काळ प्रतिक्रियेची पिचकारी मारणाऱ्यांची संख्या अधिक. शेरलॉक होम्स वाचला तर हा संयम, ही निरीक्षण शक्ती आपल्या अंगी बाणवता येऊ शकते.

पुस्तक : शेरलॉक होम्स

मूळ पुस्तक : Sherlock Holmes

मूळ लेखक : सर आर्थर कॉनन डॉयल

अनुवाद : गजानन क्षीरसागर

प्रकाशक : अभिषेक टाईपसेटर्स ॲण्ड पब्लिशर्स

``My name is Sherlock Holmes. It is my business to know what other people don`t know.``

- **Sherlock Holmes** (Quote in the book)

गुन्हे वृत्तान्त, रहस्यकथा, गुप्तहेरकथा लोकांना का बरं इतक्या आवडतात? या प्रश्नाचं तसं काही ठोस उत्तर नाही. त्याबाबत मानसशास्त्रानं काही एक मांडणी केली आहे. गुन्ह्यांबद्दल, गुन्हेगारी वृत्तीबद्दल माणसाच्या मनात सुप्त कुतूहल असतं. शिवाय या कथांमध्ये असलेलं रहस्य त्याला खिळवून ठेवतं. पुढं काय घडणार, गुन्हेगार सापडणार की नाही, या प्रश्नांनी त्याची उत्सुकता ताणली जाते, मेंदूची उत्तेजना वाढते, वाचनातला रस वाढत जातो. म्हणूनच इंग्लंडमध्ये विकल्या जाणाऱ्या प्रत्येक तीन पुस्तकांमध्ये एक या प्रकारचं असतं. खरं तर जगभरातच असं चित्र आहे. या कथांवर बेतलेले थरारक गुन्हेपट, रहस्यपट यांचं स्वतंत्र दालनच मनोरंजनविश्वात तयार झालं आहे. हल्ली नेटफ्लिक्स, प्राईम व्हीडीओ यांसारख्या ओटीटी प्लॅटफॉर्ममुळे तर त्याला उधाण आलं आहे.

मराठीतील आघाडीचे रहस्यकथा लेखक बाबूराव अर्नाळकरांचा काळा पहाड, धनंजय आणि झुंजार यांच्यापेक्षाही मोठा 'शेरलॉक होम्स' नावाचा कोणी तरी टिकोजीराव तिकडं साहेबाच्या देशात आहे हे कुमार वयापर्यंत मला ठाऊक नव्हतं. सर आर्थर कॉनन डॉयल यांच्या या मानसपुत्रावरील काही छोटी-मोठी अनुवादित पुस्तकं हाताला लागली आणि त्याच्या प्रेमातच पडलो. मग शेरलॉक होम्सच्या पाठोपाठ भिंग घेऊन गुन्ह्यांच्या तपासासाठी लंडनच्या छोट्या-मोठ्या अंधाऱ्या गल्ल्यांतून हिंडू लागलो. हे आपलंच शहर आहे असं वाटण्याइतपत ते ओळखीचं झालं.

एखादं काल्पनिक पात्र अक्षरशः खरं भासावं इतकं जनमानसावर ठसतं, त्याच्या काल्पनिक पत्त्यावर त्याचं काल्पनिक निवासस्थान प्रत्यक्षात उभं राहतं, त्याच्या वापरातल्या काल्पनिक वस्तूंचं संग्रहालाय बनतं, त्याचे जगभरातले चाहते रांगा लावून या निवासस्थानाला भेट देतात. सारंच कसं अजब, अप्रूप वाटावं असं! उदंड लोकप्रियतेचं असं भाग्य महान गुप्तहेर (डिटेक्टिव्ह) शेरलॉक होम्सला लाभलं. काही पुस्तकं हातात घेतली की वाचनवेगळी केल्याशिवाय ती खाली ठेववत नाहीत. शेरलॉक होम्सवर बेतलेली सारी पुस्तकं याच जातकुळीतली.

शेरलॉक होम्स समजून घ्यायचा असेल तर त्याचा निर्माता सर आर्थर कॉनन डॉयल याच्या चरितकहाणीत डोकावायला हवं. त्याचा जन्म २२ मे १८५९ रोजी इंग्लंडमधील एडिंबरो येथील रोमन कॅथलिक कुटुंबात झाला. आईच्या इच्छेनुसार एडिंबरो विद्यापीठातूनच त्यानं वैद्यकशास्त्रातील पदव्युत्तर पदवी संपादन केली. नंतर काही वर्षं वैद्यक व्यवसायही केला. त्यात फारसं यश न मिळाल्यानं रिकामटेकडेपणा

सुसह्य होण्यासाठी मग तो लेखनकामाठीकडे वळला. सुरुवातीला रहस्यकथा हा त्याच्या आवडीचा विषय. नंतर इतिहास लेखनात त्याला रस वाटू लागला. मात्र शेरलॉक होम्सच्या चाहत्यांनी त्याच्या या आवडीला कवडीचीही किंमत दिली नाही. त्यामुळे त्याला पुन्हा शेरलॉक होम्सकडे वळावं लागलं. त्याचा हा मानसपुत्र *अ स्टडी इन स्कार्लेट* (सन १८८७) या त्याच्या पहिल्या कादंबरीत अवतरला. एडिंबरो येथील एक नामवंत शल्यचिकित्सक डॉक्टर जोसेफ बेल यांच्या व्यक्तिमत्त्वावरून त्याला ही व्यक्तिरेखा सुचली. हे महाशय अत्यंत सूक्ष्म निरीक्षण करून रुग्णाबाबत तर्कसुसंगत विश्लेषण करण्यात माहीर. त्यांचं हे कसब शेरलॉक होम्समध्ये आढळतं. डॉक्टर वॉटसन हा शेरलॉक होम्सचा साहाय्यक. हे पात्र खुद्द डॉयल यांनी स्वतःवरच बेतल्याचं मानलं जातं. ही जोडगोळी अत्यंत लोकप्रिय ठरली. डॉयलच्या बहुतांश 'शेरलॉक होम्स' कथांमध्ये त्याच्या बुद्धी कौशल्यानं परिपूर्ण शोधकथांची मांडणी करणारा डॉ. वॉटसन आहेच. प्रत्यक्षात मात्र लोक डॉयललाच शेरलॉक होम्स मानायचे. त्यामुळे विविध प्रकारे अडचणीत आलेल्या लोकांची रीघ त्याच्याकडे लागायची.

आर्थर कॉनन डॉयल

एकोणिसाव्या शतकातील इंग्लंडमध्ये अमीर-उमरावांचा पगडा मोठा होता. तेव्हा साधारणतः अराजकसदृशच वातावरण होतं. सामान्य माणूस तसा दुर्लक्षितच होता. साहित्यातही उमरावांच्याच कहाण्यांचं प्रतिबिंब उमटायचं. डॉयलचा शेरलॉक मात्र सर्वसामान्यांसारखा वावरायचा. घोड्यांच्या बग्गीतून, रेल्वेतून प्रवास करायचा, अडचणीत सापडलेल्या उमरावांपासून ते सर्वसामान्यांपर्यंत सर्वांना मदत करायचा. त्यामुळे हे पात्र प्रचंड लोकप्रिय ठरलं. तेव्हा नव्यानंच सुरू झालेल्या स्ट्रँड या नियतकालिकाच्या प्रत्येक अंकात शेरलॉक होम्सची एक रहस्यकथा, शोधकथा दरमहा प्रसिद्ध व्हायची. पाहता पाहता या नियतकालिकाचा खप प्रचंड वाढला. इंग्लंडच्या राणीपासून ते अगदी घोडागाडीवाल्यांपर्यंत प्रत्येकाचा शेरलॉक होम्स हीरो ठरला. हा इतर नायकांप्रमाणे मारामाऱ्या करायचा नाही. बौद्धिक बळाचा आणि चातुर्याचा वापर करून तो रहस्याची उकल करी. त्यासाठी त्याची बेजोड निरीक्षण शक्ती कामाला यायची. त्यामुळे त्याची लोकप्रियता वाढत गेली.

पिवळ्या चेहऱ्याचं गूढ या रहस्यकथेत डॉ. वॉटसननं केलेलं पुढील वर्णन शेरलॉक होम्सच्या निरीक्षणशक्तीचं सामर्थ्य दाखवतं. अशी निरीक्षणं त्याच्या प्रत्येक रहस्यकथेत ठायीठायी आढळतात. ती आपल्या विचारशक्तीला खाद्य पुरवतात, माणसं वाचायची कशी, याचा वस्तुपाठ घालून देतात.

सन २००९ मध्ये प्रदर्शित झालेल्या शेरलॉक होम्स चित्रपटात रॉबर्ट डाऊनी ज्युनिअर आणि ज्युड लॉ.

अगदी प्रतिकूल परिस्थिती असली म्हणजेच शेरलॉक होम्सची प्रखर निरीक्षणशक्ती उत्तम काम करते याची मला खात्री आहे. याचं हे वानगीदाखल उदाहरण. डॉ. वॉटसन या कथेत म्हणतो...

वसंत ऋतूचे दिवस होते. एके दिवशी दुपार संपता संपता आम्ही दोघंही पार्कच्या दिशेनं फिरायला बाहेर पडलो होतो. झाडांना नवी पालवी फुटू लागलेली होती. त्यांचा दिमाखदार हिरवा रंग कोवळ्या उन्हात चमचमत होता. चेस्टनटची पानं नुकतीच उमलू लागलेली होती. जवळजवळ दोन तास आम्ही त्या प्रसन्न वातावरणात एकमेकांशी काहीही न बोलता हिंडत होतो. अगदी जिवलग मित्र एकमेकांच्या सान्निध्यात चालताना फारसं बोलत नाही; तरीही त्या सहवासात खूप काही मिळाल्यासारखं त्यांना वाटतच असतं. बेकर स्ट्रीटवरच्या आमच्या निवासस्थानी आम्ही परत आलो तेव्हा चांगले पाच वाजून गेलेले होते.

आम्ही आल्याचं पाहून नोकरानं दार उघडलं आणि तो म्हणाला, "तुम्हाला भेटायला एक गृहस्थ आले होते.''

होम्सनं माझ्याकडे काहीशी त्रासिकपणे नजर टाकली आणि म्हटलं, "बघ, जरा दुपार उतरल्यावर आपण पाय मोकळे करायला गेलो तर कुणीतरी येऊन

गेलं. ते गृहस्थ गेलेले दिसतात."

"होय साहेब."

"त्यांना आत बसायला सांगितलं नाहीस का?"

"सांगितलं साहेब."

"मग किती वेळ ते थांबले होते ?"

"सुमारे अर्धा तास. ते फार अस्वस्थ दिसत होते. तेवढ्या वेळातदेखील खुर्चीवरून उठून ते खोलीत येरझारा घालत होते. मधूनच टेबलावर हात आपटत होते. मी दाराजवळच बसलो होतो. त्यांच्या सगळ्या हालचाली मला कळत होत्या. मग ते बाहेर आले आणि ओरडले, 'हा गृहस्थ येणार आहे की नाही?' 'अजून थोडी वाट पाहा साहेब. येतीलच ते.' मी म्हटलं. मग ते म्हणाले; मी जरा मोकळ्यावर हिंडून येतो. या खोलीत मला अगदी गुदमरल्यासारखं होतंय.' मी त्यांना थांबण्यासाठी खूप समजावलं, पण तरीही ते गेलेच."

"ठीक आहे. ठीक आहे !'' होम्स म्हणाला आणि खोलीत शिरताना त्यानं माझ्याकडे पाहून म्हटलं,

"वॉटसन, घोटाळा झाला बघ. हा माणूस मला भेटायला हवा होता. कोणत्या तरी प्रकरणाची मला अगदी जरुरी आहे. हातात काही काम नसलं की मला चैन पडत नाही. हा माणूस खूप अस्वस्थपणे आपली वाट पाहत होता म्हणजे तसंच काहीतरी महत्त्वाचं घडलेलं असणार. अरे? टेबलावरचा हा पाईप तुझा नक्कीच नाही. म्हणजे हा त्या गृहस्थाचाच असणार. खूप जुन्या पद्धतीचा आहे हा. याची नळी पारदर्शक आहे आणि आकारही किती बाकदार आहे बघ. शिवाय यात एक फुलपाखरूसुद्धा बसवलेलं आहे. अलीकडे असले पाईप दिसत नाहीत. शिवाय या गृहस्थाला हा पाईप खूप मौल्यवान वाटतो."

"हे कशावरून?" मी विचारलं.

"नीट पाहा ना. दोन ठिकाणी याला डाग लावून दुरुस्त करून घेतलेला दिसतोय. तसं म्हणशील तर याची किंमत काही फार नाही. एक खराब झाला तर असाच दुसरा सहज घेता येणं शक्य आहे. तरीही या गृहस्थानं दोन वेळा तो दुरुस्त केलेला आहे. दुरुस्तीच्या खर्चातच नवा पाईप येईल हे त्यालाही ठाऊक असणार. म्हणजेच या पाइपावर त्याचं खूप प्रेम आहे हे नक्कीच."

"आणखी काही?"

"हा गृहस्थ डावखुरा आहे. त्याचे दात मजबूत आहेत. जरा निष्काळजी स्वभावाचा हा आहे आणि काटकसर करण्याची आवश्यकता नाही एवढी त्याची आर्थिक परिस्थिती चांगली आहे."

जगभरातील सर्वाधिक लोकप्रिय आणि तडाखेबंद खपाच्या पुस्तकांच्या यादीत शेरलॉक होम्सचा क्रमांक वरचा आहे. विविध देशांतील ६०हून अधिक भाषांमध्ये या गुप्तहेराचा जलवा पोहोचला आहे. सगळ्यात कहर म्हणजे या कथांवर दोनशे चित्रपट निघाले आहेत. (कदाचित जेम्स बाँडही या बाबतीत खूपच मागं आहे.) त्यामध्ये ७० अभिनेत्यांनी शेरलॉक होम्सची भूमिका साकारली आहे. गिनिज बुकात तर तो या ना त्या मिषानं सतत आपली पताका उंचावत असतो. स्कॉटलंड यार्डसह जगभरातील पोलिस यंत्रणांनी अभ्यास करून डॉयल यांचं तपासाचं तंत्र आपलंसं केलं आहे. एखादा साहित्यिक इतकं उन्नत काही उभं करू शकतो, ही तशी आश्चर्याचीच गोष्ट! देशोदेशींच्या गुप्तहेरकथा लेखनावरही डॉयलचा प्रभाव पडलेला आहे. कौशल्यपूर्ण हाताळणी, वेधक निवेदनशैली ही त्याच्या रहस्यकथा, कादंबऱ्यांची लक्षणीय वैशिष्ट्यं. द *साइन ऑफ द फोर* (सन १८९०), द *हाउंड ऑफ द बास्कर्व्हिल्स* (सन १९०२) आणि द *व्हॅली ऑफ फिअर* (सन १९१४) या डॉयलच्या काही प्रसिद्ध शेरलॉक होम्स कांदबऱ्या. यापैकी बरीच पुस्तकं मराठीत आली आहेत. शिवाय त्याच्या कथांचा संग्रह *दी कंप्लिट शेरलॉक होम्स* या ग्रंथात करण्यात आला आहे. अलीकडे गजानन क्षीरसागर यांनी केलेला त्याचा वाचनीय आणि जाडजूड मराठी अनुवाद *संपूर्ण शेरलॉक होम्स* या नावानं पुण्यातील अभिषेक टाईपसेटर्स ॲण्ड पब्लिशर्स यांनी प्रसिद्ध केला आहे. त्याची मे २०१३मध्ये प्रसिद्ध झालेली चौथी आवृत्ती माझ्याकडे आहे. याचा अर्थ या पुस्तकाचा खप जोमाने होतो आहे.

रहस्यकथा-कादंबऱ्यांव्यतिरिक्त डॉयलनं काही ऐतिहासिक कादंबऱ्या, कविताही लिहिल्या. द *व्हाइट कंपनी* (सन १८९१), *रोडनी स्टोन* (१८९६) व *सर नायगेल* (१९०६) या त्याच्या काही ऐतिहासिक कादंबऱ्या. *साँग्ज ऑफ ॲक्शन* (१८९८) आणि *साँग्ज ऑफ द रोड* (१९११) हे त्याचे दोन कवितासंग्रह. गुन्हे आणि रहस्यकथांच्या लेखनात अवघी उमर खर्ची टाकलेल्या डॉयल आयुष्याच्या संधिकाली मात्र उपरती झाल्यासारखा अध्यात्माकडे वळला. १९१७ ते १९२५ मध्ये त्यानं युरोप, ऑस्ट्रेलिया, कॅनडा आदी ठिकाणी अध्यात्मावर भाषणं ठोकली. द *न्यू रेव्हिलेशन* (१९१८), द *व्हायटल मेसेज* (१९१९), द *वाँडरिंग्ज ऑफ अ स्पिरिच्युअलिस्ट* (१९२१) आणि 'हिस्टरी ऑफ स्पिरिच्यूअलिझम' (१९२६) ही अध्यात्मावरची पुस्तकं त्याच्या नावावर आहेत. ससेक्स परगण्यातील क्रोबर येथे ७ जुलै १९३० रोजी त्यानं अखेरची विश्रांती घेतली. त्याआधी तो गूढ विद्येच्या मागं लागल्यानं कुचेष्टेचा विषय ठरू लागला होता. एखाद्या प्रतिभावंताचं आयुष्याच्या अखेरीस असं का बरं व्हावं?

या निमित्तानं विषयांतर होत असलं तरी आवर्जून उल्लेख करावा लागेल तो आपल्या मराठमोळ्या बाबूराव अर्नाळकरांचा. मराठीमध्ये रहस्यकथा हा वाङ्मयप्रकार लोकप्रिय करणाऱ्या अर्नाळकरांचं लिखाण ताकदीचं असूनही त्यांचा योग्य तो सन्मान झाला नाही.

मुंबईतील गिरगावातील चष्मादुरुस्तीच्या दुकानात हयात घालवलेल्या या साध्या माणसानं उदंड लिखाण केलं, पण प्रतिष्ठित साहित्यिकांच्या, समीक्षकांच्या लेखी ते दुय्यमच राहिले. शेरलॉक होम्सच्या तोडीचं लेखन असूनही त्यांची महाराष्ट्राच्या मातीत कदर झाली नाही. तब्बल १४८० रहस्यकथा, कादंबऱ्या लिहिणाऱ्या या अवलियाची 'गिनीज बुक ऑफ वर्ल्ड रेकॉर्डनं' ही नोंद घेतली. गुन्हेगारांचं जग ताकदीनं चितारणारा हा लेखक स्वतः मात्र निरलस, सज्जन आयुष्य जगला. स्वातंत्र्यलढ्यात डॉ. बाबासाहेब आंबेडकर, महात्मा गांधी, पंडीत नेहरू, वि. दा. सावरकर अशा दिग्गजांचा सहवास, संपर्क त्यांना लाभला. अलीकडे अर्नाळकरांच्या गाजलेल्या निवडक रहस्यकथांचा सतीश भावसार यांनी संपादित केलेला संग्रह राजहंस प्रकाशनानं प्रसिद्ध केला आहे. तो जरूर वाचला पाहिजे आणि संग्रहीदेखील बाळगला पाहिजे.

आपल्याही आयुष्याच्या वाटचालीत काही छोट्या मोठ्या समस्या येतात, कूटप्रश्न उभे राहतात. त्यांची सोडवणूक करण्यासाठी आपल्यालाही शेरलॉक होम्स व्हावं लागतं. बऱ्याचदा आपण योग्य उत्तरापर्यंत पोहोचत नाही. सखोल, तर्कसंगत, विवेकी विचारांचा अभाव हे त्यामागचं कारण. सूक्ष्मापर्यंत पोहोचण्यासाठी लागणारी चिकाटी, निरीक्षणशक्ती, धीर असतो कुठं आपल्याकडे? शास्त्रीय अंगानं शांतपणे एखाद्या घटनेचं विश्लेषण करण्याचं कसब किती जणांकडे असतं? याउलट पटकन तोंड उघडून तत्काळ प्रतिक्रियेची पिचकारी मारणाऱ्यांची संख्या अधिक. अशांचे विचारही असेच उथळ आणि 'इन्स्टंट' असतात. शेरलॉक होम्स वाचला तर हा संयम, ही निरीक्षणशक्ती आपल्या अंगी बाणवता येऊ शकते. माणसं वाचता येऊ शकतात. त्यांच्या वर्तनव्यवहारांची संगती लावता येते. बाकी मनोरंजनाचा तर हा अस्सल मसाला आहेच. त्यामुळे एक हजारांवर पानांचा *संपूर्ण शेरलॉक होम्स* हा अस्सल ऐवज तुमच्या ग्रंथसंग्रहाची, तुमच्या वैचारिक सामर्थ्याची नक्कीच शान वाढवू शकेल. तो सोन्याच्या दागिन्यासारखा अभिमानानं पदरी बाळगा. जिंदगी मे थोडासा सस्पेन्स भी मंगता हैं बॉस!

वाचनवाट

कभी किसी को मुक्कमल जहाँ नहीं मिलता

जगाचा इतिहास लढाया, युद्धं आणि संघर्षांनं रक्तबंबाळ झाला आहे. हुकूमशहांच्या, सत्ताधीशांच्या लालसेपोटी, अहंपोटी मृत्यू पावते ती माणुसकी आणि माणसाच्या मदतीला धावते तीही माणुसकीच. जग आणि जगणं उलटंपालटं करणाऱ्या दोन महायुद्धांनी अनेक साहित्यिकांच्या प्रतिभेला खाद्य पुरवलं. त्यातून उभे राहिले अस्सल साहित्यकृतींचे उत्तुंग मनोरे. त्यातील अनेक पुस्तकं अभिजाततेच्या कसोटीला उतरली आणि रसिकांच्या गळ्यातील ताईतही बनली.

भस्मासुराचं भयस्वप्न

सध्या जर्मनीत हिटलरच्या 'माइन काम्फ' या आत्मचरित्राचा खप पुन्हा वाढत असल्याचं वृत्त आहे. आपल्याकडेही काहींना हिटलरभक्तीची उबळ आली आहे. इतिहासाची अशी आवर्तनं मानवाला कुठं घेऊन जाणार आहेत कुणास ठाऊक?

पुस्तक : माझा लढा

मूळ पुस्तक : Mein Kampf

मूळ लेखक : ॲडॉल्फ हिटलर

अनुवाद : श्रीराम ढवळीकर

प्रकाशक : श्रीगजानन बुक डेपो

If you tell a big enough lie and tell
it frequently enough it will be believed.

- Adolf Hitler, Ex Chancellor of Germany

सोमवार ३० एप्रिल १९४५. जर्मनीची राजधानी बर्लिनच्या रस्त्यांवर रशियन रणगाडे धडाडत होते. रेड आर्मीच्या गोळीबारापासून बचावासाठी बर्लिनवासीयांची पळापळ सुरू होती. चॅन्सेलरीच्या बंकरमध्ये मात्र स्मशानशांतता पसरली होती. दुपारी साडेतीन वाजता शयनगृहातून गोळी झाडल्याचा आवाज आला. जगाला दुसऱ्या महायुद्धाच्या खाईत लोटणाऱ्या क्रूरकर्मा ॲडाल्फ हिटलरनं तोंडात पिस्तुलाची नळी सरकवून आत्महत्या केली होती. सोफ्यावर त्याच्या शेजारीच त्याची दीर्घकालाची प्रेयसी आणि एका दिवसाची पत्नी इव्हा ब्राऊनचं निष्प्राण कलेवर पडलं होतं. तिनं सायनाइड खाऊन इहलोकीची यात्रा संपवली होती.

अवघ्या जगावर युद्धाचा वरवंटा फिरवणाऱ्या या टोकाच्या राष्ट्रवादी योद्ध्यानं आपलं जीवन अशा पद्धतीनं संपवलं आहे याची भनक बाहेर कोणालाच लागली नव्हती. ज्यूद्वेषानं पछाडलेल्या आणि जर्मन वंशश्रेष्ठत्वाच्या अघोरी कल्पनेसाठी अवघ्या जर्मनवासीयांमध्ये युद्धज्वराचा वणवा पेरणाऱ्या या नेत्याचा छप्पन्नाव्या वर्षी असा झालेला अंत त्याच्या कल्पनेतल्या योद्ध्याला मुळीच शोभणारा नव्हता. हिटलरला दीर्घकाळ साथ देणारा आणि कुख्यात गोबेल्स प्रचार नीतीचा जनक डॉ. जोसेफ गोबेल्स, बोरमन बाहेर उभे होते. हिटलरनं मृत्यूपूर्वी दिलेल्या सूचनांप्रमाणे या दोघांनी बंकरबाहेर आणून हिटलर आणि इव्हाच्या मृतदेहांवर गॅसोलिन ओतून दहन केले. हो, हिटलरला मृत्यूनंतर आपल्या देहाची विटंबना होऊ द्यायची नव्हती. दोनच दिवसांपूर्वी त्याचा युद्धातील साथीदार इटलीचा हुकूमशहा बेनितो मुसोलिनीची प्रेयसीसह हत्या करून त्यांचे मृतदेह मिलानच्या चौकात उलटे लटकावले गेले होते. तिथल्या साम्यवादी कार्यकर्त्यांनी या देहांची यथेच्छ विटंबना केली होती.

दुसऱ्या महायुद्धानं लक्षावधी जिवांचा बळी गेला. पुरता युरोप बेचिराख झाला. पुढे टंचाई आणि महागाईच्या झळा जगभराला दीर्घकाळ सोसाव्या लागल्या. अमेरिकेनं जपानमधील नागासाकी व हिरोशिमा शहरांवर अणुबॉंब टाकून आपल्या ताकदीची प्रचिती जगाला आणून दिली. तो पुढं आकाराला आलेल्या अमेरिका आणि रशियातील शीतयुद्धाचा प्रारंभबिंदू होता. खरं तर इटली आणि जर्मनीच्या पाडावानंतर युद्ध संपल्यात जमा होतं, पण अमेरिकी शास्त्रज्ञांना अणुबॉंबची चाचणी घ्यायची होती. म्हणून जपानला प्रयोगशाळा बनवण्यात आल्याचा आरोप नंतर केला गेला. त्यात कितपत तथ्य आहे, हे अमेरिकाच जाणो, पण अवघी माणुसकी महायुद्धात होरपळली. साठ लाख ज्यूंचे छळछावण्यांमध्ये शिरकाण झाले.

स्त्रियांवर अनन्वित अत्याचार झाले. कोवळ्या मुलांचीही निर्घृणपणे कत्तल करण्यात आली.

विचारी माणसांपुढं तेव्हा काही प्रश्न उभे राहिले आणि आजही ते उनुत्तरित आहेत; ते म्हणजे, 'युद्ध कशासाठी? युद्ध कोणासाठी? आजवरच्या युद्धांनी जगाचं काय भलं झालं? आणि या युद्धांना जबाबदार कोण?...जनता की राष्ट्रवादाची, अतिरेकी देशप्रेमाची झूल पांघरून जनतेला हुलीवर घालणारे नेते? दोन महायुद्धांचा अनुभव पदरी असूनही आज एकविसाव्या शतकात जगभरात युद्धगर्जना सुरू आहेत. रशियाच्या युक्रेनवरील आक्रमणामुळे जग पुन्हा एकदा संघर्षाच्या टोकावर उभं आहे. हे सारं पाहता, मानवजातीला सर्वात बुद्धिमान प्राणी हे बिरुद मिरविण्याचा काडीचा अधिकार नाही, असं आपल्याला वाटत नाही का?

सारं जग दुसऱ्या महायुद्धासाठी केवळ हिटलरला जबाबदार धरतं. ते बव्हंशी खरंही आहे. नाण्याला दुसरीही एक बाजू असते. ती खरी की खोटी हे ठरवता येईल. कारणमीमांसा न करताच न्यायाचे तराजू तोलणं योग्य नाही. अर्थात याचा अर्थ हिटलर ग्रेट होता असा अजिबात नाही. त्याच्या अमानवी 'कर्तृत्वाचं' समर्थन करता येणार नाही. त्याचं गतआयुष्य तपासून हा साधासुधा माणूस जगाचा कर्दनकाळ कसा बनला, हे पाहणं नक्कीच औत्सुक्याचं ठरावं. त्यासाठी त्याचं *माइन काम्फ,* अर्थात *माझा लढा* हे आत्मचरित्र वाचावं लागेल. माझ्या माहितीनुसार किमान तीन प्रकाशकांनी ते मराठीत प्रसिद्ध केलं आहे. आता एवढ्या वाईट माणसाचं चरित्र कशासाठी वाचायचं आणि या लेखमालेत अशा पुस्तकाचा परिचय करून देण्याचं प्रयोजन काय, असा प्रश्न उपस्थित होऊ शकतो. चांगली पुस्तकं आपल्याला प्रेरणा देतात, आनंद देतात, जगणं समृद्ध करतात. त्याचबरोबर चांगलं, 'चांगलं' का आहे हे समजून घ्यायचं असेल तर वाइटाची थोडीफार ओळख करून घ्यावीच लागते. जग एकांगी कधीच नसतं, ते एकरेषीयही नसतं. पांढऱ्याला काळी किनार असतेच. माणसानं कसं असावं, हे ठरवताना कसं नसावं हेही तपासून घेतलं पाहिजे. त्यासाठी *माझा लढा* उपयुक्त ठरावा.

हिटलरच्या क्रौर्याची मुळं त्याच्या बालपणापर्यंत पोहोचलेली आढळतात. त्याच्या वडिलांच्या तिसऱ्या लग्नसंबंधातून जन्मलेला हा तिसरा मुलगा. आई आणि वडिलांच्या वयात २५ वर्षांचं अंतर. वडील व्यसनी. ते आईचा अनन्वित छळ करायचे. मुलांपुढं करू नये ती बळजोरी तिच्यावर करायचे. त्याचा हिटलरच्या मनावर सखोल परिणाम झाला. त्याचं शिक्षण यथातथाच झालं. चित्रकलेत रस होता, पण प्राथमिक शिक्षण अपुरं राहिल्यानं कला महाविद्यालयात प्रवेश मिळू शकला नाही. तो मिळता, तर जगाचा इतिहास बदलला गेला असता. पुढं हा ऑस्ट्रियाची राजधानी व्हिएन्नात पोहोचला. तिथं पडेल ती कामं करून जगत राहिला. इतिहासाची प्रचंड आवड आणि जाज्वल्य राष्ट्रप्रेम त्यानं तरुणपणातच अंगीकारलं. तिथंच जर्मन लोकांचं शोषण करून जगणाऱ्या ज्यू सावकारांचं दर्शन त्याला

झालं. जर्मन तरुणींना पैशासाठी शरीरविक्रीच्या व्यवसायात ढकलणारे ज्यू पाहिले आणि त्याच्यातील ज्यू द्वेषाला अधिकच धार आली. राजद्रोहाच्या आरोपाखाली त्याला तुरुंगवास भोगावा लागला. बंदिवासातच त्यानं आपलं आत्मचरित्र *माइन काम्फ* लिहिलं. त्यामुळे तो सत्तारूढ होण्याच्या आधीचा जडणघडणीचा काळ यात आला आहे. या पुस्तकात आपल्या गरिबीविषयी त्यानं लोणकढी थापा मारल्याचा आक्षेप घेतला जातो. त्याच्या मृत्यूनंतर मूळ पुस्तकात काही बदल करून त्याचं उदात्तीकरण केल्याचा आरोपही केला जातो. या पुस्तकात हिटलर सत्तेच्या सोपानापर्यंत कसा पोहोचला याचं वर्णन आलं आहे. सत्तेवर आल्यानंतर जो काही कहर त्यानं केला त्याची नोंद नाही. शिवाय हे त्याचं आत्मचरित्र म्हणण्यापेक्षा राजकीय चरित्रच ठरतं - तेही अर्धच.

जर्मनीच्या जनतेच्या मनावर ताबा मिळवण्यासाठी हिटलरनं मानसशास्त्राचा चांगलाच उपयोग करून घेतला. पहिल्या महायुद्धातील पराभवानंतर दोस्त राष्ट्रांनी व्हर्सायच्या तहाच्या माध्यमातून अपमानास्पद अटी लादल्यानं साऱ्या जर्मनीभर संतापाची लाट पसरली होती. त्याचा उपयोग सत्तासोपान चढण्यासाठी त्यानं खुबीनं करून घेतला. जनता कह्यात आली तर तिला हवं तसं वळवून चुकीच्या गोष्टीही उदात्तीकरणाच्या माध्यमातून तिच्या गळी उतरवता येतात. त्यासाठी बुद्धिभेदाचं अमोघ अस्त्र त्यानं वापरलं. वक्तृत्वकलेत तो बाप होता. उच्चरवात हातवारे करीत जनतेला हवं ते बोलण्याची मेख त्याला सापडली होती. शिवाय जनतेला काय हवंय हेही त्यानंच ठरवून आधीच तिच्या गळी उतरवलं होतं. त्यामुळे काम आणखीनच सोपं झालं. प्रसारमाध्यमही ताब्यात ठेवली गेली.

हिटलरची काही प्रसिद्ध अवतरणं...

- *प्रचारतंत्राचा चतुराईने आणि कौशल्यपूर्णरीत्या वापर केला तर लोकांना स्वर्गसुद्धा नरक असल्याचं आणि अगदी खालच्या दर्जाचं आयुष्य स्वर्गासमान असल्याचं भासवता येतं.*
- *ज्ञानाविरुद्धच्या लढ्यापेक्षा श्रद्धेविरुद्धचा लढा अधिक कठीण असतो.*
- *विचार न करणाऱ्या लोकांवर राज्य करणारी सरकारे भाग्यशाली असतात.*
- *सर्वाधिक खोटे बोलणारे लोक महान जादूगारही असतात.*
- *मानवतावाद म्हणजे मूर्खपणा आणि भ्याडपणाचं आविष्करण होय!*
- *जर तुम्ही एखादी खोटी गोष्ट सांगितली आणि ती सतत सांगत राहिलात तर लोक तीवर विश्वास ठेवतात.*

जनतेला भावणारं शुद्ध जर्मन वंशाचं हत्यार हिटलरकडे तयार होतंच. शिवाय त्याला ज्यू द्वेषाच्या माध्यमातून काल्पनिक शत्रूही तयार केला गेला. साम्यवादालाही (कम्युनिझम) हिटलरचा कडवा विरोध होता. त्यातून त्यानं आणि मुसोलिनीनं स्पॅनिश यादवी युद्धात

युद्धकालीन जर्मनीतील हिटलरची लोकप्रियता

तिथल्या साम्यवादी सरकारला उलथवण्यासाठी विरोधी गटाला मदत केली होती. लोकांच्या मनात हवं तेच पेरण्यासाठी प्रचारमंत्री जोसेफ गोबेल्सनं प्रभावी कामगिरी बजावली. खोटं खरं भासवण्यासाठी त्यानं अवलंबलेलं तंत्र 'गोबेल्स नीती' म्हणून पुढं प्रसिद्ध पावलं आणि मानसशास्त्रालाही त्याची दखल घ्यावी लागली. आधुनिक ज्ञान-विज्ञान नाकारण्याची मोहीम सुरू केली गेली. त्यातून १० मे १९३३ रोजी ग्रंथालयांतील २५ हजार पुस्तकांची होळी करण्यात आली. त्यासाठी जमलेल्या समुदायापुढं बोलताना गोबेल्सनं घोषणा केली, 'ही पुस्तकं राष्ट्रविरोधी आहेत. जर्मन माणूस पुस्तकी किडा बनायला नको, तो चारित्र्यवान असला पाहिजे.' अशा वातावरणात जीव घुसमटलेल्या अल्बर्ट आइनस्टाइनसारख्या ज्यूवंशीय शास्त्रज्ञाला आपल्या नोकरीचा राजीनामा देऊन जर्मनीतून पलायन करावं लागलं. त्याला देशद्रोही ठरवण्यात आलं आणि त्याच्या हत्येसाठी रोख इनामही जाहीर केलं गेलं. एका टप्प्यावर, तर साऱ्या अनिष्ट गोष्टींपासून मुक्ती मिळवण्यासाठी आणि शुद्ध जर्मनांचे साम्राज्य साकारण्यासाठीच हिटलरचा जन्म झाला असून, तो अवतारी पुरुष असल्याचे भासवण्याचे प्रयोग सुरू झाले. येशू ख्रिस्ताशीही त्याची तुलना केली गेली. तशी पुस्तके लिहून प्रसिद्ध करण्यात आली. अशा उन्मादी वातावरणात विवेकाला थारा कसा मिळावा? बुद्धिमान जर्मन समाज या प्रचारतंत्राला भाळला आणि तिथंच दुसऱ्या महायुद्धाचं बीजांकुरण झालं.

अंध, अपंग, लुळे, पांगळे, दुर्बल यांच्यापासून निपजणारी संतती कमकुवत असेल.

त्यामुळे अशा लोकांना संपवलं पाहिजे, अशी हिटलरची धारणा होती. तसं तो जाहीरपणे सांगायचाही. मानवता आणि हिटलर यांचं जणू वैरच होतं. नफरत त्याच्या नसानसांत भिनली होती. त्याची जडणघडण, त्याची सारी कारकीर्द, दुसऱ्या महायुद्धाचा तपशीलवार इतिहास जाणून घ्यायचा असेल तर वि. ग. कानिटकर यांनी लिहिलेलं *नाझी भस्मासुराचा उदयास्त* हे अभ्यासपूर्ण पुस्तक जरूर वाचलं पाहिजे. सन १९६५मध्ये प्रसिद्ध झालेल्या या पुस्तकाची एकोणतिसावी आवृत्ती सध्या बाजारात आहे. यावरून या पुस्तकाच्या लोकप्रियतेची कल्पना यावी.

हिटलरकडे काही आश्चर्यकारक आणि वाखाणण्यासारखे गुणही होते. तो शाकाहारी होता. मांसाहार पूर्ण वर्ज्य होता त्याला. मद्यपान, धूम्रपान तो करीत नसे. स्त्रियांमध्येही त्याला फारसा रस नव्हता. इतर हुकूमशहांप्रमाणे त्याने संपत्तीचा संचय केला नव्हता. या अर्थाने तो पुरुषोत्तम मानावा लागेल. सगळ्या युद्ध-आघाड्यांवर पराभवाचा डंका वाजायला सुरुवात झाल्यावर शेवटच्या काही दिवसांत त्याची अवस्था दयनीय झाल्याचं नंतर त्याच्या निकटवर्तीयांनी दिलेल्या जबान्यांमधून स्पष्ट होतं. या काळात हिटलर खचत गेला. त्याच्या वाणीतला जोष हरपला. खांदे झुकलेले, चेहऱ्यावर सूज, हाताला कंपवात, चेहऱ्यावर सुरकुत्या, अडखळती चाल असं त्याचं या दिवसांतलं वर्णन केलं जातं. साऱ्या जगाला रणांगणात खेचून रक्ताचे पाट वाहवणारा हा हुकूमशहा पराभवाचे नगारे वाजायला लागल्यावर चॅन्सेलरीतल्या बंकरमधून बाहेर यायलाही कचरत होता.

पुढं अनेक संवेदनशील लेखकांनी लिहिलेल्या युद्धकहाण्यांतून माणुसकीचा गहिवर व्यक्त होत राहिला. युद्धातील दोस्त राष्ट्रांच्या यशस्वी मोहिमांवर हॉलिवूडपट निघाले. युद्धपट हा नवाच प्रकार जन्माला आला. काही तद्दन व्यावसायिक चित्रपट होते, तर 'शिंडलर्स लिस्ट'सारख्या काही चित्रपटांनी जगाला माणुसकीचे दर्शन घडवले; युद्धापेक्षा मानवता श्रेष्ठ, हा संदेश बुलंद केला. *डायरी ऑफ ॲन फ्रँक* हे हिटलरच्या छळाला बळी पडलेल्या षोडशेचं आत्मकथन वाचून अनेकांच्या काळजाला घरं पडली. शांतताकाळात अशा हजारो युद्धकहाण्या प्रसिद्ध झाल्या. खुद्द हिटलरवर जगभरात लिहिल्या गेलेल्या पुस्तकांची संख्या काही हजारांवर आहे. मानसशास्त्रज्ञांनाही त्याचं चरित्र ना खुणावतं तर आश्चर्य! त्याची मनोभूमिका, नाझींच्या छळाचे तंत्र, मानव इतका क्रूर कसा बनू शकतो, असे एक ना अनेक विषय मानसशास्त्राच्या अभ्यासकांना खुणावू लागले. कुख्यात छळछावण्यांमध्ये ज्यूंना कसं हालहाल करून मारण्यात आलं. त्यासाठी कोणकोणते विकृत मार्ग वापरण्यात आले, हा स्वतंत्र लेखाचा नव्हे, तर जाडजूड पुस्तकाचा विषय ठरावा. अर्थात, त्या विषयावरची पुस्तकही आंग्ल भाषेत उपलब्ध आहेत. स्टॅन्ले मिलग्राम या मानसशास्त्रज्ञानं लिहिलेलं *ओबिडियन्स टू ॲथॉरिटी* हे पुस्तक खूपच गाजलं. एखाद्याचा जीव घेणं सोपं काम नाही, पण युरोपच्या समरभूमीवर लक्षावधी निरपराध ज्यूंचं शिरकाण करण्याचं धाडस जर्मन

सेनाधिकाऱ्यांच्या अंगी कसं एकवटलं, या विषयाचा चक्रावून टाकणारा अभ्यास आणि त्याचे निष्कर्ष या पुस्तकात मांडण्यात आले आहेत.

ज्ञानपीठ विजेत्या संवेदनशील लेखिका अमृता प्रीतम जर्मनीच्या दौऱ्यावर गेल्या असताना एक हृद्य प्रसंग घडला. अमृताजींनी त्यांच्या *रसिदी टिकट* या आत्मचरित्रात त्याचा उल्लेख केला आहे. त्या बर्लिनमधील युद्धस्मारक पाहत असताना तिथं एक जर्मन युवती आली. तिनं त्यांचा हात पकडला. डोळे पाणावले होते तिचे. 'जग आम्हा जर्मनांना कधीच माफ करणार नाही का हो?' तिनं रुद्ध स्वरात प्रश्न विचारला. तिच्यासारखं सगळ्याच जर्मनांना त्यांच्या चुकांचं भान आलं की नाही, हे कळायला मार्ग नाही, पण सध्या जर्मनीत हिटलरच्या *माइन काम्फ* चा खप पुन्हा वाढत असल्याचं वृत्त आहे. आपल्याकडेही काहींना हिटलरभक्तीची उबळ आली आहे. इतिहासाची अशी आवर्तनं मानवाला कुठं घेऊन जाणार आहेत. ठाऊक नाही. या आवर्तनांत कुठं समजूतदारपणाचा थांबा असणार आहे की नाही, याचंही भाकीत करता येत नाही. शहाण्या माणसांनी आपल्या आजूबाजूच्या लोकांना शहाणं करणं, सावध करणं एवढंच करता येण्यासारखं आहे. डॉ. बाबासाहेब आंबेडकरांनी म्हटलं आहे, ''धर्मावरील भक्ती मानवाच्या मुक्तीचा मार्ग बनू शकते; मात्र राजकारणात भक्ती किंवा नेत्याचा उदो उदो करणे म्हणजे पतनाच्या मार्गावर जाण्याचा आणि हुकूमशाहीला निमंत्रण देण्याचा पक्का रस्ता आहे.''

लोकहो, आपल्या भवतालाचा अदमास घ्या. आपली विचारसरणी तपासा. त्याचबरोबर हिटलरच्या कार्यकर्तृत्वावरून आणि दुसऱ्या महायुद्धाच्या फलनिष्पत्तीवरून आपण काही बोध घेणार आहोत की नाही, या प्रश्नाचं उत्तरही शोधा.

माणुसकीचा गहिवर

जगाच्या संघर्षशाली इतिहासात काही मोजकेच पराकोटीचे उन्नत क्षण असे आले की, तेव्हा माणुसकीचा गहिवर पुरत्या दुनियेच्या वर दशांगुळं उरला. एक स्वार्थी, पण मनपरिवर्तन झालेला जर्मन भांडवलदार १२०० ज्यूंना जीवनदान देण्यासाठी आपली सारी संपत्ती पणाला लावतो, स्वतःचं जगणंही धोक्यात आणतो, हे एक आक्रीतच!

पुस्तक : शिंडलर्स लिस्ट

मूळ पुस्तक : Schindler`s List

मूळ लेखक : थॉमस केनेली

अनुवाद : संजय दाबके

प्रकाशक : मेहता पब्लिशिंग हाऊस

'एक जीव वाचवण्याचं महत्त्व सगळ्या जगाला वाचवण्याइतकं मोठं आहे!'

– ज्यू धर्मग्रंथातील एक वचन

ही पोलंडमधली गोष्ट. खरीखुरी बरं का, काल्पनिक नव्हे! काळ अर्थातच दुसऱ्या महायुद्धाचा. विनाशकारी महायुद्धाचे पडघम वाजायला लागलेले. अवघ्या युरोपातले ज्यू भयचकित झालेले. आहे तिथंच राहावं की देश सोडून परागंदा व्हावं हा सुरुवातीला त्यांना पडलेला पेच, पुढं वेळीच का नाही या नरकातून बाहेर पडलो, या पश्चात्तापापर्यंत पोहोचलेला. जर्मन नाझींनी युरोपचा बहुतांश भाग काबीज करून तिथल्या ज्यूंना गुलामासम वागणूक द्यायला सुरुवात केलेली. पुढे हा खेळ ज्यूंच्या सामूहिक शिरकाणापर्यंत पोहोचला. जगाच्या इतिहासातलं हे सगळ्यात काळं पर्व. उन्मादावस्थेला पोहोचलेल्या नाझींनी ज्यूंच्या छळाच्या नवनवीन पद्धती शोधून काढलेल्या. एखाद्या नाझी सैन्याधिकाऱ्यानं अगदी मौज म्हणून किंवा कंटाळा आला म्हणून जाता जाता एखाद्या ज्यूला गोळी घालण्याच्या घटनांमध्येही नावीन्य राहिलं नव्हतं. सामूहिक हत्याकांडासाठी वापरल्या जाणाऱ्या पोलंडमधील ऑश्टविझसारख्या कुख्यात छळछावण्या तर मृत्यूचे कारखानेच बनलेले. तिथल्या अग्निसंहारातून ज्यूंच्या कातडी-मांसाची करपट दुर्गंधी घेऊन बाहेर पडणाऱ्या काळ्या धुराला काही ठिकाणी चांगुलपणाची चंदेरी झालरही लागलेली. ती समजावून घेणं माणूस म्हणून आपलं कर्तव्य. अशानंच आपला माणुसकीवरचा, चांगुलपणावरचा विश्वास दृढ होतो ना!

आपल्याला सगळ्या गोष्टी 'ब्लॅक ॲन्ड व्हाईट'मध्ये लागतात. नायक म्हणजे सर्वगुणसंपन्न, खलनायक म्हणजे दुर्गुणांचं आगार. या दोन्हीचं मिश्रण असलेला नायक स्वीकारणं अंमळ जडच जातं. आपल्या कथा, कादंबऱ्या नायक आणि खलनायकाचं असंच चित्र शतकानुशतकं रंगवत आलेल्या. चित्रपटांतही यापेक्षा काय वेगळं असतं? बऱ्याचदा दुर्गुणी खलनायकाला त्याच्याच पातळीवर उतरून नायक ठोकून काढतो. ही म्हणजे सुष्टानं दुष्टावर केलेली मात आहे, असं आपल्याला वाटतं. प्रत्यक्ष भवतालात नजर टाकली तर मात्र वेगळंच चित्र दिसतं. लोक थोडे चांगले असतात, त्याचबरोबर त्यांच्यात काही अवगुणही असतात. चांगुलपणाचं प्रमाण जितकं अधिक, तितका माणूस सुसह्य होत जातो, सद्गृहस्थाच्या पदवीला पात्र ठरतो. आपल्याला हवाहवासा वाटतो. प्रत्यक्षातलं जग हे असं संमिश्र असतं, काळ्या-पांढऱ्याचं मिश्रण असतं.

एखाद्याचं मूल्यमापन आपण त्याच्या बऱ्या-वाईट सवयी, गुणावगुण यावरून करतो. बऱ्याचदा या भाबडेपणामुळे गफलत होऊ शकते. व्यवस्थापनशास्त्रात एक चकवा देणारी चाचणी घेतली जाते. तुम्हाला तिघांतून एक चांगला नेता निवडायचा आहे. पहिला नेता कुटिल राजकारण्यांच्या वर्तुळात वावरणारा. त्याचा फलज्योतिषावर नको तितका विश्वास.

दोन बायकांचा तो दादला आहे. दररोज मद्याचे आठ-दहा पेग तरी रिचवतो. दुसऱ्या नेत्याला दोन वेळा कामावरून काढून टाकलं आहे. तो दुपारपर्यंत बिछान्यात लोळत राहतो.

थॉमस केनेली

महाविद्यालयात शिकत असताना तो अफूच्या आहारी गेला होता. दररोज संध्याकाळी तो व्हिस्कीची एक बाटली रिकामी करतो. त्याच्या तोंडात सतत सिगार शिलगावलेली असते. तिसरा नेता युद्धातला कसलेला सेनानी. तो शाकाहारी आहे. तो धूम्रपान आणि मद्यपानही करत नाही, कधी तरी बिअर घेतो. तो बाईलवेडाही नाही. आता या साऱ्या वर्णनावरून कोणाला निवडावं, या प्रश्नाचं सोपं उत्तर म्हणजे...तिसरा नेता. आता हे कोण आहेत ते जाणून घ्या. पहिला नेता म्हणजे दुसऱ्या महायुद्धात अमेरिकेचं नेतृत्व केलेले अध्यक्ष फ्रँकलिन रुझवेल्ट. दुसरा नेता म्हणजे या युद्धात मित्रराष्ट्रांना निर्णायक विजयापर्यंत नेणारा विन्स्टन चर्चिल आणि तिसरा नेता म्हणजे जगाला दुसऱ्या महायुद्धाच्या खाईत लोटणारा क्रूरकर्मा ॲडाल्फ हिटलर. आता बोला!

हे सारं इथं सांगण्याचं कारण म्हणजे *शिंडलर्स लिस्ट* या कादंबरीचा नायक असाच 'सर्वगुणसंपन्न' आहे. सुरुवातीला म्हटल्याप्रमाणे ही कादंबरी खऱ्या पात्रांवर, सत्य घटनांवर आधारित आहे. युद्धस्थितीचा फायदा घेऊन वारेमाप नफा कमवायला सोकावलेला संधिसाधू उद्योजक ऑस्कर शिंडलर अट्टल मद्यपी आणि पक्का बाईलवेडा. देखणा. सेक्रेटरीसह अनेक ललनांशी रत होणारा. वर्तनावरून त्याला जोखायला गेलात तर नक्कीच गफलत होईल. दुसऱ्या महायुद्धात शेकडो ज्यूंना जीवनदान देणारा तो मसिहा ठरला. खरं तर इतिहासात त्याचं कर्तृत्व झाकोळलंच गेलं असतं, पण ज्यांना त्यानं वाचवलं त्या लोकांनी तसं होऊ दिलं नाही. म्हणून तर दुसऱ्या महायुद्धाच्या काळ्या इतिहासातलं हे सोनेरी पान यथावकाश झळाळू लागलं. त्याचं श्रेय जातं ऑस्ट्रेलियन लेखक थॉमस केनेली यांना. या प्रतिभावंतानं पहिल्यांदा कादंबरीच्या रूपात शिंडलरची कहाणी जगापुढं आणली सन १९८३ मध्ये. प्रतिष्ठेच्या बुकर पुरस्कारासह अनेक आंतरराष्ट्रीय मानसन्मान तिला लाभले. सगळ्यात महत्त्वाचं म्हणजे स्टिव्हन स्पिलबर्ग या प्रख्यात दिग्दर्शकानं याच नावानं काढलेला चित्रपट 'होलोकास्ट'वरचा सर्वोत्तम चित्रपट म्हणून जगभर गौरवला गेला. त्याला उत्कृष्ट चित्रपट, उत्कृष्ट दिग्दर्शनासह विविध वर्गवारींत तब्बल सात ऑस्कर पुरस्कारांचं भरजरी कोंदण लाभलं. तो पाहणं हा आयुष्यातला थरारक अनुभव, कधीच न विसरता येण्यासारखा!

कोण हा ऑस्कर शिंडलर? त्याचं काय बरं इतकं कौतुक? कुख्यात ऑश्टविझ छळछावणीत कत्तलीसाठी निवडल्या गेलेल्या बाराशे ज्यूंना नाझींच्या कराल दाढेतून हिकमतीनं वाचवणारा हा माणूस, ज्याला माणसाच्या जगण्याचं मोल समजलं होतं.

दाखवायला तो नाझी जर्मन होता, मात्र त्यानं कैवार घेतला तो त्याच्या आर्यन वंशानं ज्यांचा नि:पात करायचा विडा उचलला आहे त्या ज्यूंचा! असं का, याचं उत्तर हा धटिंगण देऊ शकत नाही. तो फक्त जितक्या ज्यूंना वाचवता येईल तितक्यांना वाचवण्याची पराकाष्ठा करत राहतो. काही माणसांच्या बऱ्या किंवा वाईट कृत्यांची कारणमीमांसा देता येत नाही. पोलंडमधील क्रॅकोव शहरात युद्धकाळात नशीब काढायला आलेला ऑस्कर त्यातलाच. नाझींनी ज्यूंच्या नि:पातासाठी उघडलेल्या एकूण ३२० पैकी ३०० छळछावण्या एकट्या पोलंडमध्ये होत्या. सगळ्या देशाचीच जणू बंदिशाला झालेली. पोलंडवासीयांच्या मनात हिटलरच्या नाझींनी भरलेलं ज्यूद्वेषाचं विष काम करू लागलेलं. नाझींच्या विखारी प्रचारास्त्रामुळे ज्यूंनी आपले व्यवसाय, रोजगारसंधी बळकावल्याची भावना सर्वत्र बळावलेली. अशातच पोलंडमधल्या स्थानिक जर्मन प्रशासनानं (म्हणजे लष्करानं) ज्यूंसाठी एक आदेश काढलेला.- 'शहराच्या एका भागात तयार केलेल्या घेटोमध्ये (ज्यू वसाहत) ज्यूंनी २० मार्च १९४०च्या आधी आपली घरंदारं सोडून राहायला जावं, अन्यथा...' ज्यूंच्या छळाच्या प्रसंगांचं वर्णन करणारे कादंबरीतील परिच्छेद अंगाचा थरकाप उडवतात. त्यातीलच हे एक उदाहरण...

> *मार्चच्या वीस तारखेच्या आधीचे दोन आठवडे ज्यूंसाठी धावपळीचे गेले. आपापलं सामान ढकलगाड्यांमध्ये टाकून मध्यमवर्गीय ज्यू कुटुंबं घेटोच्या दिशेनं निघाली होती. 'स्ट्राडोम' रस्त्याच्या दुतर्फा पोलिश नागरिक, अगदी त्यांची लहान मुलंसुद्धा जाणाऱ्या ज्यूंना शिव्याशाप देत होती. दगडधोंडे, चिखल, जे हाताला येईल ते फेकून मारत होती आणि 'गुडबाय ज्यू' म्हणून आनंदानं किंचाळत होती. शरमेनं मान खाली घालून जाणाऱ्या ज्यूंचं स्वागत घेटोचा एक भला प्रचंड दरवाजा करत होता. दरवाजाला दोन मोठ्या कमानी होत्या. ट्राम यायला आणि जायला म्हणून त्या अशा उंच होत्या. थोड्याशा अरबी पद्धतीच्या वाटणाऱ्या ह्या दरवाजावर एक दिलासा देणारा शब्द लिहिला होता. 'ज्यूईश टाऊन' किंवा 'ज्यू नगरी'. बाजूनं सगळीकडे काटेरी तारांचं कुंपण होतं.*
>
> *आपापल्या ढकलगाड्या घेऊन येणाऱ्या ज्यूंना घेटोच्या दारातच गृहसमितीचे सदस्य भेटायचे. येणाऱ्या प्रत्येक माणसाला राहायची जागा द्यायचं काम या समितीकडे होतं. तुमचं कुटुंब जर आठ-दहा माणसांचं, खूप मोठं असेल तर कशाबशा दोन खोल्या त्या कुटुंबाला मिळायच्या. क्रॅकोवमधले बहुतेक ज्यू सुस्थितीत, चांगल्या घरात राहणारे होते. घेटोतली जागा बघून बहुतेकांची बोलतीच बंद व्हायची. मग त्या जागेचा राग आया आक्रस्ताळेपणे रडणाऱ्या मुलांना धपाटे घालून काढायच्या, तर बाप्ये लोक तोंडातल्या तोंडात काहीतरी पुटपुटत खिन्नपणे कोपऱ्यात बसून राहायचे. म्हणायचे, "ठीक आहे. देवाची इच्छा!"*

हे दीर्घ कथानक आहे. थोडक्यात सांगायचं तर स्वतः नाझी सदस्य असलेल्या ऑस्करनं ज्यूंना जर्मनांच्या ताब्यातून वाचवण्यासाठी केलेल्या आटोकाट प्रयत्नांची आणि त्याला मिळालेल्या यशाची ही कहाणी. ऑस्कर क्रॅकोवमध्ये लष्करासाठी भांडी बनवायचा कारखाना काढतो आणि त्यात कामगार म्हणून ज्यूंची भरती करतो. त्यांना चांगलं खाणं, चांगली वर्तणूक देतो. त्यामुळे जर्मनीच्या टाचेखाली रगडल्या जाणाऱ्या ज्यूंमध्ये ऑस्करच्या कारखान्याचं चांगलं नाव होतं. छळछावणीतील अत्याचारांना आणि निकृष्ट खाण्याला कंटाळलेला प्रत्येक ज्यू तिथं आपली वर्णी लागावी यासाठी धडपडत असतो. आपला व्यवसाय आणि ज्यूंच्या संरक्षणाची व्यवस्था कायम राहावी यासाठी ऑस्कर जर्मन लष्करी अधिकाऱ्यांना मद्याच्या बाटल्या, उत्तम खाद्यपदार्थ, पैसे लाच म्हणून देत असतो. त्यामुळे निर्वेधपणे त्याला आपलं काम चालू ठेवणं शक्य होतं. शेवटी क्रॅकोवमधील सर्व ज्यूंना ऑश्टविझ छळछावणीत मृत्युदंडासाठी पाठवण्याचा आदेश येतो, तेव्हा ऑस्कर हतबल होतो. आपला शेवट जवळ आल्याची जाणीव त्याच्या साऱ्या ज्यू कामगारांना होते. ऑस्कर त्यातूनही मार्ग काढतो. जर्मन अधिकाऱ्याला लाच देऊन या साऱ्या कैद्यांना विकत घ्यायचं ठरवतो. आपल्या साहाय्यकाच्या मदतीनं तो या साऱ्यांची यादी बनवतो. शिवाय आपल्या कारखान्याबाहेरच्याही अनेक ज्यूंचा त्यात समावेश करतो. या बाराशे ज्यूंना तो सहिसलामत झेकोस्लोव्हाकियाला नेऊन तिथं नवा कारखाना सुरू करतो. दोस्त राष्ट्रांनी विजय मिळवल्यावरच तो सर्वांचा निरोप घेऊन बाहेर पडतो. ऑस्कर शिंडलरची ही यादी दुसऱ्या महायुद्धाच्या इतिहासात अजरामर ठरली.. माणुसकीचं प्रतीक म्हणून तिला मान्यता मिळाली.

लोकहो, जगाच्या संघर्षशाली इतिहासात काही मोजकेच पराकोटीचे उन्नत क्षण असे आले की तेव्हा माणुसकीचा गहिवर पुरत्या दुनियेच्या वर दशांगुळे उरला. मानवतेचं निशाण डौलानं फडफडत राहिलं. ज्याच्याकडे सत्ता नाही, जो कोणाचा नियंता नाही असा एक स्वार्थी, पण मनपरिवर्तन झालेला भांडवलदार ज्यूंना जीवनदान देण्यासाठी आपली सारी संपत्ती पणाला लावतो, स्वतःचं जगणंही धोक्यात आणतो. हे कसं झालं हे समजून घ्यायचं असेल तर *शिंडलर्स लिस्ट* वाचायलाच हवं. त्याचबरोबर सरसपणात कादंबरीच्या पुढं चार पावलं जाणारा स्टिव्हन स्पिलबर्गचा सिनेमा पाहायला हवा. चित्रपटांच्या इतिहासातला सर्वाधिक दुःखद अनुभव देणारा चित्रपट म्हणून याची नोंद झाली आहे. रंगीबेरंगी काळात हेतुतः कृष्णधवल स्वरूपात काढलेला हा सिनेमा अक्षरशः अंगावर येतो. मानवी छळाचे नाझींनी अवलंबलेले विकृत प्रकार अंगावर शहारे आणतात. जीव वाचवण्यासाठी धावणारी मुलं, स्त्रिया, वयोवृद्ध चित्रपटभर पसरले आहेत. स्त्री-पुरुषांना नग्न करून त्यांची केलेली विटंबना मानवतेच्या इतिहासातील सर्वात लाजिरवाणं पर्व ठरावं. लपण्यासाठी प्रसंगी शौचकूपात उतरलेली निरागस मुलं पाहिल्यावर कोणाही सुहृदाचे डोळे भरून यावेत. या कहाणीत जसे नाझी नरराक्षस दिसतात, तसेच नराचा नारायण बनलेला ऑस्करसुद्धा पाहायला मिळतो.

क्रौर्य, हतबलता आणि निरागसता...
'शिंडलर्स लिस्ट' चित्रपटातलं एक प्रभावी दृश्य.

मानवी जीवनाच्या इतिहासातला हा अवनत काळ अनुभवलात तर माणुसकीवरचा तुमचा विश्वास कधीच ढळणार नाही. शालेय जीवनात पाठ झालेली आपल्या साने गुरुजींची 'खरा तो एकची धर्म, जगाला प्रेम अर्पावे...' ही प्रार्थना तुम्हाला आठवतेय का? या प्रार्थनेतील एका कडव्यात गुरुजी म्हणतात...

सदा जे आर्त अतिविकल, जयांना गांजती सकल
तया जाऊन हसवावे, जगाला प्रेम अर्पावे
कुणा ना व्यर्थ शिणवावे, कुणा ना व्यर्थ हिणवावे
समस्तां बंधु मानावे, जगाला प्रेम अर्पावे

हेच तर आहे माणुसकीचं सार. जगभरातल्या साऱ्या महामानवांनी हेच आपल्याला सांगितलं आहे, पण जगाच्या इतिहासात वारंवार येणारी अधःपतनाची आवर्तनं आपल्याला सतत मार्गच्युत करतात आणि आपण पुन्हा पुन्हा हिंसेच्या अरण्यात भ्रमिष्टासारखं फिरत राहतो.

ऑस्करची कहाणी कशी जगापुढं आली त्याची कहाणीही रोचक आहे. ऑस्करमुळे बचावलेल्या लिओपोल्ड पेफरबर्ग या ज्यूनं पुढं अमेरिकेतील बेव्हर्ली हिल्स इथं दुकान काढलं. ऑस्ट्रेलियन लेखक थॉमस केनेली बॅग खरेदी करण्यासाठी या दुकानात आले होते. ते लेखक आहेत हे कळल्यावर पेफरबर्गनं त्यांना ऑस्करची कहाणी ऐकवली. आपल्याकडची सारी कागदपत्रं दाखवली. या विषयावर केनेली यांनी कादंबरी लिहावी

अशी गळ त्यानं घातली. त्यांना घेऊन तो पोलंडला गेला. सगळी घटनास्थळं दाखवली, ऑस्करनं वाचवलेल्या अनेक ज्यूंची भेट घालून दिली. या साऱ्यातून सन १९८३मध्ये साकारली *शिंडलर्स लिस्ट* ही अभिजात आणि अस्सल अनुभवांवर, खऱ्या पात्रांवर आधारित कादंबरी. मेहता पब्लिशिंग हाऊसनं ही कादंबरी मराठीत आणली आहे. संजय दाबके यांनी अनुवाद केला आहे. पेफरबर्गच्या जिद्द आणि चिकाटीमुळे जगापुढं आलेली ही कादंबरी केनेली यांनी त्यालाच अर्पण केली आहे. पुढं या पठ्ठ्यानं प्रख्यात दिग्दर्शक स्टिव्हन स्पिलबर्गला गाठलं. स्पिलबर्गच्या आईची ओळख काढून तो त्याच्यापर्यंत पोचला. या कादंबरीवर चित्रपट काढण्याची गळ त्यानं स्पिलबर्गला घातली. बऱ्याच प्रयत्नांती तो राजी झाला. पुढं दहा वर्षांनी हा चित्रपट आला. जगाला हादरवणारी कादंबरी आणि चित्रपटाच्या निर्मितीमागं हा एक अगदी साधा माणूस होता. आणखी एक महत्त्वाची नोंद. हा शिंडलर खरंच होता का, त्याची यादी खरी आहे की कपोलकल्पित, असा प्रश्न काही शंकासुरांना पडू शकतो. त्याचं उत्तर सन २००९ मध्ये मिळालं. शिंडलरनं बनवलेल्या टंकलिखित यादीची कार्बन कॉपी सिडनीतल्या एका ग्रंथालयात मिळाली. ॲन फ्रँकच्या डायरीसारखी ही यादीही अस्सल आहे बरं!

या ऑस्करचं पुढं काय झालं? युद्ध संपल्यानंतर नाझी असल्यानं आपल्याला दोस्त राष्ट्रांकडून पकडलं जाईलच ही खात्री असल्यानं तो पत्नीसह परागंदा झाला. दुसरीकडे ज्यूंना मदत केल्याबद्दल जर्मनीनं त्याला गद्दार ठरवलं. ज्या ज्यूंना त्यानं वाचवलं, त्यांनीच त्याला शेवटपर्यंत साथ दिली. त्यांच्या मदतीनं त्यानं वेगवेगळे व्यवसाय करायचा प्रयत्न केला, पण त्यात अपयश आलं. कोणतीही कटुता न ठेवता पत्नी एमिली दुरावली. नंतर तो ॲना मारी या जर्मन महिलेच्या प्रेमात पडला. ती शेवटपर्यंत त्याच्याबरोबर राहिली. जर्मनी आणि इस्रायलमध्ये तो आलटून पालटून राहत होता. आपले पूर्वीचे सारे शौक कायम ठेवून राजासारखा राहिला तो. शेवटपर्यंत न डगमगता मजबूत दारू प्यायचा. इस्रायलसह पाश्चिमात्य विश्वानं त्याचा गौरव केला. पुढं लाजेकाजेस्तव जर्मन सरकारनंही त्याचा सन्मान केला. ज्यूंची भूमी इस्रायलची राजधानी जेरुसलेममध्ये त्यानं ९ ऑक्टोबर १९७४ रोजी अखेरचा श्वास घेतला. त्याच्या अखेरच्या इच्छेनुसार त्याचं दफन जेरुसलेममध्येच करण्यात आलं. त्याची कबर मानवतेचा संदेश देत दिमाखात उभी आहे. ज्या बाराशे लोकांना त्यानं वाचवलं ते ज्यू आणि त्यांचे सहा हजार वंशज आज त्याला देव मानतात. देव वेगळा असा कुठं असतो का, माहीत नाही; मात्र मानवात मात्र त्याचा अंश असू शकतो याची याद ऑस्करची कहाणी सतत देत राहील. त्याला मानाचा मुजरा!

इथे फुलांना मरण जन्मता !

युद्धविरोधी जनमानसाचं प्रतीक म्हणून जगाच्या इतिहासातील ॲन फ्रँकचं स्थान कोणाला नाकारता येणार नाही. दुष्टाच्या तावडीतूनही सुष्ट असं काही उरतंच. दुसऱ्या महायुद्धाच्या राखेतून सापडलेलं हे सुष्ट. तिची अक्षर रोजनिशी जगाला सतत युद्धापासून दूर राहण्याची निकड सांगत राहील.

पुस्तक : डायरी ऑफ ॲन फ्रँक

मूळ पुस्तक : The Diary Of A Young Girl

मूळ लेखक : ॲन फ्रँक

अनुवाद : मंगला निगुडकर

प्रकाशक : मेहता पब्लिशिंग हाऊस

"I don't want to have lived in vain like most people. I want to be useful or bring enjoyment to all people, even those I've never met. I want to go on living even after my death!"

- Anne Frank, *The Diary of A Young Girl*

दोन वर्षं एका बंदिस्त पोटमाळ्यावर तुम्हाला स्वतःला कोंडून घ्यावं लागलं, तर तुमची अवस्था काय होईल? कुणी तरी येऊन तुम्हाला वाणसामान देतं आहे. तुम्ही जेवण करू शकता, कुटुंबीयांशी हळुवार आवाजात गप्पा मारू शकता, पण तुम्हाला खिडकीतून बाहेर डोकावता येणार नाही. स्वच्छ सूर्यप्रकाश अनुभवण्यासाठी बाहेर फेरफटका मारता येणार नाही. युद्धकाळातील सायरन आणि लढाऊ विमानांचे कर्णकर्कश आवाज तुमच्या कानठळ्या बसवतील, पण जीव वाचवण्यासाठी तुम्हाला घराबाहेर धाव नाही घेता येणार... असं ठाणबंद राहणं जमेल तुम्हाला? कोरोना काळात झालेली नाकेबंदी आपण सर्वांनी अनुभवली. जेमतेम एखादा दिवससुद्धा आपल्याला घराच्या उंबरठ्याआड राहता येत नव्हतं. काही ना काही निमित्त काढून लोक रस्त्यावर धाव घेत होते. त्यासाठी पोलिसांचे दंडुके खाण्याचीही त्यांची तयारी होती. स्वातंत्र्य माणसाला किती प्रिय असतं ना! ते असेल तर आपण मुक्त विहार करू शकतो. घरकोंबडेपण ऐकायला बरं वाटत असलं, तरी ते विशिष्ट कालमर्यादेबाहेर अनुभवणं मानवी सहनशक्तीपल्याडचं आहे, याचं रोकडं भान आपल्याला कोरोना टाळेबंदीनं आणून दिलं.

दुसऱ्या महायुद्धाच्या काळात नराधम हिटलरच्या नाझी बगलबच्च्यांपासून बचावासाठी एक ज्यू कुटुंब ॲमस्टरडॅममधील एका इमारतीच्या पोटमाळ्यावर तब्बल दोन वर्षं लपून राहतं. या कुटुंबातील चौदा वर्षांची छोकरी आपल्या बंदिवासातील अनुभवाची रोजनिशी लिहिते. तिच्या अकाली मृत्यूनंतर ती पुस्तकरूपात प्रसिद्ध होते आणि वैश्विक युद्धवाङ्मयात अव्वल स्थान प्राप्त करते. ही कथा आहे ॲन फ्रँक या चिमुरडीची आणि तिनं निरागस मनानं लिहिलेल्या रोजनिशीची, जी पुढं *दि डायरी ऑफ ए यंग गर्ल* या नावानं जगप्रसिद्ध झाली. हिटलरसारख्या क्रूरकर्म्याचा हिडीस चेहरा तिनं प्रकाशात आणला, युद्धातला फोलपणाही उघड केला. युद्धविरोधी साहित्यातलं शांततेचं हत्यार म्हणून आजही हे पुस्तक लखलखतं आहे.

ज्यूद्वेष्ट्या नाझींपासून बचाव करण्यासाठी आई, वडील, मोठी बहीण आणि अन्य एका कुटुंबासह ॲन ॲमस्टरडॅममधील एका घराच्या पोटमाळ्यावर लपून राहत होती. तिच्या वाढदिनी वडिलांनी भेट दिलेल्या नव्याकोऱ्या रोजनिशीलाच (डायरी) ती जीवश्चकंठश्च मैत्रीण मानायची. तिनं रोजनिशीचं नामकरणही 'किटी' असं केलं होतं. गुप्त निवासातील (Secret Annex) लोकांच्या सवयी, वागणं, बोलणं, संघर्षाचे प्रसंग, हिटलरचा ज्यू विरोध

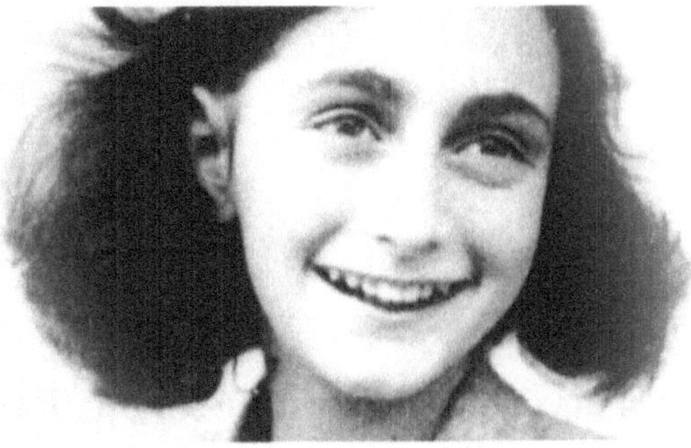

ॲन फ्रँक

आणि त्यातून मानवतेचं होत असलेलं नुकसान याचा लेखाजोखा ती खुल्या मनानं आपल्या या प्रिय मैत्रिणीला, किटीला सांगत राहते. ॲन १२ जून, १९४२ पासून १ ऑगस्ट, १९४४ पर्यंत रोजनिशी लिहीत होती. सुरुवातीस ती केवळ स्वतःसाठीच लिहीत होती. नेदरलँड्सवर जर्मनांनी ताबा मिळवला होता आणि त्यामुळेच फ्रँक कुटुंबावर लपूनछपून दिवस काढायची पाळी आली होती. तिथल्या सरकारमधील लंडन येथे राजकीय आश्रय घेतलेल्या गेरिट बोल्केस्टीन यांनी लंडनच्या रेडिओवरून एक घोषणा केली, "युद्धसमाप्तीनंतर डच लोकांना जर्मनांकडून जो छळ सोसावा लागला, त्याचा वृत्तान्त जमवून तो जनतेला उपलब्ध करून दिला जाईल." या भाषणानं प्रभावित होऊन ॲननं ठरवलं, की युद्ध संपल्यावर आपल्या या रोजनिशीच्या आधारे पुस्तक तयार करायचं. म्हणून तिनं या रोजनिशीचं संकलन आणि पुनर्लेखन सुरू केलं. तसं तिला पत्रकार, लेखक व्हायचंच होतं.

जर्मनांनी चालवलेल्या ज्यूंच्या छळाचं, गुप्त निवासाच्या खिडकीतून दिसणाऱ्या दृश्यांचं वर्णन करताना १९ नोव्हेंबर १९४२ च्या नोंदीत ॲन म्हणते...

> *'आमच्या अनेक स्नेही आणि नातेवाईक मंडळींना ओढून नेले आहे. रोज रात्री लष्करी गाड्या रस्त्यावरून फिरताना दिसतात. वाटेल त्या घरात शिरून तिथे कोणी ज्यू राहतात का, याची चौकशी करतात. राहत असतील त्यांना सहकुटुंब, सहपरिवार लॉरीत कोंबून छळगृहात नेले जाते. कधी कधी ते ज्यूंच्या नावाची यादी घेऊनच हिंडतात. त्यांच्या पकडीतून, आमच्याप्रमाणे लपून राहिलं तरच सुटका. एरवी नाही. जिथे त्यांना पैसा मिळेल किंवा हात मारता येईल तिथे जरूर जातात. दरडोई काही रक्कम मिळाली तर माणसांना सोडतातही, पण ते काही खरे नाही. रात्री अंधार पडल्यावर पुष्कळ वेळा मृत्यूची वाट चालत निघालेली लहान मुले, तरुण, म्हातारेकोतारे, अपंग, आजारी यांची मिरवणूक मला दिसते. मुले केविलवाणी रडत असतात, स्त्रिया डोळे पुसत असतात. मोठी माणसे गळा काढून रडत नाहीत*

एवढेच! खाटिकखान्याकडे निघालेल्या या लोकांना रस्त्यातसुद्धा जर्मन पोलिस धक्के मारतात, फरपटत नेतात, मारहाण करतात. बाहेर असे हाल चालले आहेत आणि आम्ही मात्र इथे सुखरूप आहोत. उबदार बिछान्यात झोपतो आहोत. बाहेर आमची स्नेहीमंडळी, नातेवाईक अटकेत, छळगृहात हाल सोसताहेत आणि आम्ही त्यांना काडीचीही मदत करू शकत नाही. काय त्या बिचाऱ्यांचे हाल होत असतील या विचाराने शरम वाटते. त्यांचा गुन्हा कोणता तर ते ज्यू आहेत!'

कोणी तरी नतद्रष्टानं माहिती दिली आणि जर्मन पोलिसांनी गुप्त निवासावर धाड टाकून अ‍ॅनसह तिचे कुटुंबीय आणि अन्य ज्यूंना पकडलं. या साऱ्यांची रवानगी छळछावणीत केली गेली. तिथं अ‍ॅन आणि तिची बहीण मार्गोट यांचा टाइफॉइडनं मृत्यू झाला. नेमकी तारीख उपलब्ध नाही, पण मार्च १९४५मध्ये अ‍ॅन मरण पावल्याचं मानलं जातं. तिचं दफन कुठं केलं गेलं, याचा थांगपत्ता लागला नाही. हजारो ज्यूंचं सामूहिक दफन केलं गेलं. अ‍ॅन त्यातच कुठं तरी चिरनिद्रा घेत असावी. मृत्यूपूर्वी मंगळवार १ ऑगस्ट १९४४ रोजी तिनं रोजनिशीत केलेली शेवटची नोंद या षोडशेची परिपक्वता दाखवून देते. ती म्हणते...

प्रियतम किटी,
विसंगती म्हणजे काय? मला वाटते या शब्दाची फोड दोन तऱ्हेने करता येईल. एक विसंगती आतून आलेली म्हणजे मनातली. आणि दुसरी बाहेरून लादलेली. पहिली विसंगती म्हणजे लोकांच्या मतांना न जुमानणारी, स्वतःचेच म्हणणे योग्य, बरोबर असे मानणारी, स्वतःला सर्व काही समजतं असे धरून चालणारी, थोडक्यात माझ्यासारखी. दुसरा अर्थ आहे, तशीही मी आहे, पण लोकांना ती मी माहीतच नाही आहे. लोक मला ओळखतात ती बंडखोर अ‍ॅन म्हणून. मी तुला मागेच सांगितले आहे, की माझे व्यक्तिमत्त्व दुहेरी आहे. एक म्हणजे खूप आनंदी, हसरी, सर्व गोष्टींची चेष्टा करणारी, उत्साही, सर्व गोष्टींकडे खिलाडू वृत्तीने पाहणारी मी. म्हणूनच कुणी कुणाशी प्रेमाचे चाळे केले, चुंबन, आलिंगन घेतले, दिले, चावट विनोद केले, तर मला फार मोठा उत्पात घडल्यासारखे नाही वाटत. हे माझे व्यक्तिमत्त्व माझ्या दुसऱ्या शांत, पवित्र गंभीर व्यक्तिमत्त्वाला नेहमी मागे सारायला पाहते. इतर लोकांना माझी शांत, सुशील, सुवृत्त बाजू माहीतच नाही. म्हणून तर ते मला उथळ समजतात. 'घटकाभर करमणूक' म्हणून लोकांना मी आवडते. अतिविद्वान, गंभीर प्रवृत्तीच्या माणसांना घटकाभर विरंगुळा म्हणून हलक्या फुलक्या प्रेमकथा, रोमँटिक सिनेमे आवडतात, तरी हे विद्वान लोक त्या प्रेमकथा, सिनेमे थोड्या वेळाने विसरून जातात, तसेच लोकही मला विसरतात, असे तुला सांगायची माझ्यावर पाळी यावी याची मला खरंच लाज वाटते; पण ते

सत्य आहे. माझ्यातली आनंदी, खोडकर वृत्ती नेहमीच माझ्या सुशील स्वभावावर जय मिळवते.

माझ्या स्वभावातला कोमलपणा, हळवेपणा, निसर्ग सौंदर्याची आवड लोकांना कळली तर ते माझी टिंगल करतील अशी मला भीती वाटते. मनातून मी फार भावनाप्रधान आहे. ती माझी बाजू प्रकाशात आली की लगेच लाजाळूच्या झाडाप्रमाणे पाने मिटून घेते. म्हणूनच ती गुणी ॲन कधी कुणाला दिसतच नाही. मी एकटी असताना ती प्रकट होते. तुला मागे सांगितल्याप्रमाणे मी जे बोलते ते माझ्या मनात नसतंच मुळी. म्हणून तर लोकांना वाटतं की मी प्रेमकथा वाचणारी, मुलांच्या मागे लागणारी उल्लू मुलगी आहे. असे कुणी मला तोंडावर सांगितलं की मी हसते, खांदे उडवते आणि गमतीचे उत्तर देते. त्यांचे बोलणे माझ्या मनाला लागले आहे असे दाखवून देत नाही. पण खरीखुरी आतली छुपी ॲन याच्या विरुद्ध प्रतिक्रिया दाखवते. कारण लोकांच्या बोलण्याने मला खरंच वाईट वाटलेले असते.

तुझी,
ॲन एम फ्रँक

गुप्त ठिकाणी राहणाऱ्या कुटुंबीयांपैकी फक्त ॲनचे वडील ओट्टो फ्रँक कुख्यात ऑशवित्झ छळछावणीतून जून १९४५ मध्ये ॲमस्टरडॅमला जिवंत परतले. त्यांनीच ॲनची रोजनिशी पुस्तकरूपात प्रसिद्ध केली. ते ज्या गुप्त निवासात राहत होते, त्या इमारतीची दुरवस्था झाली होती. युद्धानंतर एका कंपनीनं कारखाना उभारण्यासाठी ती विकत घेतली. ओट्टो फ्रँक यांना मात्र ॲन आणि त्यांच्या कुटुबीयांच्या स्मृती जिवंत ठेवायच्या होत्या. त्यासाठी त्यांनी जंग जंग पछाडले. शेवटी शहरातील प्रतिष्ठित नागरिक एकत्र आले. त्यांनी वर्गणी काढून ही इमारत त्या कंपनीकडून परत विकत घेतली. विश्वस्त संस्थेच्या माध्यमातून या इमारतीत ॲन फ्रँक संग्रहालय स्थापन केलं गेलं. वरच्या मजल्यावरील गोपनीय जागा मात्र आहे तशी जुन्या फर्निचरसह कायम ठेवली. तेव्हाचं वातावरण लोकांना अनुभवता यावं हा त्यामागचा उद्देश. दरवर्षी जगभरातले सुमारे १२ लाख शांतताप्रेमी लोक ॲमस्टरडॅममधील ॲन फ्रँकच्या या स्मृतिस्थळाला भेट देऊन अश्रू ढाळतात. आपण मात्र दळभद्री. बहुजन समाजाच्या शिक्षणासाठी झटणाऱ्या महात्मा फुले आणि सावित्रीबाई फुले या दांपत्यानं सुरू केलेली देशातील पहिली मुलींची शाळा विद्येच्या माहेरघरात मोडकळीस आली आहे. या महात्म्याच्या मृत्यूला दीडशे वर्षं उलटून गेली तरी तिचा उद्धार होऊ शकलेला नाही. त्यांच्या पुण्याईमुळे पुढारलेल्या महाराष्ट्राची ही 'कृतज्ञता!' स्मृती गोड असोत की कटू... सांभाळता आल्या पाहिजेत, सांभाळल्या पाहिजेत. त्या आपल्याला भल्या-बुऱ्याची जाणीव करून देतात. आपली पावलं नेकीच्या मार्गावर राहण्यासाठी स्मृतींची जपणूक महत्त्वाची.

आपल्याला हे भान येईल तो सुदिन!

ॲनची रोजनिशी मराठीसह जगभरातील ७० भाषांत अनुवादित झाली. तिच्या तीन कोटींहून अधिक प्रती विकल्या गेल्या. *टाइम* नियतकालिकानं विसाव्या शतकातील शंभर प्रभावी व्यक्तींमध्ये ॲनचा समावेश केला. छोटी ॲन आणि तिची रोजनिशी जगभरातील वाचनप्रेमींना भावली. लोकांना हे तिचं थोरपण आवडलं. तिचा करुण अंत लक्षावधी सहृदयींच्या काळजाचा ठोका चुकवणारा ठरला. या रोजनिशीवर आधारित नाट्य रूपांतरं, चित्रपट, ॲनिमेशनपट यांचं अक्षरशः भांडार उपलब्ध आहे. यू-ट्यूबवर त्याची पडताळणी तुम्हाला करता येईल. कोवळ्या वयातील एखादी छोकरी इतकी प्रगल्भ असू शकते, यावर तसा विश्वास ठेवणं कठीणच! झालंही तसंच. काहींनी रोजनिशीच्या आणि ॲनच्याही अस्तित्वावर प्रश्नचिन्ह उपस्थित केलं. हे सारं खोटं आहे, असं त्यांचं म्हणणं. हा विषय युरोपातील न्यायालयांपर्यंत पोहोचला. अगदी अलीकडे म्हणजे सन १९८६ मध्ये नेदरलँड्सच्या न्याय मंत्रालयानं रोजनिशीची पडताळणी केली. तिचा कागद, शाई, डिंक हा त्या काळातील असल्याचं छाननीत स्पष्ट झालं. शिवाय हस्ताक्षर तपासणीतही तिचा खरेपणा आढळून आला. १९९० मध्ये हॅम्बुर्ग न्यायालयानंही रोजनिशी अस्सल असल्याचा आणि ती ॲनचीच असल्याचा निर्वाळा दिला. रोजनिशीला आणि ॲनलाही न्याय मिळाला.

दुसऱ्या महायुद्धात हिटलरच्या वरवंट्याखाली १५ लाख ज्यू मुलांचा बळी गेला. छळछावण्यांमध्ये काही मुलांचा थेट खून केला गेला, काहींचा वैद्यकीय प्रयोगांमध्ये गिनिपीगसारखा वापर झाला. हजारो मुलं उपवास, अतिकष्ट, आजारपण यामुळे खंगून खंगून गतप्राण झाली. निष्पाप जिवांचा हा नरसंहार माणुसकीला काळिमा फासणारा ठरला. बालपण संपवून स्वप्नांच्या दुनियेत पदार्पण करणाऱ्या कोवळ्या जिवांचा असा अंत म्हणजे विश्वउन्नतीच्या अनंत शक्यतांचा शेवटच जणू!

ॲन आज शरीरानं या जगात नसली तरी तिच्या स्मृती चिरंतन आहेत. युद्धविरोधी जनमानसाचं प्रतीक म्हणून जगाच्या इतिहासातील ॲनचं स्थान कोणाला नाकारता येणार नाही. दुष्टाच्या तावडीतूनही सुष्ट असं काही उरतंच. दुसऱ्या महायुद्धाच्या राखेतून सापडलेलं हे सुष्ट. तिची अक्षर रोजनिशी जगाला सतत युद्धापासून दूर राहण्याची निकड सांगत राहील. लोकहो, तिच्यासाठी दोन अश्रू ढाळा! उमलण्याआधीच कोमेजलेल्या या गोड कळीला भावपूर्ण श्रद्धांजली.

ये दोस्ती...

लहान मुलं निष्पाप असतात, निरागस असतात. त्यांना क्रूर व्यवहारी जगाचं ज्ञान नसतं, भान नसतं. जसजशी ती मोठी होतात तसतसं त्यांचं बालपण हरवतं, व्यवहार कळायला लागतो आणि ती हळूहळू बाजारू जगाचा भाग बनायला लागतात. त्याआधी मात्र त्यांचं 'असणं' म्हणजे निर्व्याजतेचा अखंड परिमळच जणू!

पुस्तक : द बॉय इन द स्ट्राइप्ड पायजमाज्

मूळ पुस्तक : The Boy In The Striped Pajamas

मूळ लेखक : जॉन बायेन

अनुवाद : मुक्ता देशपांडे

प्रकाशक : मेहता पब्लिशिंग हाऊस

'सारं जग म्हणजे एक रंगमंच आहे आणि सर्व स्त्री-पुरुष त्या रंगमंचावरील पात्रं असतात', असं प्रख्यात नाटककार विल्यम शेक्सपिअरनं म्हटलं आहे. पृथ्वीतलावरील प्रत्येक माणूस म्हणजे किमान एक कथा असते. आपल्याला भेटणारा हरेक जण एक कथापात्र असतो. त्याच्या किंवा तिच्या प्रत्येकाशी असलेल्या संबंधांतून, नात्यांतून कदाचित आणखी काही कथा, कादंबऱ्या तयार होऊ शकतात; होतातही. अर्थात, त्या लिखित स्वरूपात नसतात. बहुतेकांच्या कथा, कर्मकहाण्या साध्या असतात. त्यात नावीन्याचा अभावही असेल कदाचित! काही कहाण्या मात्र गहिऱ्या असतात. त्या जिवाला कायमचा घोर लावतात. दुसरं महायुद्ध म्हणजे अशा कहाण्यांचं भांडार. त्यातूनच जागतिक सत्ताधीशांच्या कराल महत्त्वाकांक्षेपुढं असहाय झालेल्या सामान्य माणसांच्या हालअपेष्टांच्या करुण कथांनी अवघं वाङ्मयविश्व समृद्ध झालं. या महायुद्धानं माणसाच्या माणूसपणाचीच कसोटी पाहिली. या कसोटीवर माणसातला माणूस ठार नापास झाला हो! मानवी क्रौर्याची पराकोटी जगानं पाहिली. साधी साधी माणसं अधिकाराची तलवार हाती आल्यावर बेभानपणानं कसा माणुसकीचा बळी घेऊ शकतात, याचं मानसशास्त्रज्ञांनाही थक्क करणारं चित्र पुढं आलं. या कहाण्यांवर आधारित अनेक चित्रपटही आले. त्यांनाही मोठा प्रतिसाद लाभला. माणसातल्या सैतानाचं रूप पाहून जगभरची विचारी माणसं चकित झाली. लक्षावधी ज्यूंचा बळी घेण्यासाठी हिटलरनामक राक्षसानं बुद्धिभेद करून साध्या माणसांचाच हत्यारासारखा केलेला वापर विचारवंतांच्या, साहित्यिकांच्या चिंतनाचा, चिंतेचा विषय ठरला.

दुसऱ्या महायुद्धादरम्यान नाझी जर्मनीकडून करण्यात आलेल्या ज्यू लोकांच्या हत्येचं वर्णन करण्यासाठी 'होलोकास्ट' हा शब्दप्रयोग वापरला जातो. या ग्रीक शब्दाचा अर्थ 'संपूर्ण भाजणे' असा आहे. ज्यूंचं शिरकाण करण्यासाठी जिवंत जाळण्याचे अघोरी प्रकार छळछावण्यांमध्ये मोठ्या प्रमाणावर घडले. दुसऱ्या महायुद्धापूर्वी युरोपात सुमारे ९० लाख ज्यू होते, ज्यांपैकी दोन तृतीयांश (६० लाख) ज्यू या हत्याकांडात मृत्युमुखी पडले. त्यामध्ये ३० लाख पुरुष, २० लाख स्त्रिया व १० लाख बालकांचा समावेश होता. हिटलरनं समाजाचं शुद्धीकरण करण्यासाठी आर्य जर्मनेतर सर्व लोकांचे शिरकाण करण्याची योजना आखली. त्याअंतर्गत जवळ जवळ सर्व ज्यूंना अटक करून छळछावण्यांमध्ये डांबलं गेलं. या छावण्यांमधील दारुण परिस्थिती, उपासमार, रोगराई, अतिश्रमामुळे अनेक ज्यू मरण पावले. डखाउ, बुखनवाल्ड, ऑशवित्झ या सर्वांत प्रथम उभारलेल्या छळछावण्या होत्या. काही छावण्यांमध्ये कैद्यांना एका मोठ्या बंदिस्त खोलीत डांबून त्या खोलीत विषारी वायू सोडला जात असे.

खरं तर ज्यू लोकांचा छळ केला जात आहे हे जर्मनी आणि युरोपमधील सामान्य लोकांना चांगलं ठाऊक होतं. ज्यूंना स्थलांतर करण्यास भाग पाडलं जात आहे आणि शेवटी निर्वासित केलं जात आहे, हेही त्यांच्या लक्षात आलं होतं. ज्यू लोक मारले जात आहेत हे माहीत असलेले

बरेच लोक होते. या अमानवी कृत्यांकडे काणाडोळा करून बऱ्याच जर्मनांनी होलोकास्टचा फायदा उठवला. ज्यूंची मालमत्ता आणि वस्तू बळकावल्या. आपल्याकडे फाळणीच्या वेळी असंच घडलं. म्हणजे इथून तिथून सारी माणसं सारखीच! संधी आल्यावर हात धुऊन घेणारी, माणुसकीला सोयीनं खुंटीवर टांगून ठेवणारी...संधिसाधू! ज्यांची सदसद्विवेकबुद्धी जागृत आहे. अशा काही जर्मनांनी मात्र नाझी विचारसरणीचा प्रतिकार केला. त्यांना सरकारपुरस्कृत त्रासाला सामोरं जावं लागलं. सांगायचा मुद्दा असा की साधे-सरळ जर्मन नागरिक वेळ आल्यानंतर हिटलरच्या क्रूर अमानवी विचारसरणीला केवळ बळीच पडले नाहीत, तर त्याच्या विचारसरणीचे कडवे समर्थक बनले; त्यातून उद्भवलेल्या परिस्थितीचे निर्लज्ज लाभार्थी बनले.

जॉन बायेन

लहान मुलं निष्पाप असतात, निरागस असतात. त्यांना क्रूर व्यवहारी जगाचं ज्ञान नसतं, भान नसतं. जसजशी ती मोठी होतात, तसतसं त्यांचं बालपण हरवतं, व्यवहार कळायला लागतो आणि ती हळूहळू बाजारू जगाचा भाग बनायला लागतात. त्याआधी मात्र त्यांचं असणं म्हणजे निर्व्याजतेचा अखंड परिमळच जणू! आजूबाजूला सुरू असलेल्या अन्यायाचं रोकडं आकलन त्यांना होत नाही. केवळ एखादी घटना, प्रसंग म्हणून ती त्याकडे पाहत राहतात, आपल्या परीनं त्याचा बाळबोध अर्थ लावायचा प्रयत्न करतात. हिटलरच्या छळछावणीत रवानगी होऊ नये म्हणून कुटुंबासह ॲमस्टरडॅममधील (नेदरलँड) एका घराच्या पोटमाळ्यावर लपून बसलेली, पण नंतर नाझींकडून बळी गेलेली ॲन फ्रॅन्क ही चिमुरडी आणि तिची जगप्रसिद्ध डायरी जागतिक अभिजात वाङ्मयात मोलाचं स्थान पटकावून बसली आहे. तिच्यासारखाच ब्रुनो हा नऊ वर्षांचा छोकरा आणि त्याच्याच वयाचा त्याचा मित्र श्म्यूल यांच्या अनोख्या मैत्रीची आणि या मैतरांच्या शोकान्त शेवटाची ही कहाणी.

जॉन बायेन या इंग्लिश लेखकाचा जन्म सन १९७१चा! म्हणजे दुसरं महायुद्ध संपल्यानंतर तब्बल २५ वर्षांनी त्यांनी भूतलावर पाय ठेवला. तरीही या महायुद्धातील लक्षावधी कहाण्यांपैकी एक कहाणी सांगण्याचा प्रयत्न त्यांनी केला. *द बॉय इन द स्ट्राइप्ड पायजमाज* ही नाझी छळछावण्यांच्या पार्श्वभूमीवरील एका कहाणीवर बेतलेली त्यांची कादंबरी जगभर गाजली. सन २००६मध्ये प्रथम प्रकाशित झालेल्या या कादंबरीचा मराठीसह ५० भाषांत अनुवाद झाला. ताज्या माहितीनुसार जगभरात तिच्या ९० लाखांहून अधिक प्रती खपल्या आहेत. *न्यू यॉर्क टाईम्स*च्या सर्वाधिक खपाच्या पुस्तकांच्या यादीतही तिचा समावेश झाला. या पुस्तकावर आधारित चित्रपट सन २००८ मध्ये आला आणि गाजलाही. ही सत्य घटना

नसावी असा कयास बांधला जातो. तशी ती कल्पित कथाच आहे. प्रत्यक्षात लेखकानं मात्र याविषयी भाष्य केलेलं नाही.

ही कहाणी नऊ वर्षांच्या ब्रुनोच्या नजरेतून लेखकानं लिहिली आहे. महायुद्धाच्या काळात आजूबाजूला घडणाऱ्या घटना-घडामोडी भयावह असल्या तरी बऱ्या-वाइटाचं फारसं आकलन नसलेला आणि स्वतःच्याच विश्वात रमणारा हा गोड छोकरा बालसुलभ कुतूहलानं आपल्या आकलनानुसार सारं टिपत असतो. साध्या सोप्या भाषेत लेखक ते आपल्यापर्यंत पोहोचवतो. तो आई, वडील, बहिणीसह बर्लिन इथं टोलेजंग निवासात राहत असतो. वडील हिटलरच्या सैन्यातील वरिष्ठ अधिकारी असतात. त्यांना ऑशवित्झ छावणीची जबाबदारी दिली गेल्यानं कुटुंबासह पोलंडला स्थलांतर करावं लागतं. कादंबरीच्या सुरुवातीच्या भागात त्याचं वर्णन आलं आहे. ब्रुनो मित्रांमध्ये रमलेला असतो. त्याला बर्लिन सोडणं जिवावर येतं. शेवटी त्याला कुटुंबाबरोबर जावंच लागतं. त्यांचं नवं घर असतं कुख्यात ऑशवित्झ छळछावणीच्या शेजारी. *मॅन्स सर्च फॉर मीनिंग* या पुस्तकाचे लेखक डॉ. व्हिक्टर फ्रॅन्कल यांनी याच छळछावणीत हालअपेष्टा भोगल्या होत्या.

ब्रुनोच्या आईला नवी जागा आवडलेली नसते. जर्मन सैनिक, अधिकाऱ्यांचा सतत तिथं राबता असतो. खुद्द हिटलरही एकदा मेजवानीसाठी तिथं येतो. एकूणच मुलांसह राहण्याच्या योग्यतेचं हे ठिकाण नसल्याचं आईचं मत बनतं. छळछावणीत ज्यूंचे मृतदेह जाळल्याचा दुर्गंधही घरात येत राहतो. अर्थात ब्रुनोला यातील काही कळत नसतं. आईलाही सुरुवातीला याची कल्पना नसते. एकदा तिथं चाललेल्या हत्याकांडाची माहिती मिळाल्यानंतर ती हादरते. ब्रुनोच्या वडिलांशी या विषयावरून तिचे खूप वाद होतात. मूळ डॉक्टर असलेल्या, पण या घरात वेटरचं काम करणाऱ्या पावेल या ज्यू नागरिकाला दिली जाणारी गुलामाची वागणूक तिला पसंत नसते. छोटा ब्रुनो हे सारं पाहत असतो, आपल्या परीनं त्याचा अर्थ लावण्याचा प्रयत्न करीत असतो. ज्यू, जर्मन वंश या गोष्टी त्याच्या आकलनाच्या पलीकडे असतात. ब्रुनोला तिथं एकही मित्र खेळायला नसतो. स्वतःला तो संशोधक समजत असतो. त्याविषयीच्या त्याच्या धडपडीचं, त्याच्या बाळबोध आकलनाचं वर्णन या कादंबरीत छान पद्धतीनं आलं आहे...

> *'मी जेव्हा लहान होतो,' ब्रूनो स्वतःशीच म्हणाला, 'मला काही तरी शोधायला फार आवडायचं आणि बर्लिनला असताना, तिथली मला सगळी माहिती होती. तेव्हा डोळे बांधूनही मला हवी असलेली वस्तू मी बरोबर शोधायचो. असं शोधकार्य मी इथं कधीही केलेलं नाही. आता ते सुरू करण्याची वेळ बहुधा आलेली आहे.' आणि मग, त्याचा विचार बदलायच्या आत, ब्रूनोनं पलंगावरून उडी मारली आणि कपाटात उचकापाचक करून एखादा संशोधक घालत असावा असे कपडे,*

कोवळं भावविश्व...'द बॉय इन द स्ट्राइप्ड पायजमाज' या चित्रपटात ब्रुनो (एसा बटरफिल्ड) आणि श्म्यूल (जॅक स्कॅनलन)

एक ओव्हरकोट आणि जुनेपुराणे बूट बाहेर काढले आणि घराबाहेर पडायला सज्ज झाला. घराच्या आत संशोधन करण्यात काहीही अर्थ नव्हता. कारण शेवटी हे काही बर्लिनचं घर नव्हतं. तिथे त्याच्या आठवणीप्रमाणे हजारो सांदीकोपरे होते आणि रहस्यमय छोट्या खोल्या, शिवाय पाच मजले आणि अगदी वरती असलेली छोटी खोली जिला एक अशी खिडकी होती. जिच्यातून बाहेर पाहण्यासाठी त्याला चवड्यांवर उभं राहावं लागत असे. नाही, हे घर संशोधनासाठी अगदीच बेकार होतं. जर काही शोधायचं असेल तर ते घराबाहेरच जाऊन शोधायला पाहिजे होतं.

गेले कितीतरी महिने ब्रूनो आपल्या खोलीच्या खिडकीतून दिसणाऱ्या बागेकडे पाहत असे. तिथे असणारा बाक, त्यावर बसवलेली कोनशिला, उंच कुंपण आणि मोठाले लाकडी खांब आणि अजून बऱ्याच गोष्टी ज्या त्यानं आजीला पत्रातून लिहिल्या होत्या. त्यानं इतक्या वेळा पलीकडे असलेल्या लोकांना पाहिलं होतं, वेगवेगळ्या तऱ्हेचे लोक, पण चट्टेरीपट्टेरी कपड्यांमध्ये; तरी अजूनपर्यंत एकदाही हे सगळे कोण आहेत, असा प्रश्न त्याच्या मनात आला नव्हता. ते जणू काही दुसरं शहर होतं. त्याच्या घराला समांतर वसलेलं, जिथे लोक राहत होते आणि एकत्र काहीतरी काम करत होते. पण ते खरोखरंच वेगवेगळे लोक होते का? कारण त्या वस्तीमधले सगळे लोक (ज्यू कैदी) एकाच प्रकारचे कपडे घालत असत, ते पट्टे पट्टे असलेले आणि कापडी टोप्याही तशाच कापडाच्या. त्याच्या घरात वावरणारे लोक (लष्करी अधिकारी, सैनिक) वेगवेगळी नक्षी असलेले वेगवेगळ्या दर्जाचे गणवेश, टोप्या आणि हेल्मेट्स घालीत आणि हाताला चमकदार लाल-काळ्या रंगांचे पट्टे बांधत. त्यांच्याकडे बंदुका होत्या आणि त्यांचे चेहरे नेहमी कठोर

असत, जणू काही तसं करणंच सगळ्यात महत्त्वाचं होतं आणि कुणीही बाकी काहीही विचार करणं गैर होतं. नक्की काय फरक होता? तो स्वत:शीच विचार करू लागला. कोणत्या लोकांनी पट्ट्यांचे कपडे घालायचे आणि कोणत्या लोकांनी गणवेश घालायचे हे कुणी ठरवलं बरं?'

ब्रुनोला खेळायला सवंगडी हवे असतात. एकदा आईची व बहिणीची नजर चुकवून तो घराबाहेर पडतो आणि छळछावणीच्या काटेरी कुंपणापर्यंत जाऊन पोहोचतो. तिथं त्याला बंदीवासातला श्म्यूल हा त्याच्याच वयाचा छोकरा भेटतो. एकमेकांचं वास्तव समजून घेण्याची बौद्धिक कुवत दोघांमध्येही नसते. तरीही ते मित्र बनतात. ब्रुनो आपल्या या काटेरी कुंपणापलीकडच्या नव्या मित्राला भेटायला सतत येत राहतो, त्याच्यासाठी वेळोवेळी खायचे पदार्थ घेऊन येतो. ते समोरासमोर बसून गप्पा मारतात. काही बैठे खेळ खेळतात. साहसी कथांची आवड असलेल्या संशोधक वृत्तीचा ब्रुनो आपली ही मैत्री घरच्यांपासून लपवून ठेवतो.

या कथेचा शेवट आपल्याला सुन्न करून सोडतो. ही रहस्यकथा नाही, तरीही तिचा शेवट धक्कादायक आणि अनपेक्षित आहे. हा शेवटच या कथेचं बलस्थान आहे. तो सांगणं टाळता येणार नाही. छळछावणीत असलेले श्म्यूलचे वडील बेपत्ता झालेले असतात. त्यांना कुठं शोधायचं, असा प्रश्न त्याला पडलेला असतो. ब्रुनो त्याला मदत करायची ठरवतो. दुसऱ्या दिवशी तो छावणीत शिरण्याच्या तयारीनंच येतो. आपले कपडे तारेच्या कुंपणाजवळ काढून श्म्यूलनं आणलेले पट्ट्यापट्ट्याचे कपडे घालतो. आता तो श्म्यूलसारखाच दिसू लागतो. तारेखाली खड्डा खणून तो छावणीत प्रवेश करतो. ते छावणीच्या आतील भागात जातात. तिथे जर्मन सैनिक काही ज्यू कैद्यांना एकत्र करत असतात. या दोघांनाही या घोळक्यात सामावून घेतलं जातं. इकडे ब्रुनोचे आई-वडील त्याचा शोध घेत असतात. ब्रुनो मात्र मित्राच्या हातात हात घालून त्याच्या वडिलांच्या अखत्यारीत असलेल्या छळछावणीच्या गॅस चेंबरमध्ये भाबडेपणानं प्रवेश करीत असतो. शेवटी या चेंबरची दारं बंद होतात...

ही कसली शोकांतिका म्हणायची? या दुःखाची प्रत काय असू शकेल? ही कर्मफल सिद्धान्ताची परिणती आहे का? तसं असेल तर त्याची शिक्षा छोट्या भाबड्या जिवानं का भोगायची; हिटलरसारख्याची साथ देणाऱ्या त्याच्या वडिलांनी का नाही? लोकहो, विचार करा... धर्म, वंशाचा आधार घेऊन केली जाणारी हिंसा, पसरवला जाणारा विद्वेष मानवाचा कडेलोट करतो हे जगाचा इतिहास आपल्याला कानीकपाळी ओरडून सांगतो आहे. आपल्या सर्वांना तो समजेल, उमजेल तो सुदिन!

मानवतेच्या शत्रूसंगे

मानवी जीवनात कितीही अनिश्चितता असली तरी प्रेम अमर असतं, अपार असतं. हृदयाच्या देठातून ते कुणी खुडून काढू शकत नाही. किंबहुना, जगण्याची ऊर्मी म्हणजे प्रेम, जगण्याची ऊर्जा म्हणजे प्रेम! 'फॉर हूम दि बेल टोल्स'चा नायक रॉबर्ट जॉर्डनला मरण समोर दिसत असतानाही त्याचा आणि मेरियाचा सुरू असलेला प्रेमोत्सव हेमिंग्वेनं ताकदीनं चितारला आहे.

पुस्तक : घणघणतो घंटानाद
मूळ पुस्तक : For Whom The Bell Tolls
मूळ लेखक : अर्नेस्ट हेमिंग्वे
अनुवाद : दि. बा. मोकाशी
प्रकाशक : मेहता पब्लिशिंग हाऊस

मार्था गेलहॉर्न पहिल्यांदा प्रख्यात साहित्यिक अर्नेस्ट हेमिंग्वेला भेटली तेव्हा ती ऐन तारुण्यात होती, तर हेमिंग्वे उभा होता चाळिशीच्या उंबरठ्यावर! तरीही 'ती पाहताच बाला कलिजा खलास झाला' अशी काहीशी त्याची अवस्था झाली. हेमिंग्वे एव्हाना जागतिक साहित्यक्षेत्रातील उभरता तारा म्हणून उदयाला आला होता. फ्लोरिडातल्या की वेस्टजवळ तो राहायचा. तिथल्या स्लॉपी जोज बारमध्ये मनमुराद मद्यपान करायचा. तिथं येणारे पर्यटक त्याला भेटायला, पाहायला धडपडत, स्वाक्षरीसाठी गराडा घालत. एके दिवशी हेमिंग्वेची चाहती असलेली मार्था ही पत्रकार त्याला भेटायला आली. ती यादवी युद्धाचं वार्तांकन करायला स्पेनला निघाली होती. जाण्यापूर्वी तिला हेमिंग्वेचे आशीर्वाद घ्यायचे होते. हा पठ्ठ्या मात्र या देखण्या चाहतीवर प्रथमदर्शनातच लट्टू झाला. तिच्याबरोबर आपणही यादवी युद्धाचं वार्तांकन करायला जावं, अशी उबळ त्याला आली. लागलीच *अमेरिकन नॉर्थ* या वृत्तपत्रासाठी पत्रकार म्हणून तो स्पेनला रवानाही झाला.

स्पेनमधल्या यादवी युद्धाबरोबर त्यांचं प्रेमही फुलत गेलं. ते वर्ष होतं १९३७. पुढे १९४० मध्ये प्रकाशित झालेल्या जागतिक कीर्तीच्या *फॉर हूम दि बेल टोल्स* या अभिजात कादंबरीची प्रेरणा ही मार्था ठरेल असं तेव्हा कोणालाही वाटलं नव्हतं. या कादंबरीतील नायिकेचं पात्र हेमिंग्वेनं मार्थाच्या व्यक्तिमत्त्वावर बेतलं. युद्ध आणि प्रेमाचं मनोज्ञ चित्रण करणारी ही कादंबरी ऑक्टोबर १९४०मध्ये प्रकाशित झाली आणि काही महिन्यांतच तिच्या लाखो प्रती हातोहात खपल्या. याच वर्षी त्यानं दुसरी पत्नी पॉलिनशी काडीमोड घेतला आणि मार्थाबरोबर तो तिसऱ्या लग्नासाठी बोहल्यावर चढला. त्याचं हे लग्नही चार-पाच वर्षांवर टिकलं नाही. मात्र *फॉर हूम दि बेल टोल्स* नावाचं एक अस्सल साहित्यरत्न जगाला सापडलं ही या प्रेमाची, लग्नाची कमी मोलाची फलनिष्पत्ती नव्हती! शिवाय मार्थाही यथावकाश तोलामोलाची कादंबरीकार आणि अनेक युद्धांचं वार्तांकन करणारी विसाव्या शतकातील आघाडीची युद्धवार्ताहर म्हणून गाजली. तिची ओळख तिनं स्वतंत्रपणे तयार केली. हेमिंग्वेच्या सावलीत आपली वाढ खुरटू दिली नाही. पुढे वयाच्या ८९व्या वर्षी आजारपणाला कंटाळून तिनं हेमिंग्वेसारखाच आत्मघात करून घेतला.

मानव हा तसा सदासंघर्षशील प्राणी. संघर्षानं संयमाची मर्यादा ओलांडली, की तो हिंसाचारात रूपांतरित होतो. म्हणून मानवजातीचा इतिहास पाहिल्यास तो लढाया, युद्धं, महायुद्धांनी भरलेला दिसतो. पृथ्वीतलावर कोठे ना कोठे सतत लढाया, युद्धं, शीतयुद्धं सुरू असतात. अशा संघर्षाचं नेतृत्व करणारे स्वतःचा 'अहं' गोंजारत, महत्त्वाकांक्षेला तेलपाणी घालत सामान्य माणसाला युद्धाच्या खाईत खेचत राहतात, त्याची फरफट करतात हे इतिहासानं पाहिलं आहे, नोंदवलं आहे. तरीही आपण इतिहासापासून काही शिकत नाही. एखादा हुकूमशहा येतो, लोकांचे रोजचे जगण्यामरण्याचे प्रश्न बाजूला सारून राष्ट्रवादाचे गोडवे गात जनतेला पागल बनवतो, संघर्षासाठी तयार करतो. धर्म, जात, वंश, प्रदेश अशा

कशाचीही ढाल करून सामान्य जनतेला युद्धाच्या वणव्यात समीधेसारखं स्वाहा करणारे हे नेते स्वतः मात्र सुरक्षित राहतात, यथेच्छ सत्ता भोगतात, वारेमाप संपत्ती कमावतात, विलासी आयुष्य जगतात याचं भान लोकांना सारं उद्ध्वस्त झाल्यानंतरच येतं. म्हणून नंतर कितीही भ्रमनिरास झाला तरी त्यांच्या त्यांच्या काळात हिटलर, मुसोलिनीसारखे हुकूमशहा तिथल्या जनतेला महानायक, उद्धारकर्ते वाटत होते. उशिराचं शहाणपण बऱ्याचदा बिनकामाचं ठरतं ते असं! पाश्चात्त्य तत्त्ववेत्ता जॉर्ज सन्तायना म्हणतो तसं, "जे इतिहासापासून काही शिकत नाहीत, त्यांना तो पुन्हा भोगावा लागू शकतो." त्याची भविष्यवाणी खरी ठरवणारी इतिहासाच्या पुनरावृत्तीची अनेक आवर्तनं जगानं, मानवजातीनं पाहिली आहेत आणि अज्ञानाच्या डोहात तरंगणाऱ्या स्वमग्न जनतेमुळे पुढंही ती होतच राहतील.

रक्तरंजित इतिहास केवळ इतिहासाच्या पुस्तकांत बंदिस्त राहत नाही. संवेदनशील साहित्यिकांच्या नजरेतूनही तो जगापुढं येतो. काव्यं, महाकाव्यं, कथा-कादंबऱ्या, चित्रपट, नाटकांच्या माध्यमांतून युद्धांत होणारी मानवतेची होरपळ साहित्यिक, कलावंत दाखवत राहतात. जागतिक वाङ्मयाचं अक्षर दालन अशा सकस युद्धसाहित्यानं नटलं आहे. युरोप, अमेरिकेतल्या अनेक साहित्यिकांनी युद्धाची दाहकता जवळून अनुभवली. बरेच जण या युद्धांत मानवतेच्या बाजूनं लढलेही. अर्नेस्ट हेमिंग्वे त्यातलाच एक. अनेक लढाया, संघर्षातले त्याचे अनुभव साहित्यरूपानं जगापुढं आले, अजरामर झाले. *ए फेअरवेल टू आर्म्स*, *फॉर हूम दि बेल टोल्स* ही त्याची काही मोजकी उदाहरणं. स्पेनमधील यादवी युद्धावर आधारलेल्या *फॉर हूम दि बेल टोल्स* या कादंबरीची दखल जगातील एक अव्वल युद्धसाहित्य म्हणून घेतली गेली नसती तरच नवल! आपल्या अनोख्या अल्पाक्षरी, प्रासादिक शैलीसाठी हेमिंग्वे ओळखला जातो. या शैलीचा कळसाध्याय त्यानं या कादंबरीत गाठल्याचं जगभरातल्या समीक्षकांनी मान्य केलं.

सन १९३६ ते १९३९ दरम्यान स्पेनमध्ये यादवी युद्ध भडकलं होतं. दुसऱ्या स्पॅनिश प्रजासत्ताकाच्या राजवटीविरुद्ध राष्ट्रवादी गटानं बंड पुकारलं. या गटाला स्पेनमधील अनेक प्रतिगामी राजकीय पक्षांचा, चर्चचा पाठिंबा होता. फ्रान्सिस्को फ्रँकोच्या नेतृत्वाखाली राष्ट्रवादी गटाने प्रस्थापित स्पॅनिश रिपब्लिकन सरकारविरुद्ध युद्ध सुरू केलं. ह्या बंडखोरांना नाझी जर्मनीच्या ॲडॉल्फ हिटलरनं आणि इटलीच्या बेनितो मुसोलिनीनं पाठिंबा दिला. तत्कालीन सोव्हिएत युनियननं (रशिया) स्पॅनिश प्रजासत्ताक सरकारच्या आणि त्यासाठी लढणाऱ्या गनिमांच्या बाजूनं लढण्यासाठी सैन्य पाठवलं. जगातील सर्वात रक्तरंजित युद्धांपैकी एक मानल्या गेलेल्या या गृहयुद्धात पाच लाख लोकांचा बळी गेल्याचं मानलं जातं. अखेरीस लोकशाही मार्गानं स्थापन झालेलं सरकार उलथवून राष्ट्रवादी गटाच्या फ्रँकोनं स्पेनमध्ये हुकूमशाही प्रस्थापित केली. दुसऱ्या महायुद्धाच्या आधी आपल्या युद्धसाहित्याची चाचणी घेण्यासाठी हिटलर आणि रशियानं या यादवीचा उपयोग करून घेतल्याचं मानलं

जातं. सध्या रशियाचं युक्रेनच्या बाबतीत काय सुरू आहे, हे आपण पाहतो आहोतच.

अमेरिकेतील एक तरुण प्राध्यापक रॉबर्ट जॉर्डन या युद्धात कम्युनिस्टांच्या पाठिंब्यावर लढणाऱ्या गनिमांच्या मदतीसाठी स्पेनमध्ये दाखल झालेला असतो. त्याला सुरुंग पेरण्याचं, उडवण्याचं चांगलं ज्ञान असतं. कम्युनिस्ट नेत्याच्या सूचनेनुसार तो माद्रिदजवळच्या पर्वतराजीतील मोक्याच्या रस्त्यावरील एक पूल उडवण्याची मोहीम आखतो. त्यामुळे शत्रूची रसद रोखली जाणार असते. राष्ट्रवादी गटाविरुद्ध लढणारे अनेक गनिम पर्वतराजीत लपून बसलेले असतात. त्यांची मदत घेऊन रॉबर्टला पूल उडवण्याची कामगिरी फत्ते करायची असते. तेथील एका टोळीचा म्होरक्या, पाब्लोला पूल उडवण्याची मोहीम पसंत नसते. तो रॉबर्टला विरोध करतो, पण पाब्लोची प्रेयसी पिलार आणि टोळीतील इतरही सदस्य रॉबर्टच्या पाठीशी उभे राहतात. तेथेच रॉबर्टला आपलं प्रेम, मेरिया भेटते. तिच्यावर फ्रँकोच्या सैन्यानं पाशवी अत्याचार केलेले असतात. तिच्या माता-पित्याचीही निर्घृण हत्या केलेली असते. त्या मानसिक धक्क्यातून ती अद्याप सावरलेली नसते. पूल उडवल्यानंतर लष्करी कारवाईत आपला मृत्यू होऊ शकतो, याची जाणीव असलेला रॉबर्ट या अनिश्चिततेची जाणीव मेरियाला सतत करून देत असतो. तितकाच तो तिच्यावर मनोभावे प्रेम करतो. साधारण साडेतीन दिवसांचं हे कथानक असलं तरी हेमिंग्वेनं ते दीर्घ कादंबरीच्या रूपात सुरेख फुलवलं आहे.

रॉबर्ट आणि मेरिया यांच्यातील प्रेमाची वर्णनं, संवाद त्या काळी अमेरिकेसह जगभर गाजले. ही कादंबरी पहिल्या, दुसऱ्या महायुद्धात सर्वस्व गमावलेल्या, नैराश्यात बुडालेल्या तरुण पिढ्यांची बायबल ठरली. उभयतांतील प्रेमवर्णनं, प्रेमविषयक तत्त्वज्ञान, युद्धानं निर्माण केलेल्या अनिश्चिततेच्या झळांमध्येही प्रेमाचा जाणवणारा ओलावा याचं प्रभावी चित्रण हेमिंग्वेनं पानोपानी रंगवलं आहे. ते मुळातून वाचणं अधिक चांगलं. त्यातला हा एक उतारा…

डोंगरावरच्या माळावरील झुडपांतून ते जात होते. रॉबर्ट जॉर्डनला आपल्या पायांना घासून जाणारी झुडपं कळत होती. मांडीवर टांगलेल्या पिस्तुलाचं वजन कळत होतं. डोक्यावर उन्हं कळत होती. डोंगरावरून येणारा थंड वारा पाठीला कळत होता. बोटांत बोटं अडकवून घट्ट धरलेला मेरियाचा हात कळत होता. तळहाताला तळहात लागलेला, बोटं गुंफलेली, मनगटं एकमेकांशी लागून बसलेली. त्या तळहातांमधून, त्या बोटांमधून असं काही बाहेर येत होतं, असं आल्हाददायक! शांत समुद्रावरून पाण्याची जराही हालचाल न करता हवेची पहिली तरल लहर यावी तसं. इतकं हळवं! ओठांवरून पीस फिरवावं तसं. किंवा हवेत झुळूकही नसताना पान पडावं तसं. इतकं तरल की ते फक्त बोटांनाच कळावं. तरल असून

'फॉर हूम दि बेल टोल्स' चित्रपटात गॅरी कूपर आणि इन्ग्रिड बर्गमन

इतकं भारलेलं! इतकं मस्तीला आलेलं! उन्हं तिच्या सोनेरी केसांत चमकत होती. तिच्या मानेच्या कर्दळीवर पडली होती.

तुर्कस्तानसह काही देशांनी या पुस्तकावर सरकारविरोधी साहित्याचा शिक्का मारून बंदी आणली. विशेष म्हणजे मानवी स्वातंत्र्याचा उद्घोष करणाऱ्या अमेरिकेतही सुरुवातीला या कादंबरीवर निर्बंध आणले गेले. तिथल्या टपाल खात्यानं या पुस्तकाची टपालं स्वीकारू नयेत असं फर्मानच काढलं. प्रतिष्ठेच्या पुलित्झर पुरस्कारासाठी *फॉर हूम दि बेल टोल्स* ला सन १९४१ मध्ये नामांकन मिळालं. निवड समितीनं एकमुखानं या कादंबरीची पुरस्कारासाठी शिफारस केली. मात्र निवड समितीचे प्रमुख निकोलस मरे बटलर यांनी ही कादंबरी आक्षेपार्ह असल्याचं सांगून विरोध नोंदवला. शेवटी त्या वर्षासाठी कादंबरी गटात कोणत्याही पुस्तकाला पुरस्कार दिला गेला नाही. (पुढे सन १९५२ मध्ये हेमिंग्वेच्या *दि ओल्ड मॅन अँड दि सी* ला पुलित्झर मिळालं.) जुन्या पिढीतील नामवंत साहित्यिक दि. बा. मोकाशी यांनी मराठीत *घणघणतो घंटानाद* या नावानं या कादंबरीचा सरस अनुवाद केला आहे. या पुस्तकाची दुसरी आवृत्ती मेहता पब्लिशिंग हाऊसनं अलीकडेच प्रकाशित केली आहे.

या कादंबरीवर सन १९४३ मध्ये हॉलिवूडपट आला आणि तो चांगला गाजलाही. सॅम वूड यांनी या चित्रपटाचं दिग्दर्शन केलं. गॅरी कूपर या निळ्या डोळ्यांच्या तगड्या अभिनेत्यानं

रॉबर्टची भूमिका संयतपणानं साकारली आहे. स्वीडनची गुणी अभिनेत्री इन्ग्रिड बर्गमननं मेरियाच्या भूमिकेत छान रंग भरले आहेत. हा चित्रपट यू-ट्यूबवरही उपलब्ध आहे. चित्रपटाला ऑस्करसाठी तब्बल नऊ नामांकनं मिळाली, त्यांपैकी एक पुरस्कार, पिलारची भूमिका साकारणारी ग्रीक अभिनेत्री कॅटिना पॅक्सिनो हिला मिळाला. याशिवाय दोन दूरचित्रवाणी मालिका, एक सांगीतिका, आकाशवाणीवरील एक श्रुतिका अशी आशयाची भरभक्कम रसद या कादंबरीनं मनोरंजन क्षेत्राला पुरवली. सन २०१२ मध्ये 'हेमिंग्वे अँड गेलहॉर्न' हा या दोघांची प्रेमकहाणी सांगणारा चित्रपट आला. सौंदर्यवती निकोल कीडमननं मार्थाची भूमिका ताकदीनं वठवली आहे. उन्मत्त, रांगड्या हेमिंग्वेच्या भूमिकेत क्लाईव्ह ओवेन हा दूरचित्रवाणीवरचा कलाकार शोभून दिसतो. हेमिंग्वेची ऐट, त्याचा उन्मत्तपणा अनुभवायचा असेल तर हा चित्रपट जरूर पाहावा. इंग्रजी साहित्यविश्वात हेमिंग्वे नावाची जादू एकविसाव्या शतकातही कायम असल्याचंच हे निदर्शक!

मानवी जीवनात कितीही अनिश्चितता असली तरी प्रेम अमर असतं, अपार असतं. हृदयाच्या देठातून ते कुणी खुडून काढू शकत नाही. किंबहुना, जगण्याची ऊर्मी म्हणजे प्रेम, जगण्याची ऊर्जा म्हणजे प्रेम! रॉबर्ट जॉर्डनला मरण समोर दिसत असतानाही त्याचा आणि मेरियाचा सुरू असलेला प्रेमोत्सव हेमिंग्वेनं ताकदीनं चितारला आहे. त्याच्या अक्षर वैभवाची मोहिनी कादंबरीभर पसरली आहे.

सामान्य माणूस अनिच्छेनंच युद्धाला सामोरं जातो, ती त्याची निवड नसते. त्याला खरी गरज प्रेमाची, आत्मिक समाधानाची आणि शांतीची असते. तरीही जगाच्या दीर्घ कालपटलावर युद्धखोरांचंच वर्चस्व राहिलं आहे. आपला इतिहास आणि वर्तमानही युद्धांनी बरबटला आहे. मानवी आयुष्य मातिमोल ठरवणाऱ्या; स्वातंत्र्य, समता, बंधुता या मूल्यांना तिलांजली देणाऱ्या संगराला नाकारण्याचं धैर्य मानवजातीनं कधी तरी एक होऊन दाखवायला हवं. *फॉर हूम दि बेल टोल्स* रॉबर्ट आणि मेरियाच्या प्रेमकहाणीतून हाच संदेश देऊ पाहते. तो कधी आणि कसा ग्रहण करायचा, यावरच आपलं, येणाऱ्या पिढ्यांचं भवितव्य अवलंबून आहे, हे आपण लक्षात घेऊ तो सुदिन!

काही प्राणी अधिक समान असतात!

विष्णू शर्मांनी पाचव्या शतकात लिहिलेल्या 'पंचतंत्र' मधील प्राणिकथांनी किंवा इसापनीतीतील बोधकथांनी आपलं बालपण समृद्ध झालेलं असतं. जॉर्ज ऑरवेलनं मात्र मानवी क्रौर्याचं प्राण्यांवर रोपण करीत त्यांचं आक्रमक दर्शन 'ॲनिमल फार्म'मध्ये घडवलं आहे. मानवी अवगुणांचा दंश झालेले हे प्राणी बेतालपणे वागताना दिसतात.

पुस्तक : ॲनिमल फार्म

मूळ पुस्तक : Animal Farm

मूळ लेखक : जॉर्ज ऑरवेल

अनुवाद : भारती पांडे

प्रकाशक : मधुश्री पब्लिकेशन

‘All animals are equal, but some animals are
more equal than others.’

- George Orwell (Animal Farm)

काही लेखक कडवट लिखाणासाठीच जन्मलेले असतात. जॉर्ज ऑरवेल त्यांपैकीच एक. जगण्याचे ताणेबाणे सांभाळताना सतत उद्‌ध्वस्ततेच्या राखेतून फिरणारा हा अवलिया मानवजातीच्या राजकीय भवितव्याचा वेध घेणारा समर्थ भाष्यकार म्हणून ओळखला जातो. हा द्रष्टा (काळाच्या आधी जन्मल्यामुळे असावं कदाचित) आयुष्यभर ठोकरा खात राहिला. त्याच्या पायाच्या नखाचीही सर नसणाऱ्या सुमारांनीही त्याला त्रास दिला, त्याच्या लिखाणावर आक्षेप घेतले. ब्रह्मदेशात ब्रिटिश पोलिस खात्यात काम करीत असताना वसाहतवादाचं कुरूप रूप त्यानं अनुभवलं. भांडवलशाहीलाही तो विटला. रशियातील साम्यवादी क्रांतीनंतर तो डावीकडे झुकला, पण लवकरच त्याचा भ्रमनिरास व्हायचा होता. दी ग्रेट अर्नेस्ट हेमिंग्वप्रमाणे हाही स्पेनमधल्या यादवी युद्धात सहभागी झाला. या यादवीत साम्यवादाच्या बुरख्याआड लपलेल्या हुकूमशाहीचं क्रूर रूप त्याला भिववून गेलं. मानवतेचं शोषण करणाऱ्या साऱ्याच राजकीय व्यवस्थांचा विद्रूप चेहरा पाहिल्यामुळे, अनुभवल्यामुळे एक न संपणारी निराशा आयुष्यभर त्याच्या मस्तिष्कात भिनून राहिली, त्याच्या लिखाणातून पाझरत राहिली.

बहुतांश राजकीय व्यवस्थांचा विलय व्यक्तिकेंद्रित सर्वंकषवादात (टोटॅलिटॅरियनिझम) होतो, असं जॉर्ज ऑरवेलचं पक्कं मत बनलं. आपला भवताल धुंडाळला तर त्यात तथ्य असल्याचंही लक्षात यावं. १९८४ या जगप्रसिद्ध कादंबरीतही त्यानं याच दमनकारी व्यवस्थेचं भयकारी चित्रण केलं. सर्वंकषवाद म्हणजे जनजीवनाच्या सर्व क्षेत्रांवर नियंत्रण ठेवू इच्छिणारी, विसाव्या शतकाच्या पूर्वार्धात विकसित झालेली एक सैद्धांतिक हुकूमशाहीप्रेरित राजकीय प्रणाली. तिची उत्पत्ती मुख्यत्वे पहिल्या महायुद्धानंतर जर्मनीत उद्‌भवलेल्या राजकीय, आर्थिक व सामाजिक अस्थिर परिस्थितीत आढळते. ‘टोटॅलिटॅरियनिझम’ ही संज्ञा ‘टोटॅलिटॅरिओ’ या इटालियन शब्दावरून प्रथम इटलीत रूढ झाली. ती बेनीतो मुसोलिनी यानं १९२० नंतरच्या दशकात प्रथमतः तयार केली. त्याबाबत मुसोलिनी म्हणतो, ‘सर्व काही राज्यसंस्थेच्या मर्यादेच्या आत (अंतर्भागात) असले पाहिजे. काहीही राज्याच्या कक्षेबाहेर असता कामा नये आणि राज्यसंस्थेला प्रतिकूल असे काहीही घडता कामा नये.’

सर्वंकषवादाच्या पुरस्कर्त्यांनी देशहिताचे घोडे पुढे करून एक विशिष्ट तत्त्वज्ञान व सैद्धान्तिक तत्त्वप्रणाली विकसित केली. तिला देशपरत्वे नाझीवाद (जर्मनी), फॅसिझम (इटली), कम्युनिझम वा साम्यवाद (रशिया-चीन) आदी नामांतरे प्राप्त झाली. हे सर्व एकपक्षपद्धतीचा ध्येयवाद मान्य करतात. पहिलं, दुसरं महायुद्ध आणि सध्या रशियाकडून

युक्रेनबाबत जे काही सुरू आहे ती सारी सर्वंकषवादाचीच विषारी फळं. तेव्हा रशियातील राज्यक्रांतीनंतर लेनिननं सोव्हिएत युनियनमध्ये आणि चिनी क्रांतीनंतर माओ त्से-तुंगनं चीनमध्ये अशा प्रकारची एकपक्षपद्धती प्रस्थापित केली. जर्मनीत ॲडॉल्फ हिटलरच्या नेतृत्वाखाली नॅशनल सोशॉलिस्ट पक्ष (नाझी) किंवा इटलीतील मुसोलिनीच्या नेतृत्वाखालील फॅसिस्ट पक्ष यांनी सत्तेवर आल्यानंतर एकपक्षपद्धतीचा अवलंब केला. त्यांनी देशातील सर्व महत्त्वाच्या जागी पक्षाचे सभासद नेमून शासनयंत्रणा ताब्यात घेतली. या यंत्रणेत पक्ष, कर्मचारी, प्रशासन, लष्कर आणि गुप्तहेरखाते यांत निकटचं सहकार्य निर्माण केलेलं असतं. सभासदांना किंवा पक्ष-कार्यकर्त्यांना पक्षाच्या ध्येयधोरणानुसार प्रशिक्षण देण्यात येतं आणि जनतेच्या पाठिंब्याचा आभास निर्माण करण्यासाठी निवडणुकांचा फार्स केला जातो. नागरिकांच्या मूलभूत हक्कांना कवडीचीही किंमत नसते. या यंत्रणेला विरोध करणाऱ्यांना शत्रू किंवा देशद्रोही मानलं जातं. त्यांचा क्रूरपणे निःपात केला जातो. लोकशाहीवादी देशांतही आता या प्रणालीचा शिरकाव झाला आहे. सर्वंकषवादात नेता, सत्ताधारी पक्ष आणि त्यांनी राष्ट्रहितार्थ स्वीकारलेली मतप्रणाली किंवा तत्त्वज्ञान यांचाच सर्वत्र उदोउदो होतो. या नेत्याभोवती निसर्गातील अलौकिक-अद्भुत विभूतितत्त्वाचं वलय निर्माण करण्यात येतं. त्याची तुलना सर्वशक्तिमान देवतेबरोबर केली जाते. हल्लीच्या जगातील असे सर्वंकषवादी सर्वशक्तिमान नेते कोण आहेत, याची यादी लगेचच आपल्या डोळ्यांसमोर तरळेल. कदाचित या यादीची सुरुवात आपल्या जवळूनच करावी लागेल.

जॉर्ज ऑरवेल

जॉर्ज ऑरवेलची १९८४ ही राजकीय कादंबरीही खूप गाजली. या कादंबरीत जगावर तंत्रज्ञानाचा आधार घेऊन येऊ घातलेल्या हुकूमशाहीचं भयकारी वर्णन त्यानं केलं होतं. पन्नासेक वर्षांनतर ते काही देशांमध्ये काही प्रमाणात प्रत्यक्षात आल्याचं पाहायला मिळालं. या कादंबरीतील *बिग ब्रदर इज वॉचिंग यू* हे वाक्य सर्व प्रकारच्या हुकूमशहांचं वर्णन करण्यासाठी वापरलं जाऊ लागलं. साम्यवादाबाबत झालेल्या भ्रमनिरासातून जॉर्जनं आणखी एक कादंबरिका (Novella) लिहिली, जिचा जगभरातील साहित्यिक आणि राजकीय क्षेत्रात चांगलाच डंका वाजला. *ॲनिमल फार्म* या पुस्तकाविषयी (ऐकीव का असेना) माहिती नाही असा वाचता माणूस तसा शोधून सापडणार नाही, प्रत्यक्षात मात्र हे पुस्तक वाचणारे कमीच. बुद्धीला संत्रस्त करणारं जड असं काही नको, केवळ हलकंफुलकं वाचत राहावं, ही वृत्ती त्याचं कारण. रशियन क्रांतीतून उगम पावलेल्या साम्यवादाच्या मुखवट्यामागचा विकृत आणि भीषण चेहरा या कादंबरिकेत पाहायला मिळतो. त्यासाठी

जॉर्जनं निवडलेला रूपककथेचा ढाचा भलताच यशस्वी ठरला.

विष्णू शर्मांनी पाचव्या शतकात लिहिलेल्या 'पंचतंत्र'मधील प्राणिकथांनी किंवा इसापनीतीतील बोधकथांनी आपलं बालपण समृद्ध झालेलं असतं. जॉर्जनं मात्र मानवी क्रौर्याचं, राक्षसी महत्त्वाकांक्षांचं प्राण्यांवर रोपण करीत त्यांचं आक्रमक दर्शन *ॲनिमल फार्म* मध्ये घडवलं आहे. मानवी अवगुणांचा दंश झालेले हे प्राणी बेतालपणे वागताना दिसतात. त्यातले बहुतांश शोषक आणि काही निवडक शोषणकर्ते असतात. *ॲनिमल फार्म* वर सत्ता गाजवणारी सर्वशक्तिमान डुकरं तर मद्यपान करतात, गाद्यांवर लोळतात आणि त्यांना विरोध करणाऱ्या प्राण्यांवर सूडही उगवतात.

रशियात सन १९१७मध्ये राज्यक्रांती झाली. झारच्या जुलमी राजेशाही राजवटीला कंटाळलेल्या कामगारांनी फेब्रुवारीमध्ये पेट्रोग्राड येथे संप पुकारला. राज्यक्रांतीनंतर झारची निरंकुश सत्ता लयाला गेली. ही पहिली साम्यवादी क्रांती होती. तिचा प्रभाव अवघ्या जगावर विसाव्या शतकाच्या उत्तरार्धापर्यंत राहिला. जगभरातील कामगारांच्या परिस्थितीत सुधारणा घडवून आणण्यास ती कारणीभूत ठरली. कार्ल मार्क्सच्या मांडणीप्रमाणे आर्थिक नियोजनाच्या मार्गानं विकास साधण्याची संकल्पना ही या

क्रांतीनं जगाला दिलेली देणगी. सुरुवातीला रशियात हंगामी सरकार आलं. हे सरकार मेन्शॅव्हिक गटाचा नेता (समाजवादी क्रांतिकारी पक्ष) केरेन्स्की याच्या नेतृत्वाखालचं होतं. पुढे बोल्शेव्हिक नेता व्लादिमीर लेनिन यानं हे सरकार बरखास्त केलं. त्याच्या नेतृत्वाखाली ऑक्टोबरमध्ये झालेल्या दुसऱ्या क्रांतीत बोल्शेव्हिक (साम्यवादी) सरकारच्या हाती सत्ता गेली. लेनिननं सहकारी जोसेफ स्टालिन आणि लिऑन ट्रॉटस्की यांच्या मदतीनं सन १९२४पर्यंत, म्हणजे त्याच्या मृत्यूपर्यंत चांगला कारभार केला. या काळात समाजातील विषमता काही प्रमाणात कमी होत गेली. नंतर स्टालिन आणि ट्रॉटस्की यांच्यात सत्तेसाठी संघर्ष सुरू झाला. शेवटी ट्रॉटस्कीला रशियातून हुसकावून लावून स्टालिन सर्वसत्ताधीश हुकूमशहा बनला. त्याच्या विरोधातल्या अनेकांना स्टालिननं केवळ संशयावरून ठार केलं. रशियातील हा सत्तासंघर्ष जॉर्जनं प्राण्यांच्या रूपककथेद्वारे *ॲनिमल फार्म* मध्ये प्रभावीपणानं मांडला आहे. त्यातलं नेपोलियन नावाचं डुक्कर स्टालिनचं, तर स्नोबॉल नावाचं डुक्कर ट्रॉटस्कीचं प्रतीक असल्याचं मानलं जातं.

या कादंबरिकेची कथावस्तू तशी साधीच. इंग्लंडमधील मि. जोन्स या मद्यपानाच्या आहारी गेलेल्या शेतकऱ्याच्या मनॉर फार्ममधील प्राणी त्याच्या छळाला, शोषणाला कंटाळून बंड करतात व त्याला पिटाळून लावतात. 'नेपोलियन' व 'स्नोबॉल' ही डुकरं नेते बनून फार्ममधील सर्व प्राण्यांना सुरुवातीला आरामात जगण्याची, भरपूर खाणं-पिणं देण्याची स्वप्नं दाखवतात. प्रत्यक्षात इतर प्राण्यांना अखंड कामात गुंतवून हळूहळू ही डुकरं हुकूमशहा बनत जातात. नंतर नेपोलियन स्नोबॉलला पळवून लावतो आणि सर्वेसर्वा बनतो. स्क्वीलर हा डुक्कर नेपोलियनचा चमचा बनून त्याच्या प्रत्येक कृतीचं इतर प्राण्यांपुढं समर्थन करत राहतो. नेपोलियन कसा थोर नेता आहे, तो फार्मच्या, सर्व प्राण्यांच्या हितासाठी कसा स्वार्थत्याग करून कष्ट करतो आहे हे त्यांना पटवून देत राहतो. घोडे, कोंबड्या, बकऱ्या, गायी आदी प्राणी मात्र कमी आहार घेऊन प्रचंड कष्ट उपसत राहतात. काही काळानं स्वतःच बनवलेले नियम डुकरं पायदळी तुडवायला लागतात. ती दारू पितात. माणसासारखी कपडे घालायला लागतात. स्वतःसाठी वेगळेच नियम बनवतात किंबहुना साऱ्या नियमांमधून ती स्वतःची सुटका करून घेतात. त्या पार्श्वभूमीवर *ऑल ॲनिमल्स आर इक्वल, बट सम ॲनिमल्स आर मोअर इक्वल दॅन आदर्स* हे या कादंबरिकेतलं वाक्य खूपच गाजलं. ही डुकरं हळूहळू माणसं बनून जातात. सर्वंकषवादी हुकूमशहा कसे तयार होतात याचं उपहासात्मक भान देणारी ही कादंबरिका तेव्हा वादग्रस्त ठरली असली तरी तिच्यात असलेल्या अंगभूत सामर्थ्यामुळे पुढं ती कालजयी न ठरती तरच नवल!

दुसरं महायुद्ध समाप्तीच्या दरम्यान म्हणजे सन १९४४ च्या फेब्रुवारीत जॉर्जनं *ॲनिमल फार्म* लिहून हातावेगळं केलं. तेव्हा महायुद्धात दोस्त राष्ट्रांच्या बाजूनं उतरून हिटलरला नेस्तनाबूत करण्यात मोलाची भूमिका बजावल्याबद्दल पाश्चिमात्यांसह जगभरात स्टालिनचं कौतुक होत होतं. अशा वेळी ही कादंबरी प्रसिद्ध करण्यास अनेक प्रकाशन संस्थांनी नकार दिला. त्यात प्रख्यात कवी टी. एस. इलियट संचालक असलेल्या 'फेबर अँड फेबर' या प्रख्यात प्रकाशक संस्थेचाही समावेश होता. या साऱ्याचा प्रचंड मनःस्ताप जॉर्जला झाला, तरी तो हटला नाही. गंमत म्हणजे पुढे (सन १९५२) अमेरिका आणि रशिया यांच्यात शीतयुद्ध सुरू झाल्यानंतर अमेरिकेची गुप्तचर संस्था 'सीआयए'नं लाखो बलून्सच्या माध्यमातून या पुस्तकांच्या प्रती पोलंड, हंगेरी, झेकोस्लोव्हाकिया या साम्यवादी देशांमध्ये तिथल्या नागरिकांच्या प्रबोधनासाठी पाठवल्या. या देशांच्या हवाई दलांनी यापैकी अनेक बलून्स हल्ले चढवून पाडले. साहित्याचा राजकारणासाठी असा वापर दुर्मीळच मानावा लागेल. अर्थात हे पुढं, म्हणजे जॉर्जच्या मृत्यूनंतर व्हायचं होतं. त्याआधी मात्र जॉर्जला प्रकाशकांचे उंबरठे झिजवावे लागले. त्यात ब्रिटिश सरकारच्या माहिती खात्यानं डोळे वटारल्यानं हे पुस्तक छापायला कोणीच तयार होत नव्हतं. सरकारकडून जॉर्जवरील दबाव वाढत गेला. अखेरीस *सेकर अँड वारबर्ग* या संस्थेनं ते प्रकाशित केलं. त्या काळी

द गार्डीयन, *ट्रिब्यून* आदी वृत्तपत्रांनी पुस्तकाचं चांगलंच स्वागत केलं. काही पुरस्कारांवरही त्याची नाममुद्रा कोरली गेली. प्रतिष्ठित *टाइम* नियतकालिकाच्या विसाव्या शतकातील सर्वोत्कृष्ट शंभर पुस्तकांच्या यादीत *ॲनिमल फार्म* चा समावेश झाला. जॉर्जची १९८४ ही कादंबरीही या यादीत आहेच. त्यावर बेतलेले दोन चित्रपटही १९५४ आणि १९९९ साली प्रदर्शित झाले. त्यांचा फार गाजावाजा झाला नाही. भारती पांडे यांनी मराठीत अनुवादित केलेल्या या पुस्तकाचं प्रकाशन मधुश्री पब्लिकेशननं केलं आहे. विशेष म्हणजे हे पुस्तक विविध प्राणी पात्रांच्या चित्रांनी सजलं आहे.

शेकडो वर्षं बळवंतांनी मानवी समाजाचं अपार शोषण केलं. खरं तर मानवजातीचा इतिहास शोषकांचा, शोषणकर्त्यांचा आणि त्यांच्यातील संघर्षाचा. युरोपात झालेल्या औद्योगिक क्रांतीनं या शोषणाला नवं रूप दिलं. मात्र या काळात ज्ञानाचा स्पर्श झालेल्या शोषकवर्गाच्या जाणिवा अधिक समृद्ध होऊ लागल्या, तो जागा झाला. उशिरा का होईना, त्याला आत्मभान आलं. तरीही धर्म, जातीय अस्मितेत गुंतवून, परकीय ताकदींचं भय दाखवून राज्यकर्त्यांनी त्याला अंकित करण्याचं काम एकविसाव्या शतकातही नव्या जोमानं सुरू ठेवलं आहे. पहिल्या आणि दुसऱ्या महायुद्धाची कारणं किती क्षुल्लक होती हे आपण जाणतो, तरीही या नरसंहारात सामान्य माणसाच्या अनेक पिढ्या गारद झाल्या, बरबाद झाल्या. त्यातून कुठल्याही देशाचा किंवा त्या देशाच्या नागरिकांचा फायदा झाल्याचं एकही उदाहरण आढळत नाही.

आता रशियाचे सर्वेसर्वा व्लादिमिर पुतिननी युक्रेनवर चाल करून पुन्हा एकदा जगाला महासंकटाकडे लोटलं आहे. आणि अमेरिकेसह युरोपातील बलाढ्य राष्ट्रांपुढं हात चोळत बसण्याशिवाय काहीही उरलेलं नाही. सारं जाणतं जग निमूट झालं आहे. मानवता वणव्यात होरपळते आहे. आपल्या खुमखुमीसाठी अवघ्या देशाला, जगाला वेठीला धरणाऱ्या क्रूरकर्म्यांच्या आणि त्यांच्या अंध समर्थकांच्या लाटांच्या लाटा मानवतेवर आदळताहेत. त्या कोरोनापेक्षाही भयावह आहेत. अशा दबंग नेत्यांना, त्यांच्या पाठीराख्यांना शक्य त्या मार्गानं विरोध करून आपली (चिमूटभर का असेना) ताकद दाखवून देणं एवढंच आपल्या हातात आहे. ते तरी करू या. कदाचित उद्याच्या नव्या क्रांतीची बीजं त्यातच दडलेली असतील. कोणी तरी म्हटलंयच ना, 'दुनिया उम्मीद पे कायम हैं !'

*(**ताजा कलम** : अगदी अलीकडे, म्हणजे सन २०१८ मध्ये चीननं ॲनिमल फार्म चा संदर्भ देऊन समाजमाध्यमांवर पाठवल्या जाणाऱ्या संदेशांवर बंदी आणली. याचा अर्थ जॉर्जची मांडणी एकविसाव्या शतकातल्या राज्यकर्त्यांनाही जाचक वाटते आहे तर!)*

हा खेळ सावल्यांचा !

परिवर्तनाचं चक्र उलटं फिरवण्यातच दमनकारी सत्तेचं हित असतं. स्वातंत्र्य उपभोगायचं असेल तर अखंड जागरूक राहायला हवं. अन्यथा पलटून गेलेलं १९८४ पुन्हा आपल्यावर उलटू शकतं.

पुस्तक : १९८४

मूळ पुस्तक : 1984

मूळ लेखक : जॉर्ज ऑरवेल

अनुवाद : अशोक पाध्ये

प्रकाशक : डायमंड पब्लिकेशन्स

जी. ए. कुलकर्णींच्या 'पिंगळावेळ'मधील 'स्वामी' ही कथा तुम्ही वाचलीय का? एका मठातील आद्य गुरूंच्या मृत्यूनंतर त्यांच्या आसनावर एका मुशाफिराला फसवून बसवलं जातं. ती जागा बंदिस्त भुयारात असते. एक माणूस कसाबसा राहू शकेल इतकाच तिचा आकार. प्रकाश आणि प्राणवायू मिळण्यासाठी छोटासा झरोका. या अंधारकोठडीत प्रवाशाला आयुष्यभरासाठी कोंडून घातलं जातं. मृत्यूच त्याची सुटका करणार असतो. त्या काळोख्या जागेत अडकलेल्या तरुण प्रवाशाची मनस्पंदनं जी. एं. नी ताकदीनं टिपली आहेत. ती वाचल्यावर खुल्या आकाशाखाली जगण्याचं, स्वातंत्र्याचं महत्त्व कोणालाही पटावं. 'स्वामी' वाचताना शेवटपर्यंत एक गुदमरलेपणाचा असह्य अनुभव येत राहतो. आपणच त्या भुयारात अडकल्यासारखं वाटू लागतं. तसा अनुभव सोसायची तयारी असणाऱ्यांनीच १९८४ ही जागतिक वाङ्मयात अजरामर ठरलेली कादंबरी हातात घेण्याचं धाडस करावं. इतरांनी या वाटेला न गेलेलंच बरं! मनात गोड शिरशिरी उमटवणारी ही प्रेमकथा नाही. सुरेख निसर्गवर्णनांनी भरलेलं, गालावर सुखाचं मोरपीस फिरवणारं हे थोरोचं *वॉल्डन* ही नाही. सामाजिक स्वास्थ्यासाठी काही वेळा १९८४ सारखा कडू काढाही पचवावा लागतो.

दुसऱ्या महायुद्धाच्या समाप्तीनंतर जगभर एक नैराश्याची लाट पसरली होती. अशा काळात १९४८ साली जॉर्ज ऑरवेलनं विमनस्क मनःस्थितीत लिहिलेली ही कादंबरी. त्याच्या या मनोवस्थेचं मळभ कादंबरीभर पसरलेलं आहे. *जॉर्ज ऑरवेल* हे लेखनासाठी घेतलेलं टोपण नाव, त्याचं खरं नाव एरिक आर्थर ब्लेअर. गरिबीमुळे वयाच्या एकोणिसाव्या वर्षी शिक्षण थांबवून त्यानं ब्रह्मदेशात इंडियन इंपिरिअल पोलिस खात्यात नोकरी पत्करली. पोलिस अधिकारी म्हणून त्याला जनतेवर जुलूम, जबरदस्ती करावी लागली. मानवी क्रौर्याचा आणि दमनाला बळी पडणाऱ्या सामान्य माणसाच्या असहायतेचा दुखरा ठसा त्याच्या मनावर कायमचा उमटला. ही नोकरी सोडल्यावर बेरोजगारीमुळे त्याचे बरेच हाल झाले. पॅरिसमध्ये त्यानं पडेल ती कामं केली. वर्तमानपत्राचे गठ्ठे वाहिले, कपबशा विसळल्या, फुटपाथवर आसरा घेतला. इंग्लंडला परतल्यावर त्यानं कोंबड्या पाळल्या, दुकान थाटलं आणि बागकामही केलं. काही काळ तो 'बीबीसी'मध्ये निर्माता म्हणून कार्यरत होता. १९३६ मध्ये स्पॅनिश यादवी युद्धातही त्यानं भाग घेतला. अकाली मृत्यूच्या आधीची काही वर्षं सोडली तर त्याला कायम आर्थिक ओढगस्तीचा आणि आजारांचा सामना करावा लागला. सुरुवातीला साम्यवादी विचारधारा मानणाऱ्या जॉर्जचा नंतर भ्रमनिरास झाला. प्रत्येक राजवटीत हुकूमशाहीचाच चेहरा त्याला दिसू लागला. त्यातूनच राजकीय उपहासानं ओतप्रोत भरलेल्या *ॲनिमल फार्म* आणि १९८४ या कादंबऱ्यांचा जन्म झाला. या दोन्ही कादंबऱ्या आजही जागतिक वाङ्मयविश्वात अढळ स्थान बाळगून आहेत. *टाइम* मॅगेझिनच्या सर्वोत्कृष्ट शंभर पुस्तकांच्या यादीतही त्यांनी मानाचं पान मिळवलं आहे.

दुसऱ्या महायुद्धानंतर सारं जगच विस्कटलं होतं. जीवनावश्यक वस्तूंची टंचाई,

बेरोजगारी, गरिबी, आप्तांच्या मृत्यूंमुळे बसलेला मानसिक धक्का अशा एक ना अनेक संकटांचे डोंगर सर्वांपुढं उभे होते. हिटलर, मुसोलिनी आणि साम्यवादी बुरख्याआड रशियात सर्वंकष सत्ता उपभोगणारा स्टालिन यामुळे कुठलीच राज्यव्यवस्था आदर्श नसते, असं काहीसं चित्र तयार झालेलं. किंबहुना कुठलीही राज्यपद्धती असली तरी तिच्या बुरख्याआड हुकूमशाही राबवता येते याचा आदर्श या 'महानुभवांनी' घालून दिलेला. जर्मनीसारखा परिपक्व नागरिकांचा देशही राष्ट्रवाद किंवा वांशिक उन्मादावर हवा तसा नाचवता येतो, हे हिटलरनं दाखवून दिलं होतं. सारेच आदर्श निखळलेला पृथ्वीचा गोल विध्वंसानंतरचं नैराश्य अनुभवत होता. जॉर्जला १९८४ चं कथानक सुचलं त्याची ही पार्श्वभूमी.

ते साल होतं १९४८. त्याचं म्हणजे, ४८ चं उलटं करून आपल्या या राजकीय कादंबरीचं नाव त्यानं १९८४ असं ठेवल्याचं मानलं जातं. काहींना मात्र अशी भयावह राजकीय व्यवस्था १९८४ साली अस्तित्वात येईल असं वाटत होतं. प्रत्यक्षात ते भविष्यवेधी भयचित्र होतं. तंत्रज्ञान आणि मानसशास्त्रीय संकल्पनांचा वापर करून एखादा हुकूमशहा अवघा देश आपल्या बुटांच्या टाचेखाली कसा रगडू शकतो, याचं भयावह सूचन त्यात केलं होतं. अद्भुत कल्पनाविश्वाचा तो प्रतिभावान आविष्कार होता. यथावकाश थेट तशा नसल्या तरी त्या दिशेनं वाटचाल करणाऱ्या व्यवस्था जगभरातील विविध देशांमध्ये आकाराला येत असल्याचं आपण पाहतो आहोत. अनेक तानाशहा (काही जण लोकशाहीच्या बुरख्याआड) आज आपल्याला हवं ते करताना दिसताहेत. जॉर्ज ऑरवेलची कल्पनाशक्ती इतकी अचाट की त्यानं सत्तरेक वर्षांपूर्वी ही भाकणूक केली. शिवाय तंत्रज्ञानाचा उदय झालेला नसतानाही टेलिस्क्रीन, पाळत ठेवणारे कॅमेरे (सध्याचा सीसी टीव्ही कॅमेरे), स्पीकराईट मशीन (आठवा सध्याची स्पीच टू टेक्स्ट ॲप्स) अशा आधुनिक साधनांचं कल्पनाचित्र रंगवलं. इतका द्रष्टेपणा असणारे प्रतिभावंत विरळाच.

ही कथा आहे ओशियाना या काल्पनिक देशाची (म्हणजे पूर्वाश्रमीचा ब्रिटन). इथं एका अदृश्य हुकूमशहाची सत्ता आहे. पक्षाचे वरिष्ठ वगळता सारी जनता हालात टंचाईग्रस्त आणि गरिबीचं जीवन कंठते आहे. प्रत्यक्षात मात्र सारं काही आबादीआबाद असल्याचं आभासी चित्र विविध माध्यमांतून रंगवलं जात आहे. घरोघरी बसवलेले आणि प्रत्येक नागरिकाच्या हालचालींची नोंद घेणारे सरकारी टेलिव्हिजन सतत सरकारच्या बाजूने सकारात्मक बातम्या पेरत आहेत. शिवाय सतत युद्धग्रस्त स्थिती असल्याचे भासवून नागरिकांना काल्पनिक शत्रूविरुद्ध एकवटून हुकूमशहाचे स्थान अबाधित ठेवण्याचा प्रयत्न यशस्वीपणे केला जातो आहे. त्यासाठी सत्याचे मंत्रालय, शांतता मंत्रालय (युद्ध खाते), प्रेमाचे मंत्रालय (कायदा आणि सुरक्षा), पुरवठा मंत्रालय (अर्थ खाते) अशी व्यवस्था तैनात केलेली आहे. टेलिस्क्रीन आणि कॅमेऱ्यांच्या माध्यमांतून लक्ष ठेवले जात असल्यानं सगळ्याच नागरिकांना दक्षतेनं यंत्रवत वागावं लागतं आहे. चेहऱ्यावरील नकारात्मक हावभावही मृत्यूला निमंत्रण ठरण्याचा

धोका असल्यानं प्रत्येक जण काळजी घेतो आहे. बिग ब्रदरचा, म्हणजे हुकूमशहाचा उदोउदो करतो आहे.

युद्ध म्हणजे शांतता
स्वातंत्र्य म्हणजे गुलामी
अज्ञान म्हणजे सामर्थ्य

ही पक्षाची घोषवाक्यं हुकूमशाही यंत्रणा किती बळजोर झाली आहे ते दाखवतात. पूर्ण कथानकात या घोषवाक्यांची सावली सतत आपल्याबरोबर फिरत राहते. *बिग ब्रदर इज वॉचिंग यू* हे वाक्यही कादंबरीभर पाठलाग करीत राहतं. सत्याच्या मंत्रालयात काम करणारा, परिस्थितीनं गांजलेला विन्स्टन स्मिथ या कादंबरीचा नायक. प्रेमाच्या मंत्रालयात काम करणाऱ्या ज्युलियाशी त्याचे चोरटे प्रेमसंबंध जुळतात (या देशात प्रेम, लैंगिक संबंधांना मनाई आहे. केवळ अपत्यप्राप्तीसाठीच लग्न करण्याची मुभा आहे.) कॅमेऱ्याची नजर चुकवत त्यांचं प्रेम बहरत राहतं. हे दोघेही पक्षाचा, बिग ब्रदरचा द्वेष करत असतात. लोकांना फसवण्यासाठी इतर राष्ट्रांशी युद्धाचं खोटं चित्र रंगवलं जातं आहे, अशी त्यांना खात्री असते. शेवटी हे दोघं पकडले जातात. पक्षाचे वरिष्ठ त्यांचा अतोनात छळ करतात. मानसिकदृष्ट्या खचलेल्या विन्स्टनला आणि ज्युलियाला शेवटी सोडून दिलं जातं. मानसिक ठेवणच बदललेल्या विन्स्टनला अखेरीस बिग ब्रदर मनापासून आवडू लागतो.

हे सारं इथं वाचायला सोपं वाटत असलं तरी प्रत्यक्षात तपशिलात वाचताना अंगावर शहारे येतात. सोडून देऊ या हे पुस्तक, दुसरं काही तरी वाचू, असंही वाटू लागतं, इतकं भयकारी वातावरण निर्माण करण्यात जॉर्ज ऑरवेलला यश आलं आहे. त्यानं हे भयचित्र इतकं निगुतीनं रंगवलं आहे, की खरंच असं घडतं आहे असं वाटत राहतं. सरकारची पूर्ण व्यवस्था, विविध मंत्रालयं, नागरिकांच्या विचारांवर लक्ष ठेवून असणारे 'थॉट पोलिस', कामगारांची दैन्यावस्था याबाबतचे सारे तपशील अस्सल उतरले आहेत. सरकारला कारभार करणं सोपं जावं म्हणून हुकूमशाहीला घातक ठरतील असे शब्द वगळून नवी भाषा (न्यूस्पीक) तयार करण्याचं काम एका मंत्रालयात सुरू आहे. या भाषेचं परिशिष्टही कादंबरीच्या शेवटी जोडलेलं आहे. नकोसा इतिहास बदलण्याचं, नष्ट करण्याचं, त्या जागी नवा इतिहास लिहिण्याचंही काम सुरू आहे. शेक्सपीअरसारख्या लेखकांचं सर्व वाङ्‌मय या नव्या भाषेत रूपांतरित करण्याचं कामही या मंत्रालयात सुरू असून ते २०५० पर्यंत पूर्ण करण्यात येणार असल्याचे तपशीलही येत राहतात. विणकराच्या कौशल्यानं जॉर्जनं हे हुकूमशाहीचं वस्त्र विणलं आहे. त्यात एकही उसवलेला धागा मिळत नाही. हे सारं इतकं अस्सल उतरलं आहे की एखादा हुकूमशहा दमनकारी सत्ता राबवण्याची परिपूर्ण हस्तपुस्तिका (मॅन्युअल) म्हणून या कादंबरीचा उपयोग करू शकतो. या प्रतिभावन लेखकाकडे किती

अचाट कल्पनाशक्ती होती याचा प्रत्यय या एकाच कादंबरीवरून यावा. वानगीदाखल हा एक परिच्छेद. विन्स्टनचा एक सहकारी त्याला नवभाषेविषयी समजावत असतो...

> *" नवभाषेचा प्रमुख उद्देश विचारांची व्याप्ती कमी करणे हा असावा असं तुला वाटत नाही का? सरतेशेवटी विचारद्रोह करण्यासाठी शब्दकोशात शब्द शिल्लक राहणार नाहीत. जी काही संकल्पना व्यक्त करायची असेल ती एकाच शब्दात व्यक्त केली जाईल. त्या शब्दाला एकमेव निःसंदिग्ध अर्थ असेल. बाकीच्या सर्व अर्थच्छटा पुसून टाकल्या जातील."*

पाश्चात्त्य लेखकांचं अनुभवविश्व मोठं समृद्ध असतं. ते जगभर प्रवास करतात. युद्धासह अनेक जीवघेण्या अनुभवांतून जातात. या अनुभवांची धार लेखनात न उतरती तरच नवल. समुद्रगमन धर्मानंच पाप ठरवल्यानं आपण काहीशे वर्षं देशाच्या सीमाही उल्लंघू शकलो नाही. त्यातून आलेलं साचलेपण ही आपल्याकडील लेखकांची मर्यादा आणि आपल्या माघारलेपणाचंही एक कारण. हे थोडं विषयांतर असलं तरी अस्सल लेखनानुभव लेखकाच्या स्मृतिमंजूषेत कसे जमा होऊ शकतात, याचं भान येण्यासाठी हे आकलन हवंच.

मराठीत अशोक पाध्ये यांनी १९८४ अनुवादित केली. प्रथम मेहता पब्लिशिंग हाऊस आणि नंतर डायमंड पब्लिकेशननं ती प्रकाशित केली. अलीकडे मधुश्री प्रकाशनानं जयंत गुणे यांचा अनुवाद प्रकाशित केला आहे. दुसऱ्या आवृत्तीच्या प्रस्तावनेत अशोक पाध्ये म्हणतात, 'भीती हीच हुकूमशहाची शक्ती असते. भीतीचा वापर केल्यावरही हुकूमशहाचं समाधान होत नाही. जनतेनं स्वेच्छेनं त्याच्यावर प्रेम करावं, त्याची भक्ती करावी असं वाटत

असतं त्याला. कोणतंही राजकीय तत्त्वज्ञान हा केवळ हुकूमशहा बनण्यासाठी घेतलेला आधार असतो.'

*जंगलबुक*चा कर्ता रुडयार्ड किपलिंगप्रमाणे जॉर्ज ऑरवेलचा जन्मही भारतातला. बिहारमधील चंपारण जिल्ह्यातील मोतिहारी या गावी एका सरकारी बराकीत २५ जून १९०३ रोजी जॉर्जचा जन्म झाला. या पोराचे वडील ब्रिटिशांच्या महसूल खात्यातले कर्मचारी. चारच वर्षांनी त्यांनी कुटुंबासह मायदेशी, इंग्लंडला प्रयाण ठेवलं. जॉर्जचा जन्म झाला ती सरकारी बराक आजही सुस्थितीत आहे. आपल्या सरकारला सुबुद्धी सुचल्यानं त्या ठिकाणी त्याचं स्मारक, वस्तुसंग्रहालय करण्याचं घाटतं आहे. या कादंबरीवर १९८४ या नावाचाच चित्रपट आला, तोही १९८४ साली. कादंबरीतलं भेसूर भयचित्र त्यात कितपत ताकदीनं उतरवलं गेलं आहे माहीत नाही, पण पाश्चात्त्य जगतात अभिजात ग्रंथाची कधी हेळसांड होत नाही, त्याचं सतत स्मरण केलं जातं हे विशेष!

सन १९५० ला, म्हणजे १९८४ लिहिल्यानंतर दोनच वर्षांनी तो निवर्तला. आज तो जिवंत असता तर १२० वर्षांचा असता. माणूस काही इतका जगत नाही. त्याची १९८४ मात्र आज अधिकच टवटवीतपणे आपल्याला भविष्याचं भेसूर चित्र दाखवत वर्तमानातील बदलांकडे डोळसपणे पाहण्याचा सांगावा देते आहे. या हाका आपल्याला ऐकू येताहेत का? की बुद्धिभेद करणाऱ्या समाजमाध्यमी 'ट्रोल'भैरवांच्या कर्णकर्कश गोंगाटाने आपले कान बहिरे झालेत? आपले कान, मेंदू शाबूत ठेवा. तुम्ही विचाराने डावे असा, उजवे असा की मधले असा! फ्रेंच राज्यक्रांतीची देन असलेल्या स्वातंत्र्य, समता, बंधुता या मूल्यांना शिरोधार्य मानणाऱ्या कल्याणकारी राजकीय, सामाजिक व्यवस्थेची निर्मिती हेच कोणत्याही निरोगी समाजाचं अंतिम उद्दिष्ट असलं पाहिजे. याउलट परिवर्तनाचं चक्र उलटं फिरवण्यातच दमनकारी सत्तेचं हित असतं. स्वातंत्र्य उपभोगायचं असेल तर अखंड जागरूक राहायला हवं. अन्यथा पलटून गेलेलं १९८४ पुन्हा आपल्यावर उलटू शकतं. भारतीय स्वातंत्र्याच्या अमृतमहोत्सवी वर्षाचा हाच सांगावा असावा कदाचित!

ताजा कलम : *१९८४ मधील वास्तव आपल्या आजूबाजूला आढळल्यास ते आभासी समजण्याची चूक करू नये. बिग ब्रदर इज वॉचिंग यू!*

उषःकाल होता होता...

भारताच्या पारतंत्र्याचा प्रारंभ जसा 'मसालेदार', तशी स्वातंत्र्याची पहाटही फाळणीच्या घावांनी रक्ताळलेली. या खंडप्राय देशाला जेव्हा स्वातंत्र्य मिळालं, त्या १९४७ मध्ये काय काय घडलं, याचा अस्सल कागदपत्रांवर, ऐतिहासिक पुराव्यांवर आधारित इतिहास रोचक आणि रंजक भाषेत समजून घ्यायचा असेल तर *फ्रीडम अ‍ॅट मिडनाइट* वाचायलाच हवं.

पुस्तक : **फ्रीडम अ‍ॅट मिडनाइट**
मूळ पुस्तक : Freedom At Midnight
मूळ लेखक : डॉमिनिक लॅपिए / लॅरी कॉलिन्स
अनुवाद : माधव मोर्डेकर
प्रकाशक : मेहता पब्लिशिंग हाऊस

'जे इतिहास शिकत नाहीत, त्यांना तो पुन्हा भोगावा लागू शकतो.'

– जॉर्ज संतायना, पाश्चात्त्य तत्त्ववेत्ता आणि कादंबरीकार

हे विधान थोडं गंभीर वाटतंय ना! गंभीरपणानंच त्याचा प्रत्येकानं विचार केला पाहिजे. इतिहासाची पुनरावृत्ती होते, हेही वाक्य स्वातंत्र्याची कदर असणाऱ्यांनी ध्यानात ठेवायला हवं. शाळा-महाविद्यालयानंतर (सनावळ्यांच्या पाठांतराचा धसका घेतलेल्या) आपणा सर्वांचा इतिहासाशी असलेला संबंध संपून जातो. इतिहास जगण्यासाठी आवश्यक नाही, ही चुकीची पण सोयीस्कर धारणा त्याला कारणीभूत! इतिहासावरील उत्तमोत्तम पाठ्येतर पुस्तकांशी तर आपला कधीच संबंध येत नाही. त्यामुळे काळा इतिहास पुन्हा आपल्या पाठुंगळीवर स्वार होण्याचा धोका अधिकच. इतिहासाच्या अशा आवर्तनांमुळे जगभरातील मानवजात शेकडो वेळा जुलमी राजवटीच्या वरवंट्याखाली पिचली गेली. युद्धं - महायुद्धं त्यातनंच 'साकारली', वंशवाद बोकाळला. अज्ञानाच्या अंधकारात पिचणाऱ्या बहुजनांचं शोषण झालं. समाजाची 'आहे रे' आणि 'नाही रे' वर्गांत विभागणी झाली. विषमता वाढीला लागली. कष्टकरी आणि विद्योपजीवी असे वर्ग तयार झाले. हे सारं दुरुस्त व्हावं, समाजबांधवांना न्याय मिळावा यासाठी झटणारे महापुरुषही जन्माला आले. त्यांच्या नशिबी शेणाचे गोळे आले, काहींना छातीवर गोळ्या झेलाव्या लागल्या. आता काळ असा आलाय की या महात्म्यांची अवहेलना करण्याचे घाऊक प्रयोग करणाऱ्या प्रयोगशाळा सुरू झाल्यात. व्हॉटस ॲप विद्यापीठे या प्रयोगशाळांतील नवनवे सिद्धान्त जनप्रवाहांमध्ये प्रसवताहेत. भारताचे स्वातंत्र्य ही भीक असल्याचा एका महाप्रज्ञावान अभिनेत्रीनं लावलेला क्रांतिकारी शोध याच प्रयोगशाळेतला बरं! ...आणि इतिहासाशी फारकत घेतलेले आपण सारे भ्रमिष्टासारखं या नवइतिहासाला खरं मानून समाजमाध्यमी जल्लोषात मग्न आहोत. जॉर्ज ऑरवेलचं १९८४ आठवतंय ना!

भारताच्या पारतंत्र्याचा प्रारंभ जसा 'मसालेदार', तशी स्वातंत्र्याची पहाट फाळणीच्या घावांनी रक्ताळलेली. या खंडप्राय देशाला जेव्हा स्वातंत्र्य मिळालं, त्या १९४७ साली काय काय घडलं, याचा अस्सल कागदपत्रांवर, ऐतिहासिक पुराव्यांवर आधारित इतिहास रोचक आणि रंजक भाषेत समजून घ्यायचा असेल तर *फ्रीडम ॲट मिडनाइट* वाचायलाच हवं. (एरवी बहुतेक पुस्तकांत इतिहासाची मांडणी रूक्ष असते, यावर सर्वांचं एकमत असायला हरकत नाही.) फ्रान्सच्या डॉमनिक लॅपिए आणि अमेरिकेच्या लॅरी कॉलिन्स या लेखकद्वयींनी प्रचंड खपून, कष्ट करून, पुरावे गोळा करून हा ग्रंथ साकारला. स्वातंत्र्य संगराशी संबंधित अनेकांशी लेखकद्वयींनी संवाद साधला. भारताचे शेवटचे व्हाइसरॉय लॉर्ड माऊंटबॅटन यांच्या लेखकांनी घेतलेल्या वेगवेगळ्या ३० तासांच्या मुलाखती (ज्याच्या ध्वनिफिती उपलब्ध आहेत) आणि इतर मूळ साधनांचाही त्यासाठी आधार घेतला गेला. सांगण्याचा

उद्देश असा की संदिग्धतेच्या फटी कुठेच राहणार नाहीत याची पुरेपूर काळजी त्यांनी घेतली. १९७५ ला फ्रेंच आणि इंग्रजी भाषेत हा ग्रंथ प्रकाशित झाला. पाठोपाठ भारतातील आणि जगभरातील अनेक प्रमुख भाषांत त्याचा अनुवाद झाला. मराठीतही *फ्रीडम ॲट मिडनाइट* याच नावानं माधव मोर्डेकर यांनी केलेलं आणि मेहता पब्लिशिंग हाऊसनं प्रकाशित केलेलं भाषांतर उपलब्ध आहे. स्वातंत्र्यलढ्याच्या समारोपाचा आणि भारत-पाकिस्तानच्या निर्मितीच्या घटनांचा वस्तुनिष्ठ दस्तऐवज म्हणून या ग्रंथाची जगभर वाखाणणी झाली.

डॉमिनिक लॅपिए

लॅरी कॉलिन्स

...तर, भारताच्या पारतंत्र्याच्या मुळाशी होते मसाले. भारतातील डच व्यापाऱ्यांनी मिरीच्या किमतीत पाच शिलिंगांची वाढ केल्यानं चिडलेले २४ व्यापारी लंडनमध्ये २४ सप्टेंबर १५९९ रोजी एकत्र आले आणि त्यांनी ईस्ट इंडिया कंपनीची स्थापना केली. सुरुवातीचं भांडवल होतं ७२ हजार पौंड. ही होती भारताच्या पारतंत्र्यासाठीची पहिली गुंतवणूक. ईस्ट इंडिया कंपनीचं पहिलं मालवाहू जहाज २४ ऑगस्ट १६०० रोजी सुरत बंदरात दाखल झालं. ही होती पारतंत्र्याची मुहूर्तमेढ. १७५७च्या प्लासीच्या लढाईनंतर कंपनीचं भारतातील स्थान पक्कं झालं. स्थानिक राजे-महाराजे, बादशहांबरोबरच्या लढाया जिंकत त्यांनी या महाकाय देशावर तब्बल दोन शतकं पक्की मांड ठोकली. १८५७च्या बंडानंतर कंपनीच्या कारभाराची इतिश्री होऊन व्हिक्टोरिया राणी भारताची मालकीण झाली. अवघे दोन हजार सनदी नोकर आणि १० हजार सैन्याधिकाऱ्यांच्या मदतीनं ब्रिटननं भारतावर तब्बल ९० वर्षं अधिराज्य गाजवलं. व्यापारी म्हणून आले आणि राज्यकर्ते झाले, हे शालेय इतिहासातील वाक्य आपल्याला आठवत असेलच. (इतुकासा तरी इतिहास आपल्या स्मृतीत उरतोच ना!) पहिल्या आणि दुसऱ्या महायुद्धातील सहभागामुळे पिचलेल्या आणि भारतातील तीव्र स्वातंत्र्यसंगरामुळे कातावलेल्या ब्रिटननं अखेर या साम्राज्यावर उदक सोडण्याचा निर्णय घेतला. तत्कालीन पंतप्रधान क्लेमंट ॲटली यांनी ही कामगिरी बजावण्यासाठी अखेरचा व्हाईसरॉय म्हणून नियुक्ती केली राजवंशातील देखणा आणि तरुण सैन्याधिकारी लॉर्ड माऊंटबॅटन यांची. या पुस्तकाची सुरुवात इथून होते, म्हणजे साधारण सन १९४७ च्या जानेवारीपासून आणि शेवट होतो महात्मा गांधी यांच्या ३० जानेवारी १९४८ रोजी झालेल्या हत्येनं. साधारण साडेतीन शतकांच्या सत्ताअंतानंतर येऊ घातलेल्या स्वातंत्र्याच्या अखेरच्या एका वर्षातील

गांधी नावाचा एक हाडा-मांसाचा माणूस या पृथ्वीतलावर पाऊलखुणा उमटवून गेला यावर येणाऱ्या पिढ्या क्वचितच विश्वास ठेवतील.

– **आल्बर्ट आइनस्टाइन**, प्रख्यात वैज्ञानिक

नियतीशी आपण अनेक वर्षांपूर्वी एक करार केला होता. आज तो क्षण आला - आपल्या वचनबद्धतापूर्तीचा. त्या वेळी केलेली आपली प्रतिज्ञा आज पूर्ण होत आहे... आजच्या दिवशी, जेव्हा घड्याळात मध्यरात्रीचा टोला पडेल, त्या वेळी जग झोपेत असेल एकीकडे, पण भारतात मात्र प्रत्येक जण एका नव्या जीवनाचा आणि स्वातंत्र्याचा अनुभव घेण्यासाठी जागा असेल. इतिहासात असा एखादा क्षण येतो, अन् तोही क्वचितच!

– **पंडित जवाहरलाल नेहरू**

(स्वातंत्र्याच्या पूर्वसंध्येला, १४ ऑगस्ट १९४७ रोजी भारताच्या घटना समितीसमोर भाषण करताना)

भारतातील ब्रिटिश सत्तेवर आपण आपल्याच हातानं उदक सोडत आहोत. आपण आपल्याच हातानं हा धोंडा पायावर पाडून घेत आहोत. त्यातून होणारी हानी आपल्या दृष्टीने अंतिम व आपल्या एकूण अस्तित्वाला धोक्यात आणणारी ठरेल. यथावकाश आपल्याला जगातील एक किरकोळ प्रतीची सत्ता बनविणाऱ्या एका प्रक्रियेची ती सुरुवात ठरणार यात मला तरी शंका वाटत नाही.

– **विन्स्टन चर्चिल,**

हाऊस ऑफ कॉमन्समधील एका भाषणात (सन १९३१)

घडामोडींचा–ज्यांच्यामुळे आशिया खंडात दोन राष्ट्रांचा आणि त्यांच्यातील वैराचाही उदय झाला–सांगोपांग आणि तपशीलवार आढावा या पुस्तकात घेतला आहे, तोही अगदी रंजक आणि उत्कंठावर्धक लेखनशैलीत.

महात्मा गांधींवर त्यांच्या विरोधकांकडून, विशेषतः हिंदुत्ववाद्यांकडून अनेक आक्षेप घेतले जातात. त्यापैकी दोन प्रमुख आक्षेप म्हणजे १) गांधी आणि पं. जवाहरलाल नेहरूच फाळणीला जबाबदार आहेत. २) पाकिस्तानला वाटणीत मिळालेली ५५ कोटींची रक्कम दिली जावी, असा गांधींचा आग्रह होता आणि त्यासाठी त्यांनी उपोषण केलं. या आक्षेपांचं निराकरण हे पुस्तक वाचल्यानं होऊ शकतं. याउलट हिंदू महासभेसह काही हिंदुत्ववादी संघटना आणि महंमद अली जिनांच्या मुस्लिम लीगच्या अतिरेकी हट्टाग्रहामुळेच फाळणी अटळ ठरली आणि दोन्ही घटकांना तेच हवं होतं हे वास्तवही पुढं येतं. गांधींविषयी,

फाळणीविषयी वेगवेगळ्या अभ्यासकांनी लिहिलेल्या अनेक पुस्तकांतूनही याला पुष्टी मिळते. गांधी शेवटपर्यंत फाळणीला विरोध करीत होते. सत्तांतराची घाई झालेल्या माऊंटबॅटन यांनी आणि स्वातंत्र्यासाठी आतुरलेल्या जिना आणि नेहरू, पटेलांनी तो जुमानला नाही. देशाला स्वातंत्र्य मिळवून देण्यात गांधींच्या नेतृत्वाची भूमिका निर्विवादपणे निर्णायक ठरली असली तरी हा स्वातंत्र्यनायक स्वातंत्र्यप्राप्तीच्या शेवटच्या टप्प्यात नेहरू, पटेलांसह आपलं कोणीच ऐकत नाही यामुळे हतबल झाला होता. त्यांनी लॉर्ड माऊंटबॅटन यांच्यासह अनेकांपुढं तशी व्यथा मांडली होती.

दुसरा भाग म्हणजे जेव्हा फाळणीचा निर्णय झाला, तेव्हा पैशांसह साऱ्याच गोष्टींची लोकसंख्या आणि भौगोलिक आकाराच्या आधारे वाटणी करण्याचा करार लॉर्ड माऊंटबॅटन यांच्या पुढाकारानं झाला होता. त्यानुसार आपण पाकिस्तानला ७५ कोटी रुपये देणं लागत होतो. सुरुवातीला मध्यवर्ती बँकेमार्फत २० कोटी रुपये पाकिस्तानला दिले गेले. नंतर पाकिस्तानने काश्मीरवर हल्ला केल्यानंतर उरलेले पैसे देण्याबाबत नेहरू व पटेल यांनी दिरंगाईची भूमिका घेतली. ते पैसे द्यावेत असा आग्रह गांधींनी जरूर धरला होता, मात्र त्यासाठी त्यांनी उपोषण केलं आणि म्हणून भारताला हे देणं पाकिस्तानला द्यावं लागलं यात तथ्य नाही. आंतरराष्ट्रीय करारानुसार हे पैसे द्यावेच लागणार होते. नसते दिले तर आंतरराष्ट्रीय स्तरावर आपली नाचक्की झाली असती आणि पैसे देणंही टाळता आलं नसतं. याबाबत गांधींचा हत्यारा नथुराम गोडसे आणि त्याच्या साथीदारांनी केलेलं समर्थन पूर्णपणे लंगडं असल्याचं समोर येतं. शिवाय फाळणीसह साऱ्या घडामोडी होण्याच्या आधी चार वेळा गांधींवर हल्ला केला गेला, त्यांपैकी तीन प्रयत्नांत गोडसेचा समावेश होता. तेव्हा ५५ कोटींचा मुद्दाच नव्हता, हे विसरून चालणार नाही.

गांधींच्या हत्येचा कट पुण्यात कसा शिजला, त्यामध्ये कोणाकोणाचा सहभाग होता, स्वतःला देशभक्त म्हणवणारे गोडसेसह त्याचे साथीदार कसे खुज्या मनोवृत्तीचे होते, हे सारे तपशील गांधी हत्येचा पोलिस तपास आणि खटल्यातील कामकाजातील पुराव्यांच्या, जबाबांच्या आधारे मांडले गेले आहेत. त्यापैकी नारायण आपटेसारखे काही जण तर छंदीफंदी होते. या खटल्यात स्वातंत्र्यवीर सावरकरांचा कटातील सहभाग सिद्ध झाला नाही. हे सारं तपशीलवार आणि संगतवार या पुस्तकात मांडलं गेलं आहे. आपल्या डोळ्यांवर टाकले गेलेले भ्रमाचे पडदे दूर करण्यासाठी ते पुरेसं ठरावं. फाळणीनंतर होणाऱ्या भीषण हत्याकांडाची भनक फक्त गांधींना लागली होती. त्यांनी तसं सूचनही केलं होतं. पंतप्रधान नेहरू आणि गृहमंत्रिपद सांभाळणाऱ्या पटेलांसह खुद्द लॉर्ड माऊंटबॅटननाही नवनिर्मित उभय देशांवर येऊ घातलेलं हे भयाण संकट जोखता आलं नाही. फाळणीतला नरसंहार सुरू झाल्यावर अक्षरशः भेदरलेले नेहरू आणि पटेल माऊंटबॅटन यांना भेटायला गेले, तेव्हा त्यांच्या माना शरमेनं खाली गेल्या होत्या, अशी माहिती खुद्द माऊंटबॅटन यांनी लेखकद्वयींना

मुलाखतीत दिली आहे.

या पुस्तकाचं वैशिष्ट्य म्हणजे ते अल्पावधीत जगभर लोकप्रिय झालं. भारतीय स्वातंत्र्यप्राप्तीचा अधिकृत इतिहास म्हणून त्यावर शिक्कामोर्तब झालं. लेखकद्वयींनी १९९७ ला भारतीय स्वातंत्र्याच्या सुवर्णमहोत्सवी वर्षानिमित्त काढलेल्या विशेष आवृत्तीच्या प्रस्तावनेत पुस्तकाच्या यशाचा गौरवानं उल्लेख केला आहे. रिचर्ड ॲटनबरोंचा 'गांधी' चित्रपट जगभर गाजला. या चित्रपटानं गांधींची महत्ता विश्वव्यापी केली. या चित्रपटाचे पटकथालेखक जॉन ब्रिली यांनी *फ्रीडम ॲट मिडनाइट* मधूनच आपल्याला 'गांधी' चित्रपटासाठी प्रेरणा मिळाल्याचं सांगितलं. हे पुस्तक प्रथम फ्रेंच व इंग्रजीसह अनेक भाषांत पोहोचलं, त्याचबरोबर त्याच्या ३४ चोरट्या आवृत्त्या निघाल्या. खरं तर हे इतिहासाचं पुस्तक नाही, तर कादंबरीच वाटावी अशी सुरेख रचना, उत्कंठावर्धक शैली लेखकद्वयांनी निवडली आहे. मोर्डेकर यांनी केलेला मराठी अनुवादही सरसच उतरला आहे. मोर्डेकर आपल्या प्रस्तावनेत म्हणतात,

> *'भारताच्या युवाशक्तीला स्वातंत्र्यपूर्वकालीन घटनांचा, विशेषतः ती घडवणाऱ्या व्यक्तींचा म्हणावा तेवढा परिचय नाही ही वस्तुस्थिती आहे. राष्ट्रपिता महात्मा गांधींच्या विशाल, तेजस्वी, निस्सीम कार्याची त्यांना खरी ओळख नसण्याचाच संभव अधिक. फ्रीडम... वाचताक्षणी त्या थोर राष्ट्रपुरुषाच्या ठायी आढळणाऱ्या अनेक अलौकिक गुणविशेषांचं दर्शन होतं. परकियांच्या नजरेतून झालेलं त्यांचं मूल्यमापन वाचताना ऊर भरून येतो.'*

महात्मा गांधी यांचं *आत्मकथा*, की ज्याची गणना जगातील सर्वाधिक प्रामाणिक आत्मचरित्रांमध्ये केली जाते, ते आपण वाचलं पाहिजे. शिवाय त्यांचे पणतू तुषार गांधी यांनी गांधी हत्येचा कट आणि खटल्याच्या संपूर्ण कामकाजावर पुराव्यांसह लिहिलेलं *लेट्स किल गांधी*, पत्रकार अशोक कुमार पांडेय यांचं *त्याने गांधींना का मारलं*, सुरेश द्वादशीवार यांचं 'गांधीजी आणि त्यांचे टीकाकार' यांसह अनेक पुस्तकं मराठीतही आलेली आहेत की ज्यातून गांधींचं कर्तृत्व, त्यांचं जागतिक पातळीवर मान्य झालेलं मोठेपण हे सारं आपल्याला कळू शकतं, त्यांच्याविषयी निर्माण केले गेलेले भ्रम दूर होऊ शकतात.

३० जानेवारी १९४८ रोजी सायंकाळच्या प्रार्थनेवेळी या महात्म्याच्या देहाची छातीत गोळ्या झाडून भ्याड हत्या झाली. तरीही तो जगभरातील विवेकी माणसांच्या स्मृतिमंजूषेत जिवंत आहे, त्याच्या विचारधारेचा अधिकाधिक अभ्यास सुरू आहे. मरता मरत नाही हा म्हातारा! या महामानवाला कोटी कोटी प्रणाम!

सैतानाच्या मागावर

अमेरिका ही अमेरिका का आहे, हे समजून घ्यायचं असेल तर हे पुस्तक वाचायलाच हवं. अमेरिकेच्या बलाढ्यतेचं रहस्यही यातून उलगडतं. शिवाय एखादी मोहीम, एखादा प्रकल्प यशस्वी करायचा असेल, तर त्याचे हजारो कंगोरे विवेकी दृष्टिकोनातून कसे तपासायला हवेत याचा वस्तुपाठ मिळतो.

पुस्तक : मॅन हंट
मूळ पुस्तक : Manhunt
मूळ लेखक : पीटर बर्गन
अनुवाद : रवी आमले
प्रकाशक : डायमंड पब्लिकेशन्स

“With guns you can kill terrorists,
with education you can kill terrorism.”

- Malala Yousafzai, Nobel Laureate

आपण आपल्या घरट्यात सुखेनैव चिवचिवत असतो तेव्हा कुठे तरी एखादा बॉम्ब फुटलेला असतो, कुणी तरी अंदाधुंद गोळीबार केलेला असतो. कोणाचा तरी मुलगा, कोणाची आई, एखाद्या घरातला कमावता, कोणी महाविद्यालयात जायला निघालेली मुग्ध कळी बेजान झालेली असते... तिच्या डोळ्यांतील स्वप्नांच्या कलेवरासह! हे असं का होतं? काय दोष असतो या निष्पापांचा? आजूबाजूचं जग इतकं निबर झालंय ना, की असे प्रश्न विचारणंही भाबडेपणा ठरावा! हे सारे दहशतवादाचे बळी. मग हेच का बळी ठरतात, या प्रश्नाचं उत्तर म्हणजे, हे उघड्यावर, रस्त्यावर सहज उपलब्ध असतात; नेत्यांसारखं सुरक्षेचं कवच यांना नसतं म्हणून! सरकारला, नेत्यांना किंवा एखाद्या विरोधी घटकाला, समूहाला घाबरवून आपल्याला हवं ते साध्य करून घ्यायला दहशतवादाचा सर्रास अवलंब केला जातो आहे. धर्माच्या, राष्ट्रप्रेमाच्या, स्वातंत्र्याच्या नावाखाली असा उन्मादी दहशतवाद पसरवणं आणि त्यासाठी सामान्य माणसाला हत्यार बनवणं आता सर्वत्रच सर्वमान्य झालंय. त्याचं आता सामान्य माणसालाही अप्रूप वाटेनासं झालं आहे. शिवाय त्याला विचारतंय कोण? पंचवार्षिक मतदान सोडलं तर त्याच्याकडे देण्यासारखं असतं तरी काय?

दहशतवाद हा शब्द गेली दोनेक दशकं आपल्या कानांमध्ये रुळला आहे. दूर कुठे तरी कुणी तरी हिंसाचार करतं. बहुतांश वेळा आपल्याशी थेट संबंध नसलेलं कुणी तरी त्यात बळी पडतं. बातमी ऐकून आपण हळहळतो. दूरचित्रवाणीच्या पडद्यावरील दृश्यं पाहून काही काळ अस्वस्थ होतो, विचलित होतो; अर्थात काही काळच! मग पुन्हा आपल्या कामाला लागतो. रोजचं रहाटगाडगं कुणाला चुकलंय? आपलं राज्य, शेजारी राज्यं, शेजारी राष्ट्रं, दूरची राष्ट्रं अशा सगळ्या ठिकाणी दहशतवादाचा ऑक्टोपस हातपाय पसरतो आहे. सतत सुरू असलेल्या दहशतवादी कृत्यांच्या बातम्यांच्या रतिबानं आपल्याला मुर्दाड बनवलं आहे. दररोजचा जगण्याचा संघर्षच डोईजड झालेल्यांना असा बधिरपणा येणं स्वाभाविकच, पण भवतालातल्या या अराजकाला असं गृहीत धरणं, संवेदनशीलतेला सोडचिठ्ठी देणं दीर्घकालाचा विचार केला तर निश्चितच घातक ठरणारं आहे.

आपल्या राजकीय मागण्या जबरदस्तीनं मान्य करवून घेण्यासाठी विशिष्ट समूहात आत्यंतिक भीती निर्माण करण्याच्या हेतूनं एखादी व्यक्ती किंवा गटानं प्रस्थापित सत्तेच्या बाजूनं किंवा विरोधात चालवलेला हिंसाचार किंवा निर्माण केलेला धाक म्हणजे दहशतवाद, अशी एक दहशतवादाची ढोबळ व्याख्या आहे. अर्थात, हिंसा जशी भौतिक असते तशी वाचिकही असते. ती शरीरावर वार करते, त्याचप्रमाणे आक्रमक विखारी प्रचारानं तुमचा

आत्माही घायाळ करू शकते. सध्या या दोन्ही प्रकारच्या दहशतवादाच्या कल्लोळात आपण वावरतो आहोत.

पीटर बर्गन

दहशतवादाच्या जागतिक इतिहासाचा मागोवा घ्यायचा म्हटलं तर खूप मागं जावं लागेल. त्याचा धांडोळा घेणं हा प्रस्तुत लेखाचा विषयही नाही. अमेरिकेवर ११ सप्टेंबर २००१ रोजी झालेल्या दहशतवादी हल्ल्यानंतर सारं जग खडबडून जागं झालं. त्याच्या आधी आणि नंतर असे दहशतवादाच्या इतिहासाचे दोन भाग केले जातात. कारण हा हल्ला केवळ अमेरिकाच नव्हे तर जग बदलवणारा ठरला. अरेच्चा, एवढ्या मोठ्या गर्विष्ठ महासत्तेलाही दहशतवादी जेरीला आणू शकतात तर, या वैचारिक धक्क्यानं जग अचंबित झालं. दुसरीकडे, जगाचा फौजदार म्हणून प्रत्येक जागतिक घडामोडींत नाक खुपसणाऱ्या अमेरिकेला चांगला धडा मिळाला, याचाही आसुरी आनंद काहींना झाला. वर्ल्ड ट्रेड सेंटरच्या ट्विन टॉवरवरील विमानहल्ल्याची दृश्यं तर दहशतवादी कृत्याची परमसीमा म्हणून आजही काळजात धडकी भरवतात. सुमारे तीन हजार लोकांचा यात बळी गेला. दुसऱ्या जागतिक महायुद्धात पर्ल हार्बरवर जपानने केलेला हल्ला सोडला, तर आजवर युद्धखोर अमेरिकेच्या भूमीवर हल्ल्याचं धाडस कोणी केलं नव्हतं. यादवी वगळता कोणतंही युद्ध इथं खेळलं गेलं नाही. (युरोप मात्र दोन्ही महायुद्धांत स्मशानभूमी बनला होता.) साहजिकच हा घाव अमेरिकेच्या जिव्हारी लागला. तत्कालीन राष्ट्राध्यक्ष जॉर्ज बुश यांनी या कृत्याचा बदला घेऊन मृतांच्या कुटुंबीयांना न्याय मिळवून देण्याचा संकल्प सोडला. हा हल्ला घडवणारी 'अल् कायदा' आणि तिचा म्होरक्या ओसामा बिन लादेन याचा खातमा करण्यासाठी लगोलग अफगाणिस्तानात कारवाईला सुरुवातही झाली. मानवी संघर्षाच्या इतिहासातील सर्वात दीर्घकाळ (तब्बल १० वर्षं) चाललेली ही शोध आणि प्रतिशोध (सूड) मोहीम असावी.

ओसामा बिन लादेन. 'अल् कायदा' या जहाल संघटनेचा नेता, क्रूरकर्मा, दहशतवाद्यांचा शिरोमणी...अशी अनेक विशेषणं या नराधमाच्या काळ्या कर्तृत्वापुढं फिकी पडावीत इतकी याची या क्षेत्रातली कर्तबगारी 'महान'! चेहरा सौम्य, मवाळ असला तरी हा साळसूद बाळ्या कावेबाजपणाचा अर्क होता. म्हणूनच ९/११ च्या हल्ल्यानंतर पुढची दहा वर्षं तो अमेरिकेच्या हाती लागू शकला नाही. त्याला पकडण्यासाठी अमेरिकेनं काय काय केलं, किती मोहिमा आखल्या, किती जणांचे जीव गमावले, तरीही प्रत्येक वेळी हा कसा सहीसलामत सुटायचा याचा चित्तथरारक लेखाजोखा वाचायचा असेल, तर पीटर बर्गन या

पत्रकारानं प्रचंड कष्ट उपसून लिहिलेलं *मॅनहंट* हे पुस्तक वाचायलाच हवं. माझे पत्रकार मित्र रवी आमले यांनी त्याचा सुरेख मराठी अनुवाद केला आहे. हे पुस्तक एकदा हातात घेतलं तर तुम्ही ते खाली ठेवणार नाही हे नक्की! एखादी थरारक कादंबरी वाचल्याचा अनुभव हे पुस्तक देतं. त्याचबरोबर पाश्चिमात्य जगतात प्रत्येक गोष्ट अभ्यासू वृत्तीनं कशी घासूनपुसून वाचकांसमोर ठेवली जाते तेही लक्षात यावं. शेकडो लोकांच्या मुलाखती, विविध स्थळांना दिलेल्या भेटी, वर्तमानपत्रांची कात्रणं, अस्सल कागदपत्रं यांचा आधार घेऊन बर्गन यांनी लिहिलेल्या या पुस्तकासाठी वापरलेल्या संदर्भांची नुसती जंत्री पाहिली तरी आपली छाती दडपून जावी. ही यादी तब्बल ७८ पानांची असून, ती मराठी आवृत्तीलाही जोडलेली आहे. हुशारीचा आव आणणाऱ्या पत्रकारांनी आणि स्वतःला अभ्यासू समजणाऱ्या तोंडाळ हडेलहप्पींनी ही यादी जरूर नजरेखालून घालावी.

अमेरिकेवर दहशतवादी हल्ला झाला तेव्हा त्याचा 'मास्टरमाइंड' असलेला लादेन अफगाणिस्तानातील खोश्तजवळील एका अतिरेकी प्रशिक्षण केंद्रात राहत होता. हल्ल्यानंतर जगभरातून तीव्र प्रतिक्रिया येऊ लागल्यावर त्यानं तिथून काढता पाय घेतला. आपल्या पत्नी आणि मुलांना पाकिस्तानात पाठवून तो कंदाहारजवळील तालिबानच्या एका सुरक्षित लपणगृहात थांबला. तेथे तो १२ सप्टेंबर ते ६ ऑक्टोबर २००१ अखेर होता. 'अल् कायदा'चा बीमोड करण्यासाठी अमेरिकेनं अफगाणिस्तानवर हल्ला केल्यानंतर मात्र तो परागंदा झाला. नंतर तो काबूल, जलालाबादमार्गे तोरा-बोरा या पर्वतरांगांमध्ये जाऊन लपल्याचं मानलं जातं. तेथे तो १७ नोव्हेंबर ते १२ डिसेंबरअखेर होता. काही काळ तो पाकिस्तानच्या हद्दीतही गेला, तिथल्या लपणगृहात राहिला. लादेनच्या एका पत्नीनं दिलेल्या माहितीनुसार हे कुटुंबीय सन २००२ च्या उत्तरार्धात पुन्हा एकत्र आलं. पाकिस्तानातील पेशावरमध्ये ते एका सुरक्षित निवासस्थानात पाच महिने राहिले. मे २००३ मध्ये इस्लामाबादजवळीत हरीपूर या गावात येऊन ते जवळजवळ दोन वर्षे ओळख लपवून भाड्याच्या घरात राहिले. जून २००५ मध्ये हे कुटुंब पाकिस्तानात हिमालयाच्या पायथ्याशी असलेल्या निसर्गरम्य अबोटाबादमध्ये येऊन स्थायिक झालं ते अगदी लादेनच्या अंतापर्यंत, म्हणजे १ मे २०११ पर्यंत.

अफगाणिस्तानातील तालिबानी राजवटीला नेस्तनाबूत करत असताना अमेरिकेचं पूर्ण लक्ष लादेनकडे होतं, पण तो सतत चकमा देत राहिला. तोरा-बोरा पर्वतरांगांमधील एका कारवाईत तो अक्षरशः सापडलाच होता, पण तिथून तो भुतासारखा निसटला. सतत त्याचा माग काढण्यासाठी झटणाऱ्या अमेरिकी गुप्तचरांना अखेर लादेनच्या एका दूताचा सन २००७ मध्ये सुगावा लागला. अबू अहमद अल-कुवैती हे त्याचं नाव. मात्र नाव कळाल्यावरही पत्ता मिळवून त्याच्यापर्यंत पोहोचायला या गुप्तचरांना वेळच लागला. सीआयएच्या गुप्तचरांना ऑगस्ट २००९ मध्ये कुवैती अबोटाबादमध्ये एका उंच सीमाभिंतीने बंदिस्त तीन मजली घरात राहत असल्याचे आढळले. घराच्या बंदिस्त रचनेवरून लादेन याच ठिकाणी राहत

पाकिस्तानातील अबोटाबादमध्ये लादेनचा खातमा करण्यासाठी झालेल्या सील मोहिमेचे ड्रोनच्या माध्यमातून केलेल्या चित्रणाचे थेट प्रक्षेपण व्हाइट हाउसमधील सिच्युएशन रूममध्ये करण्यात आले. तत्कालिन राष्ट्राध्यक्ष बराक ओबामा, उपाध्यक्ष ज्यो बायडेन, परराष्ट्रमंत्री हिलरी क्लिंटन यांच्यासह वरिष्ठ अधिकाऱ्यांनी तणावपूर्ण वातावरणात या कारवाईचे अवलोकन केले.

असावा असा संशय सीआयएच्या अधिकाऱ्यांना आला, पण त्याची पुष्टी करण्यासाठी कोणतंही साधन त्यांच्याकडे नव्हतं. या घराच्या अंगणावर टेहळणीसाठी अमेरिकी उपग्रह, ड्रोन कामाला लावले गेले. त्यातून लादेन त्याच्या एका तरुण पत्नीसह व मुलांसह तेथे राहत असावा असा कयास त्यांनी बांधला, पण त्याची पक्की पुष्टी मोहीम सुरू होईपर्यंत कोणालाही करता आली नाही.

लादेन पाकिस्तानात लपला होता, पण खुद्द पाकिस्तानी लष्करशहांना, राज्यकर्त्यांना त्याची भनकही नव्हती. अमेरिकेचे अनेक गुप्तचर अबोटाबादमध्ये दाखल होऊन मिळेल ती माहिती जमा करीत होते. लादेन असण्याची शक्यता वर्तवलेल्या गढीसदृश घरावर लक्ष ठेवून होते. इकडे अमेरिकेत राष्ट्राध्यक्ष बराक ओबामा, तत्कालीन उपाध्यक्ष आणि सध्याचे राष्ट्राध्यक्ष जो बायडेन, परराष्ट्रमंत्री हिलरी क्लिंटन यांच्यासह सीआयएचे संचालक लिऑन पॅनेटा, लष्कराचे वरिष्ठ अधिकारी, अफगाणिस्तानमध्ये काम केलेले काही निवृत्त अधिकारी बैठकांमागून बैठका घेत कारवाईचा तपशील ठरवत होते. वर्षभराच्या कालावधीत अशा

शेकडो बैठकांती अखेरीस ओबामा यांनी अनेक धोके पत्करून कारवाईचा निर्णय घेतला. त्याआधी त्यांच्या अधिकाऱ्यांत अनेक मतभेद झाले. अनेक जण लादेन तेथे असेल का, याबाबत साशंक होते. कारवाईचा निर्णय झाल्यानंतर सील टीमच्या कमांडोंनी नेवाडाच्या वाळवंटात लादेनच्या घराची प्रतिकृती बनवून तेथे कारवाईच्या रंगीत तालमीही सुरू केल्या. बॉम्ब टाकून घर उडवून देण्यासह कारवाईच्या विविध योजनांवर विचार करण्यात आला. अखेर प्रत्यक्ष कमांडो पाठवूनच कारवाई करण्याचा निर्णय घेण्यात आला. या कारवाईच्या यशाची शक्यता ५० टक्क्यांपेक्षाही कमी होती, तरीही मूळ योजनेनुसार कामाला लागण्याचे आदेश ओबामा यांनी दिल्यानंतर अफगाणिस्तानातील अमेरिकेच्या हवाई तळावरून कमी उंचीवरून उडण्याची क्षमता असणाऱ्या चिनूक हेलिकॉप्टरमधून कमांडो पाठवून मोहीम फत्ते करण्याचं नियोजन करण्यात आलं. पाकिस्तानी लष्कराच्या रडारवर हेलिकॉप्टर्स दिसू नयेत यासाठी ही काळजी.

मोहिमेआधी अक्षरशः हजारो बारीकसारीक तपशिलांचा विचार करण्यात आला. कारवाईनंतर पाकिस्तानच्या होणाऱ्या संभाव्य प्रतिक्रियेला तोंड कसं द्यायचं, यावर विचारविनिमय झाला. पाकिस्तानला मोहिमेत सहभागी केले, तर त्याबाबतचे तपशील फुटण्याचा धोका असल्यानं तो निर्णय टाळण्यात आला, पण या कारवाईनंतर हा हल्ला भारताने केल्याचा पाकिस्तानचा गैरसमज झाला असता, तर या दोन अण्वस्त्रसज्ज देशांत संघर्षाची ठिणगी पडली असती. हा नाजूक विषय कसा हाताळायचा, याबाबत या विषयातील तज्ज्ञांशी सल्लामसलत करून वेगवेगळ्या स्थितीत कसे कसे निर्णय घेता येतील याचा आराखडा तयार ठेवण्यात आला. शिवाय हे सारं प्रसारमाध्यमांसह सर्वांपासून गोपनीय ठेवण्याचं आव्हान मोठं होतं. तेही ओबामा प्रशासनाने उत्तमपणे पेललं.

अखेरीस १ मे २०११ च्या रात्री प्रत्यक्ष मोहीम फत्ते करण्यात आली. त्याआधी या परिसरातील वीजप्रवाह खंडित करण्यात आला. कारवाई सुरू झाल्यावर या घराच्या कुंपणामध्ये हवेचा दाब तयार झाल्यानं एक हेलिकॉप्टर कोसळलं. पण जीवितहानी झाली नाही. कमांडोंनी तातडीने कारवाई पूर्ण केली. वरच्या मजल्यावर तरुण पत्नीसह राहणाऱ्या लादेनला टिपण्यात आलं. लादेनची उंची सहा फूट चार इंच होती. तो मारला गेल्यानंतर उंची मोजण्यासाठी मोजपट्टी ठेवण्याचं कोणाच्या लक्षात आलं नव्हतं. ही एक त्रुटी वगळता ही मोहीम सगळ्या आव्हानांवर मात करून काटेकोरपणे राबवण्यात आली. घटनास्थळापासून काही किलोमीटरवर पाकिस्तानचा लष्करी तळ होता, पण त्यांना भनक लागण्याआधीच कारवाई फत्ते करून अमेरिकी कमांडो हेलिकॉप्टरमधून लादेनचा मृतदेह आणि तो राहत असलेल्या घरातील कागदपत्रं, संगणक आदी ऐवज घेऊन अफगाणिस्तानच्या दिशेनं रवानाही झाले होते. लादेनचं दफन केलं असतं तर ते ठिकाण दहशतवाद्यांचं प्रेरणास्थळ होण्याचा धोका होता. म्हणून अरबी समुद्रात त्याला विधिवत जलसमाधी देण्यात आली.

ओबामा यांनी हा खूप विचारांती जाणीवपूर्वक घेतलेला निर्णय होता.

लादेनचा खातमा केल्याची घोषणा त्याच दिवशी रात्री ओबामा यांनी दूरचित्रवाणीवरून केलेल्या साडेएकोणीस मिनिटांच्या धीरोदात्त भाषणातून केली. अमेरिकी नागरिकांनी रात्रीच रस्त्यावर येत जल्लोष करून तिचं स्वागत केलं. कोट्यवधी डॉलर्स खर्चून, अनेकांचे जीव गमावून दहा वर्षं चाललेल्या अथक मोहिमेनंतर मिळालेलं यश देदीप्यमान असलं तरी त्याला असलेली दुखरी किनार लक्षात घेता, छाती बडवून त्याचं श्रेय घेणं ओबामांनी टाळलं. अगदी आवाजात कसलाही चढउतार न करता, हातवारे न करता आपण देशाला दिलेला शब्द पूर्ण केल्याची आठवण त्यांनी करून दिली. यू-ट्यूबवर हे भाषण उपलब्ध आहे. परिपक्व राजकारणी किती धीरोदात्त असू शकतो, याचं उत्तम उदाहरण म्हणून ओबामा यांच्या या संबोधनाकडे पाहावं लागेल. जगातल्या इतर उठवळ नेत्यांपेक्षा आणि अगदी त्यांच्यानंतर सत्तेवर आलेल्या डोनाल्ड ट्रम्प यांच्यासारख्या उथळ, तोंडाळांपेक्षा ओबामा किती श्रेष्ठ होते याची प्रचिती त्यांच्या या विवेकी भाष्यातून येते.

अमेरिका अमेरिका का आहे, हे समजून घ्यायचं असेल तर हे पुस्तक जरूर वाचायला हवं. अमेरिकेच्या बलाढ्यतेचं रहस्यही यातून उलगडतं. शिवाय एखादी मोहीम, एखादा प्रकल्प यशस्वी करायचा असेल तर त्याचे हजारो कंगोरे विवेकी दृष्टिकोनातून कसे तपासायला हवेत याचा वस्तुपाठच ही मोहीम घालून देते.

शेवटी पाकिस्तानची युवा कार्यकर्ती मलाला युसूफझाई हिनं म्हटल्याप्रमाणे, 'बंदुकीनं तुम्ही अतिरेकी मारू शकता, पण शिक्षणाच्या माध्यमातून तुम्हाला दहशतवाद संपवता येईल.' तिचं हे भाबडं स्वप्न कधी साकार होईल का?... काही कूटप्रश्नांना उत्तरं नसतात. अशा भळभळत्या जखमा उराशी घेऊनच सुजाण जगाला आपली वाटचाल चालू ठेवावी लागते. कधी तरी हे सारं संपेल, हा आशावादही बाळगावा लागतो. जगणं सुसह्य करण्यासाठी तो आवश्यकच!

तोरा मन दर्पण कहलाए

मनाचा तळ कसा शोधावा बरं ? अध्यात्मानं आणि नंतर आधुनिक मानसशास्त्रानं त्यासाठी जंग जंग पछाडले. सुखाचा शोध ही पुढची गोष्ट झाली, मनात साठलेली दुःखाची कोळीष्टकं कशी दूर करावीत, आनंदाचं भरतं घेऊन जगण्याला कसं भिडावं हे प्रश्न मोलाचे आहेत. त्यांची सोडवणूक करणारं मानसशास्त्रासारखंच काही हाताशी लागलं तर बरंच आहे ना !

मानसा मानसा, कधी व्हशील मानूस...

पुस्तक : मी अल्बर्ट एलिस
लेखक : डॉ. अंजली जोशी
प्रकाशक : शब्द प्रकाशन

जगावं कसं, वागावं कसं, दुःख कसं टाळावं, हे तर आपणा सर्वांना पडणारे सनातन प्रश्न. त्यांच्या सोडवणुकीची काही एक दिशा असते. ती सापडली तर जीवनाचं सार्थक! गौतम बुद्धांपासून ते ज्ञानेश्वर, तुकाराम आदी संत मंडळी आणि जे. कृष्णमूर्ती, रजनीश यांच्यासारख्या थोर विचारवंतांनी अर्थपूर्ण जगण्याचे विविध मार्ग सांगितले. या आध्यात्मिक मार्गांना वैज्ञानिक बैठक देणारं काही हाताशी लागलं तर किती बहार येईल ना!

आपल्याला आयुष्यात किती वेगवेगळ्या प्रकारची माणसं भेटतात ना! रंग, रूप, आकार ही तर बाह्य मोजमापं. त्यात वैविध्य असतंच, पण सगळ्यात महत्त्वाचा स्वभाव! त्याची पारख करणं जिकिरीचं. एखाद्याचा स्वभाव अखेरपर्यंत असाच राहील किंवा मध्येच तो मूळ स्वभावाला मुरड घालून विपरीत वागणार नाही ना, याची शाश्वती कोणी द्यावी? काय स्वभाव असतात एकेकाचे! कोणी इतकं बडबडं की तोंडात तीळही न भिजावा; उलट कोणी इतकं शांत-समंजस, की जणू समईची मंद तेवती वात. कोणी कोपिष्ट, तर कोणी सोशिक. कोणी डूख धरणारं, तर कोणी मानापमान विसरून मनमोकळं वागणारं. कोणी सतत घालून पाडून बोलणारं, तर कोणी दुखऱ्या भागावर हळूच फुंकर घालणारं, म्हणून हवंहवंसं वाटणारं. कोणी स्वार्थी, तर कोणी त्यागमूर्ती. कोणी कामापुरतं गोड बोलणारं, तर कोणी कामाशिवायही जीव लावणारं. कोणी हसमुखराय, तर कोणी सदा दुर्मुखलेलं. काही सतत हिंस्र वाणीत कशावरही व्यक्त होणारे प्रतिक्रियावादी, तर काही 'आभाळ कोसळलं' तरी स्थितप्रज्ञ. काहींच्या प्रेमात आपण आकंठ भिजत राहतो, ते वैभव असतं आपल्या आयुष्याचं. काहींच्या वाट्याला मात्र इतकी उग्र आक्रस्ताळी माणसं येतात, की त्यांचं अवघं जिणं नरक बनून जातं. आजूबाजूला डोकावलं तर यातले अनेक मासलेवाईक नमुने आढळतील. आपणही यांपैकी एक किंवा यातल्या विविध प्रकारांचं कमी-अधिक मिश्रण. फक्त आपली ओळख कधीच पटवून घेत नाही, स्वतःच्या दृष्टीनं थोरच तर असतो आपण! माणसं अशी का असतात किंवा अशीच का असतात ती? मानसशास्त्र गेली कित्येक वर्षं याचं गूढ उकलण्याचा प्रयत्न करतं आहे. मानवी स्वभावाचा धांडोळा घेणारा हा विषय माझ्या आवडीचा. या विषयावरील अनेक इंग्रजी, मराठी पुस्तकं माझ्या संग्रही आहेत. आयुष्यात आलेली 'अरभाट आणि चिल्लर' माणसं वाचण्यासाठी ती उपयुक्त ठरतात.

आपल्याला सुखी माणसाचा सदरा हवा असतो. तो उक्ता मिळण्याचं कुठलंही दुकान भूतलावर नाही. त्याचा शोध जसा बहिर्गत आहे तसा तो अंतर्गतही असतो. त्यासाठी आधी स्वतःला समजून घेता यायला हवं. स्वतःच्या स्वभावाची पारख करता यायला हवी. त्यात बदलाची तयारी हवी. अर्थात, आपण त्यास तयार नसतो. जगात वाईट गोष्टी आहेत, वाईट लोक आहेत, चुका करणारेही आहेत, मात्र त्यात आपण नाही, ते सारे 'दुसरे'च आहेत, असा आपला भ्रम. म्हणून अगदी खून करणाराही स्वतःच्या कृतीचं समर्थन करू धजतो. महात्मा गांधींनी सांगून ठेवलंय, 'आधी स्वतःला बदला, मग जग बदलण्याच्या बाता करा'. इथंच आपलं घोडं पेंड खातं. आधी म्हटल्याप्रमाणे वाईट वागणारे सगळे 'दुसरे' असतात. आपण चुकूच शकत नाही, असा पक्का ग्रह असल्यावर मग बदलण्याचा प्रश्न येतोच कुठे? अशा बहुसंख्य अपरिवर्तनीय अडेलतट्टूंमुळे समाजाचा, कुटुंबसंस्थेचा पोत बिघडतो. असा समाज सुसंस्कृत असू शकत नाही, तो अनेक अंतर्विरोधांनी भरलेला, उग्र, संतप्त असा समूह असतो. तिथं सकारात्मक काही अभावानंच घडतं, नकारात्मक घटनांची, घटकांची

मोजदादही करता येत नाही. कंठाळी माध्यमांमध्ये त्याचंच प्रतिबिंब उमटत राहतं.

यशाचे सोपान चढायला शिकवणाऱ्या पुस्तकांनी सारी पुस्तकांची दुकानं आणि ॲमेझॉनसारखी ऑनलाइन दालनंही गच्च भरली आहेत. यशस्वी कसं व्हावं, श्रीमंत कसं व्हावं, कसं वागावं, कसं वागू नये, बोलावं कसं आणि कसं बोलू नये याबद्दल तेच ते सांगणारी अनेक पुस्तकं अनुवादित झाली आहेत. ती कमी आहेत म्हणून की काय, आपल्याकडच्याही अनेक लेखकूंनी प्रेषिताचं कातडं पांघरून बख्खळ ग्रंथनिर्मिती केली. या साऱ्यात भरताडांचा भरणाच अधिक. अस्सल ऐवज दोन बोटांच्या चिमटीत मावेल एवढाच. जगावं कसं, वागावं कसं, दु:ख कसं टाळावं हे तर आपणा सर्वांना पडणारे सनातन प्रश्न. त्यांच्या सोडवणुकीची काही एक दिशा असते. ती सापडली तर जीवनाचं सार्थक! गौतम बुद्धांपासून ते ज्ञानेश्वर, तुकाराम आदी संत मंडळी आणि जे. कृष्णमूर्ती, रजनीश यांच्यासारख्या थोर विचारवंतांनी अर्थपूर्ण जगण्याचे विविध मार्ग सांगितले. या आध्यात्मिक मार्गांना वैज्ञानिक बैठक देणारं काही हाताशी लागलं तर किती बहार येईल ना! त्यातले काही मोती वेचायचे असतील तर डॉ. अल्बर्ट एलिस आणि त्यांचं विवेकाचं मानसशास्त्र (Rational Psychology) आपल्याला समजून घ्यायला हवं. वाचनाच्या एका टप्प्यावर डॉ. अल्बर्ट एलिस मला तसे उशिराच भेटले. त्यांच्या विवेकनिष्ठ मानसशास्त्राच्या मदतीनं मनोविकासाच्या आणखी पुढच्या टप्प्यावर जायला खूप मदत झाली. डॉ. अल्बर्ट हे अमेरिकी मानसशास्त्रज्ञ. बालपण आणि तरुणपण गरिबी, हलाखी आणि आजारपणात गेलेल्या या शास्त्रज्ञानं 'विवेकाचं मानसशास्त्र' ही एक नवीनच शाखा विकसित केली. त्याचा वापर करून केले जाणारे विवेकनिष्ठ मानसोपचार (Rational Psychotherapy) हा त्यांचा हातखंडा विषय. त्यासाठी त्यांनी विकसित केलेली Rational Emotive Behavior Therapy अर्थात REBT ही उपचार पद्धती आता जगभर लोकप्रिय झाली आहे. महाराष्ट्रात डॉ. अंजली जोशी आणि डॉ. एलिस यांचे शिष्य डॉ. कि. मो. फडके यांच्यासह अनेक जण या विषयावर काम करताहेत.

डॉ. अल्बर्ट एलिस

डॉ. अंजली जोशी

मानसशास्त्र आणि मनोविकारशास्त्र विकसित करण्यासाठी सिग्मंड फ्रॉइडसह अनेक मानसशास्त्रज्ञांनी आपलं आयुष्य कारणी लावलं. त्या काळी आणि सांप्रत काळीही त्यांचे सिद्धान्त वादग्रस्त ठरले. विसाव्या शतकाच्या पूर्वार्धावर पगडा होता तो फ्रॉइड यांच्या

इंटरप्रिटेशन ऑफ ड्रीम्स या अभिजात मानल्या गेलेल्या ग्रंथाचा आणि त्यावर आधारित मनोविश्लेषणात्मक (Psychoanalysis) उपचारपद्धतीचा. युरोप आणि अमेरिकेत ही उपचारपद्धती अत्यंत लोकप्रिय ठरली. नंतर मात्र या पद्धतीच्या अनेक मर्यादा उघड झाल्या आणि हळूहळू ती मागं पडू लागली. त्यानंतर या क्षेत्रात मोलाची भर घातली ती डॉ. अल्बर्ट एलिस यांनी सहलेखक रॉबर्ट हार्पर यांच्यासमवेत लिहिलेल्या *अ गाइड टू रॅशनल लिव्हिंग* या पुस्तकानं आणि त्यावर आधारित विवेकनिष्ठ मानसोपचारशास्त्रानं. डॉ. एलिस यांनी मानसशास्त्रावर ८० पुस्तकं आणि बाराशेच्यावर शोधनिबंध लिहिले आहेत. त्यांच्या व्याख्यानांच्या दोनशेहून अधिक ध्वनी-चित्रफिती आहेत. न्यू यॉर्कमध्ये त्यांनी स्थापन केलेली अल्बर्ट एलिस इन्स्टिटयूट ही भव्य संस्था संशोधन आणि मानसोपचारात आजही मोलाची भूमिका बजावते आहे. लैंगिक स्वातंत्र्याबाबत डॉ. एलिस यांचे विचार तेव्हा आणि आत्ताही बंडखोर वाटावेत असेच आहेत. त्याबाबतचं त्यांचं लिखाणही वादग्रस्त ठरलं.

मराठीतून हे सारं समजून घ्यायचं असेल तर मुंबईच्या शब्द प्रकाशनानं प्रकाशित केलेली दोन पुस्तकं उपलब्ध आहेत. डॉ. अंजली जोशी यांची *मी अल्बर्ट एलिस* ही त्यांच्या जीवनचरित्रावर आधारित कादंबरी अत्यंत लोकप्रिय ठरली. या कादंबरीत डॉ. एलिस यांच्या जीवनचरित्राबरोबरच त्यांच्या विवेकनिष्ठ मानसशास्त्राची पंचसूत्री वाचायला मिळते, की जी अवलंबायचा प्रयत्न केला तर आपण स्वतःला अंतर्बाह्य बदलू शकतो. या कादंबरीच्या सन २००९ पासून १६ आवृत्त्या निघाल्या आहेत. मानसशास्त्रासारख्या विषयावरील मराठी कादंबरीला इतकं मोठं यश मिळावं यातच सारं काही आलं. विशेष म्हणजे एका अमेरिकी शास्त्रज्ञाच्या आयुष्यावर मराठी लेखिकेनं लिहिलेली ही कादंबरी इंग्रजीत भाषांतरित झाली आहे. डॉ. अंजली यांच्यासाठी हा आणखी एक बहुमान. प्रस्तुत लेखासाठी या कादंबरीची निवड करण्याचं हे एक महत्त्वाचं कारण. ही कादंबरी व्यक्तिमत्त्व विकासाची 'गीता' ठरली आहे. अनेकांच्या जीवनात तिनं परिर्तन घडवून आणलं. डॉ. अंजली आणि त्यांचे गुरू डॉ. कि. मो. फडके यांनी *अल्बर्ट एलिस : विचारदर्शन* हे आणखी एक पुस्तक लिहिलं आहे. तांत्रिक भाषेत, उदाहरणांसह 'विवेकनिष्ठ मानसोपचारशास्त्रा'चा आढावा घेणारं हे पुस्तक जिज्ञासूंना आणि या विषयाचा सखोल अभ्यास करणाऱ्यांना उपयुक्त ठरावं. मानसशास्त्रात रस असणाऱ्यांसाठी जाता जाता सांगायची आणखी एक महत्त्वाची गोष्ट म्हणजे डॉ. अंजली यांनी जगप्रसिद्ध मानसशास्त्रज्ञांच्या गाजलेल्या ग्रंथांचा सांगोपांग परिचय करून देणारं *लक्षणीय ५१* हे सुंदर आणि अभ्यासपूर्ण पुस्तक लिहिलं आहे, तेही जरूर वाचावं.

डॉ. एलिस यांना विवेकी जीवनाचं सूत्र सापडलं ते तत्त्वज्ञानाच्या अभ्यासातून. महान ग्रीक तत्त्ववेत्ता एपिक्टेटस यानं दोन हजार वर्षांपूर्वी मानवी जीवनाविषयी एक महत्वाचं निरीक्षण नोंदवलं, 'मनुष्य आपल्या सभोवतालच्या घटनांमुळे अस्वस्थ होत नाही, तर त्या घटनांकडे पाहण्याच्या त्याच्या दृष्टिकोनामुळे अस्वस्थ होतो.' (Men are disturbed not by things, but by the views they take of them.) तत्त्वज्ञानातून गवसलेली ही सोन्याची खाण डॉ. अल्बर्ट यांनी मानसशास्त्रीय उपचार पद्धतीत रूपांतरित केली. या आधारावर साकारलेलं *अ गाइड टू रॅशनल लिव्हिंग* हे पुस्तक विवेकनिष्ठ मानसोपचाराचं बायबल ठरलं. याबाबत डॉ. एलिस यांचं कादंबरीतील मनोगत त्यांच्याच शब्दांत संक्षिप्तपणे...

> *एपिटेक्टस म्हणतो, 'इव्हेंटस् आर इम्पर्सनल अँड इनडिफरन्ट.' घटना किंवा परिस्थिती तटस्थ असते. त्यांच्यात भावना निर्माण करण्याची शक्ती नसते. तशी असती, तर समान परिस्थितीतल्या सगळ्या लोकांच्या मनात एकच भावना निर्माण झाली असती. पण तसं होताना दिसत नाही. कारण प्रत्येक व्यक्ती परिस्थितीचा अर्थ लावून त्या अर्थाचं जे मूल्यमापन करते, त्यानुसार तिच्या भावना ठरतात. उदाहरणार्थ, एखाद्या विद्यार्थ्याने नापास झाल्यामुळे आत्महत्या केली, असं विधान आपण करतो. पण हे खरं नाही! जर हे खरं असतं तर नापास झालेल्या प्रत्येक विद्यार्थ्याचं आत्महत्या करायला हवी. तसं होताना दिसत नाही. याचाच अर्थ असा, की विशिष्ट विद्यार्थ्यानं आत्महत्येचं कारण नापास होणं नाही, तर त्या घटनेचा त्यानं जो अर्थ लावला तो आहे. (शेतकरी आत्महत्यांनाही हीच मीमांसा लागू होते.)*
>
> *स्वतःला बदलणं आपल्या हातात आहे, हे एपिक्टेटसचं वचन वरकरणी साधं वाटलं तरी आचरणात आणायला फार कठीण. माणूस आधी अपरिवर्तनीय परिस्थिती बदलण्यासाठी झगडत राहतो. ती बदलत नाही म्हणून अधिकाधिक दुःखीकष्टी होत जातो. या खटाटोपापेक्षा स्वतःला बदलणं आपल्याच हातात आहे, याचा त्याला विसर पडतो.*

व्यक्ती, कल्पना, घटनांविषयीचे प्रत्येकाचे दृष्टिकोन तपासून ते दुरुस्त करण्याची पद्धती म्हणजे डॉ. एलिस यांनी विकसित केलेले विवेकनिष्ठ मानसोपचार. ते समजून घ्यायचे असतील आणि आपल्या जीवनात, जगण्यात काही सकारात्मक बदल घडवून आणायचे असतील तर ही दोन्ही पुस्तकं वाचली पाहिजेत. 'दूध का दूध आणि पानी का पानी' करणारा राजहंसाचा 'नीर-क्षीर विवेक' आपल्याला माहिती असतो. पण प्रत्येक वेळी असं 'तोड-पाणी' करून चालत नाही. काही वेळा तत्काळ प्रतिक्रिया न देता तटस्थपणानं परिस्थितीचं आकलन करून घेऊन व्यक्त होणंच उचित. डॉ. एलिसना असा समंजसपणा अपेक्षित होता, की जो मानवी मस्तिष्कातील घातक 'आंदोलनं' कमी करेल, जेणेकरून त्याचं मन आनंदाचं निधान बनेल. बरं, वाईट काही घडलं तरी विचलित न होता तटस्थपणे या घटितांकडे पाहण्याची निरपेक्ष दृष्टी केवळ विवेकच देऊ शकतो.

आपण सारे सुखाचे भुकेले, पण उजव्याला जशी डावी बाजू असते, तशी सुखामागोमाग दुःखही सावली बनून येतं. त्यातही ते नकोसं असल्यानं अधिकच जड भासतं. तुकाराम महाराज म्हणतात तसं, 'सुख पाहता जवापाडे, दुःख पर्वताएवढे!' अशी दुःख पेलणाऱ्यांची अवस्था होऊन जाते. ते पेलायचं असेल तर त्याकडे पाहण्याचा विवेकनिष्ठ दृष्टिकोन अंगीकारायला हवा. गौतम बुद्ध म्हणतो, साऱ्या दुःखांचं मूळ अपेक्षांमध्ये आहे. पण निरपेक्ष कसं जगावं माणसानं? (ती एक कष्टसाध्य किमया आहे.) लिहायला, वाचायला सोपं असलं तरी हा मोठेपणा अंगी बाणवणं कठीणच. ज्यांना हे साधलं त्यांचं जगणं म्हणजे, 'आनंदाचे डोही आनंद तरंग.' हृषिकेश मुखर्जींच्या 'आनंद' चित्रपटातला आनंद वाटणारा 'आनंद' त्यातलाच. पाहायला, ऐकायला छानच! पेलायला मात्र जडजड! तसं नसतं तर ही अजरामर भूमिका साकारणाऱ्या नायकाला, कोट्यधीश अभिनेता राजेश खन्नाला, कुटुंब असतानाही उतारवयात एकाकीपणानं मृत्यूला सामोरं जावं लागलं असतं काय? इथं प्रश्न पैशांचा नव्हता. तसा तो बऱ्याच वेळा नसतो. आपल्या दृष्टीनं मात्र जगण्याचा 'अर्थ' अर्थशास्त्रातच असतो. विवेकाला मूठमाती मिळण्याचं ते एक कारण!

लौकिकार्थानं बऱ्याचदा आपल्याकडे सारं काही असतं, काहीच नसणारे किंवा जेमतेम असणारेही बरेच असतात. असणाऱ्या आणि नसणाऱ्या अशा बहुतेकांकडे नसतो तो विवेक. या गुणाला काळजाशी धरलं तर अवघं जगणं सुरेल गाणं होऊ शकतं. शेवटी आपल्या बहिणाबाई चौधरींनी म्हटलेलंच आहे...

मानसा मानसा,
कधी व्हशीन मानूस
लोभासाठी झाला
मानसाचा रे कानूस

तेव्हा एकदा होऊयाच माणूस...'विवेकी माणूस!'

अर्थाविना व्यर्थ सारे !

पुस्तक : अर्थाच्या शोधात
मूळ पुस्तक : Man`s Search For Meaning
मूळ लेखक : व्हिक्टर फ्रॅन्कल
अनुवाद : डॉ. विजया बापट
प्रकाशक : मेहता पब्लिशिंग हाऊस

माणसानं आपल्या आयुष्याचं उद्दिष्ट ठरवलंच पाहिजे. अन्यथा मांजा तुटलेल्या पतंगासारखी अवस्था होऊ शकते. असे लक्षावधी भरकटलेले पतंग आपल्या आजूबाजूच्या अवकाशात तरंगताना दिसतील. आपल्या पतंगाचं काय करायचं हे मात्र आपल्यालाच ठरवता आलं पाहिजे. दुसऱ्याच्या हाती दोरी देऊन स्वतःच्या आयुष्याची जबाबदारी नाकारणाऱ्या बांडगुळांची कमतरता नाही या भूतलावर!

ज्याला 'का' जगायचे याचा उलगडा झाला,
त्याला 'कशा'ही परिस्थितीत जगता येते!

– फ्रेडरीक नित्शे, *जर्मन तत्त्वज्ञ*

सुख हवं, यश हवं की स्वातंत्र्य... की सारंच? प्रश्न तिढ्यात टाकणारा आहे खरा! सगळं एका वेळी मिळणं कर्मकठीण, पण जे हवंहवंसं वाटतं त्या पलीकडेही काही तरी असतं, की जे प्राप्त करणं मानवी आयुष्याचं इतिकर्तव्य ठरतं. आता हे आणखी काय, असा प्रश्न तुमच्या मनःपटलावर तरंगला असेलच. अध्यात्म आणि जगभरातील तत्त्ववेत्ते सांगतात की मानवी जीवनाला खरी गरज असते ती अर्थाची, जगण्याच्या अर्थाची! सुखाचा शोध घेत असाल तर तुम्हाला जीवनार्थाच्या मार्गावरही वाटचाल करावी लागेल, किंबहुना तोच सुखाचाही मार्ग असेल. नाझी छळछावणीत अनन्वित अत्याचार सहन करूनही मानवतेवरील अढळ विश्वासाच्या बळावर आयुष्यात पुन्हा आशावादाचा बगीचा फुलवणाऱ्या डॉ. व्हिक्टर फ्रॅन्कल यांचं *मॅन्स सर्च फॉर मिनिंग* हे पुस्तक नेमकं हेच सांगतं.

वंशश्रेष्ठत्वाच्या विकृत भावनेनं पछाडलेल्या हिटलरनं ज्यूंचा अमानुष छळ केला. त्यातून ६० लाख ज्यूंचा मृत्यू झाला. काहींनी गॅस चेंबरमध्ये शेवटचा विषारी श्वास घेतला, तर काहींनी उपासमारीनं पोटं खपाटीला लागल्यानं देहत्याग केला. माणसाचं जीवन संपवण्याचे, 'कःपदार्थ' ठरवण्याचे जे जे मार्ग असू शकतात, त्या साऱ्यांचं विकृत आविष्करण या नरकांमध्ये झालं. बलात्कारासारख्या घटनांची तर मोजदादच नव्हती. यातून जे जगले, वाचले, त्यांतील बहुतांश मानसिक खच्चीकरण झाल्यानं सामान्य माणूस म्हणून जगण्याच्या लायकीचे राहिले नाहीत. मनोबल उच्च पातळीवर ठेवत या छळातून आश्चर्यकारकरीत्या बचावलेले डॉ. फ्रॅन्कल यांच्यासारखे विरळाच.

प्रख्यात मानसशास्त्रज्ञ सिग्मंड फ्रॉइडनं म्हटल्याप्रमाणे आयुष्य हे सुखाच्या शोधासाठी नसतं किंवा मनोवैज्ञानिक अल्फ्रेड ॲडलरनं सांगितल्याप्रमाणे ते फक्त सत्तेच्या शोधासाठीही नसतं. ॲडलरची थिअरी सांगते, 'प्रत्येकाच्या मनात न्यूनगंड असतो. लहानपणापासून प्रत्येक जण या न्यूनगंडावर मात करून वर्चस्व प्रस्थापनेसाठी धडपडत असतो. मानवी विचार, वर्तन आणि भावनांमागे ही सत्तेचीच प्रेरणा असते.' डॉ. फ्रॅन्कल म्हणतात, की माणसाच्या आयुष्यातलं सर्वांत मोठं काम जीवनातला 'अर्थ' शोधणं हे असतं. अर्थपूर्ण जीवन जगण्यासाठी त्यांनी तीन पर्याय सुचविले – एक मार्ग म्हणजे भरीव, अर्थपूर्ण कार्य करणं; दुसरा स्वतःपलीकडे बघत कुणावर तरी प्रेम करणं आणि तिसरा मार्ग म्हणजे संकटात धैर्य शाबूत ठेवणं. दुःख तसं अर्थहीन असतं. आपण त्याला कसा प्रतिसाद देतो त्यावरून त्याला अर्थ देता येतो. आपल्या हाताबाहेर असलेल्या अनेक गोष्टी आपलं पुष्कळ काही हिरावून घेऊ शकतात. याला एक अपवाद आहे. प्रसंगाला कसा प्रतिसाद द्यायचा

याचं स्वातंत्र्य. आयुष्यात काय प्रसंग येतील, यावर तुमचं नियंत्रण नसतं; पण त्याबद्दल तुम्हाला काय वाटतं आणि त्याविषयी तुम्ही काय करता, यावर तुम्ही नेहमी नियंत्रण ठेवू शकता. जगभरातील विद्वानांना असंच वाटतं. विवेकनिष्ठ मानसोपचारशास्त्राचे जनक डॉ. अल्बर्ट एलिस यांनी अगदी अशीच मांडणी केली आहे. अमेरिकेचा तगडा साहित्यिक अर्नेस्ट हेमिंग्वेनंही हेच थोड्या वेगळ्या भाषेत सांगितलं आहे. तो म्हणतो, 'माणसाला उद्‌ध्वस्त करता येईल; पण त्याला पराभूत करता येत नाही.' साऱ्या विचारवंतांची सांगण्याची पद्धती वेगळी असली तरी आशय तोच आहे, की जो विवेकनिष्ठ जीवन जगत अर्थाच्या शोधार्थ वाटचाल करण्याचं आवाहन करतो.

व्हिक्टर फ्रॅन्कल

किती बारीक सारीक गोष्टींवरून आपण कुरकूर करत असतो ना... 'ऊन जरा जास्तच आहे! अबब, किती ही थंडी? कंटाळा आला या पावसाच्या रिपरिपीचा!' निसर्गचक्र उफराटं करण्यात हातभार लावणारे आपण निसर्गानं मात्र आपल्या मर्जीनुसार वागावं अशी विचित्र अपेक्षा करत असतो. हा अप्पलपोटेपणाच. संकटं, त्रास या गोष्टी सापेक्ष असतात. त्यांचा किती बाऊ करायचा हे ठरवायला हवं. बहुतेकांना याचं भान नसतं. मग हे संत्रस्त जीव सतत कोणत्या ना कोणत्या गोष्टींवरून कुरकुरत बसतात. आपल्या अपयशासाठी आजूबाजूच्या माणसांना, परिस्थितीला दोष देणं हा अशांचा नित्याचा उद्योग. आपलं कार्य आणि उद्दिष्टापेक्षाही आजूबाजूच्या परिस्थितीवरच यांच्या मनाचं पाखरू भिरभिरत असतं. दुसऱ्या महायुद्धात नाझी छळछावण्यांमध्ये ज्यूंचा जो छळ झाला, त्याला मानवी क्रौर्याच्या इतिहासात तोड नाही. त्यापुढं जगातलं कोणतंही दुःख, संकट, त्रास फिका पडावा. त्याची चित्रणं महायुद्धोत्तर काळात प्रसिद्ध झालेल्या अनेक पुस्तकांमधून, चित्रपटांमधून अनुभवता येतात. हा सारा ऐवज आपल्या कथित दुःखानुभवांना खुजे ठरवतो. अर्थात, 'अहं'च्या कोषातून बाहेर पडण्याचं सामर्थ्य, उदारपण आपल्या अंगी असेल तरच!

एखाद्या हुकूमशहाच्या डोक्यात वंशश्रेष्ठत्वाचा किडा वळवळल्यानं किती अनर्थ होऊ शकतो, हे दुसऱ्या महायुद्धानं दाखवून दिलं. त्याचबरोबर साधी साधी माणसं हातात अधिकाराचा हंटर आल्यावर किती क्रूर बनू शकतात, याचं भयचित्र या महायुद्धानंच रेखाटलं. नंतर या कहाण्या पुढं येऊ लागल्यावर अवघं जग थिजलं. माणूस माणसाला अकारण इतकं छळू शकतो, याचं यासारखं दुसरं कोणतंही उदाहरण मानवजातीच्या इतिहासात नसावं. मनोवैज्ञानिक असलेल्या डॉ. फ्रॅन्कल यांचं भाग्य असंच फिरलं. ज्यू असल्यामुळे हिटलरच्या फौजांनी त्यांना कुटुंबीयांसह उचललं आणि वेगवेगळ्या छळछावण्यांमध्ये त्यांची रवानगी करण्यात आली. डॉ. फ्रॅन्कलना ऑशवित्झमधल्या कुख्यात छळछावणीत नेण्यात आलं.

तिथं कैद्यांना मेंढरांसारखं कोंडून ठेवलं जात होतं. पावाचा एखादा तुकडा जेवण म्हणून मिळायचा. कडाक्याच्या थंडीतही पहाटेपासून कामाला जुंपलं जायचं. आजारी, अशक्तांना तातडीनं गॅस चेंबरमध्ये पाठवून त्यांची इहलोकीची यात्रा संपुष्टात आणली जायची. कार्यरत असाल तरच जगण्याची हमी, अन्यथा हिटलरच्या यमाचा रेडा सदैव तयारीतच असायचा.

छळछावणीतून सुटका होणाऱ्या मोजक्या भाग्यवंतांत डॉ. फ्रॅन्कल यांचा समावेश होता. तिथल्या अनुभवांचं तटस्थपणानं वर्णन करणारं पुस्तक त्यांनी लिहिलं, *मॅन्स सर्च फॉर मीनिंग*. सुटका झाल्यावर अवघ्या नऊ दिवसांत त्यांनी झपाटल्यासारखं या पुस्तकाचं लिखाण केलं. डॉ. विजया बापट यांनी त्याचा प्रत्ययकारी मराठी अनुवाद *अर्थाच्या शोधात* या नावानं केला आहे. डॉ. फ्रॅन्कल यांच्या दुर्दम्य इच्छाशक्तीला अवघ्या जगानं मानवंदना दिली. सुरुवातीला जर्मन भाषेत (सन १९४६) आणि नंतर इंग्रजीत (सन १९५९) प्रसिद्ध झालेल्या या पुस्तकाच्या आजवर शंभरावर आवृत्त्या प्रसिद्ध झाल्या असून, एक कोटीपेक्षा अधिक प्रतींची विक्री झाली आहे. जगभरातील पंचवीसहून अधिक भाषांत त्याचं भाषांतर झालं आहे. नाझी छळछावण्यांतील छळाचं त्यांनी केलेलं वर्णन वाचून अनेकांच्या काळजाला घरं पडली, ते निःशब्द झाले. अर्थात डॉ. फ्रॅन्कल यांनी कोणतीही कटुता न बाळगता तटस्थपणानं पुस्तकाची मांडणी केली आहे. छळाचं वर्णन करताना ते म्हणतात...

> *छळछावण्यांमध्ये एवढ्या तेवढ्या कारणांवरून किंवा अकारणदेखील आम्हाला झोडपण्यात येत असे. उदाहरणार्थ : कामावर पावाचे तुकडे वाटले जात असताना ते घेण्यासाठी आम्हाला रांगेत उभं राहावं लागे. एकदा माझ्या मागे उभा असलेला माणूस रांगेच्या थोडासा बाजूला उभा राहिलेला पहारेकऱ्याने पाहिला. रांगेचा समतोलपणा गेल्याचे पाहून त्याचं माथं भडकलं. एकाएकी माझ्या डोक्यात दोन रट्टे पडले. काठी घेतलेला पहारेकरी माझ्या बाजूला उभा राहिलेला मला दिसला. मुलांप्रमाणेच मोठ्यांनाही अशा वेळी शारीरिक दुःखापेक्षाही अन्याय आणि निष्कारण शिक्षा अधिक जाचक वाटते. तसंच कधी कधी लक्ष्यावर पडलेल्या वारापेक्षाही चुकलेला वार जास्त दुखावतो. कसा ते सांगतो. एकदा मी हिमवर्षावात रेल्वे रुळावर उभा होतो. हवा अत्यंत वाईट असतानादेखील आमच्या गटाकडून कसून काम करून घेण्यात येत होतं. मी रुळांमध्ये वाळू टाकण्याचं काम खूप मेहनत घेऊन करीत होतो. निदान शरीराची हालचाल केल्याने अंगात थोडी ऊब येत होती. क्षणभरासाठी श्वास घ्यायला म्हणून मी थांबलो व फावड्याला टेकून उभा राहिलो. नेमकी त्याच वेळी गार्डची नजर माझ्यावर गेली. मी कामचुकारपणा करतोय असं त्याला वाटलं. त्यानं मला दुखावलं ते मारून किंवा शिव्या देऊन नव्हे. त्यानं तसं काहीच केलं नाही. उपासमारीनं जर्जर झालेला मी त्याच्या लेखी*

शिव्या देण्याच्यासुद्धा लायकीचा नव्हतो. त्याच्यासमोर उभी असलेली माझी सापळ्यासारखी आकृती त्याला माणसाचीदेखील वाटली नसावी. त्यानं फक्त गुरांचे लक्ष कामाकडे वेधून घेण्यासाठी मारतात तसा एक दगड उचलून माझ्यावर भिरकावला. आपण गुरासारखेच गणलो जातो आहोत या जाणिवेने मी अत्यंत व्यथित झालो. मार खात असतानादेखील मारापेक्षा त्यामागील अपमान अधिक जाचतो.

अतिरेकी छळ सोसल्यानंतर जगण्याची इच्छाही संपुष्टात येते. त्यातून अनेक कैद्यांनी आत्महत्येचा प्रयत्न केला किंवा काम नाकारून, आदेश झुगारून मरणाला निमंत्रण देणं पत्करलं, याकडे लक्ष वेधताना डॉ. फ्रॅन्कल म्हणतात, 'कशाचीही खंत न वाटणे ही कैदी मानसिक अवस्थेच्या दुसऱ्या टप्प्यावर पोहोचल्याची लक्षणं होती. रोजच्या होणाऱ्या दुःखानं आम्ही अनुकंपा अनुभवण्यास असमर्थ झालो होतो. अनुकंपा गमावणं हे छळछावणीत जगता येण्यासाठी अत्यावश्यक असलेलं आमचं कवच होतं.' ते पुढे म्हणतात...

छळछावणीत दडपलेल्या आशा नि इच्छांचं दर्शन स्वप्नात घडे, कैदी कोणती स्वप्ने पाहत? मुख्यत: स्वप्ने असत ती घासभर पाव नाहीतर केक, सिगारेटचे मारलेले झुरके, छान गरम पाण्याने केलेली अंघोळ यांची. दडपलेल्या साध्या साध्या इच्छांची स्वप्नात पूर्तता होत असे. तीव्र उपोषणानं गांजलेल्या आम्हा कैद्यांची अन्न ही प्राथमिक गरज होती. ज्यांनी छळछावणीतील आमच्या हालांचा, उपासमारीचा अनुभव घेतला नाही, त्यांना आमच्या लहान नि मोठ्या मानसिक संघर्षाची आणि घडोघडी इच्छाशक्ती पणाला लावताना होणाऱ्या आमच्या आत्म्याच्या मृत्यूची कल्पना करणे जवळ जवळ अशक्य. लवकरच आमच्या अंगावरील चरबी संपली. कातडीत गुंडाळलेले नि लक्तरांनी झाकलेले सापळे झालो होतो आम्ही. आमच्या अंगावरील मांसाने स्वत:लाच भक्ष्य बनविले होते. सारे स्नायू नष्ट झाले होते. कुठलीही प्रतिकारशक्ती अंगात उरली नव्हती. एक एक करून आमच्या झोपडीतले लोक मरू लागले. स्वत:सह आता कोणाची मरणाची पाळी येणार हे सारे जण अचूक हेरू लागले. सायंकाळी, जेव्हा आम्ही विवस्त्र होऊन अंगावर झालेल्या उवा वेचायला बसत असू, तेव्हा साऱ्यांच्या मनात नैराश्य दाटून येई.

पत्नीवरील प्रेम ही डॉ. फ्रॅन्कल यांच्यासाठी छळछावणीतील संजीवनी होती. ते म्हणतात...

मला माझ्या बायकोची आठवण झाली. माझ्या डोळ्यांसमोरून बायकोची

प्रतिमा हलेना. तिचा चेहरा मला अगदी स्पष्ट दिसत होता. माझ्या प्रश्नाला तिनं दिलेलं उत्तर मी स्पष्ट ऐकत होतो. तिचा हसरा चेहरा, तिची निष्पाप, प्रोत्साहित करणारी नजर, सारं मला लख्ख दिसत होतं. खरं असो वा नसो, त्या वेळच्या मला दिसलेल्या तिच्या चेहऱ्यावर, उगवत्या सूर्याच्या प्रभेपेक्षाही अधिक प्रसन्न प्रभा झळाळत होती. तत्त्वज्ञांनी लिहून ठेवलेल्या नि कवींनी काव्यात गुंफलेल्या सत्याचा आपण प्रत्यय घेतो आहोत या विचारानं मग मनात ठाण मांडलं. 'प्रेम हे सर्वांत उदात्त लक्ष्य आहे, ते गाठण्याचा प्रयत्न करणं हे प्रत्येकास कुठल्याही परिस्थितीत शक्य आहे,' हे ते सत्य. मग मला 'माणसाचा मोक्ष प्रेमातच आहे आणि तेथे पोहोचण्याचा मार्गही प्रेमाच्या वाटेवरूनच जातो,' हेदेखील उमगलं.

क्रियाशील आयुष्य जगताना सर्जनशीलतेचे महत्त्व पटवून देणाऱ्या अनेक संधी आपल्याला मिळत जातात. तसेच निसर्गसौंदर्य, जीवनातील मधुरता, अप्रतिम कलाकृती इत्यादींचा आस्वाद घेत असताना अमाप आनंद अनुभवता येतो, परंतु जेथे सर्जनशीलता किंवा कलेचा, सौंदर्याचा पूर्णतया अभाव असतो, अशा खडतर आयुष्यातदेखील जीवन सार्थ करणारी एक मोलाची वाट उपलब्ध असते. ती म्हणजे स्वतःचा दृष्टिकोन. दुःख, यातना अन् मृत्यूदेखील जीवनाचा अविभाज्य घटक आहेत. तेव्हा जीवनात जर अर्थ असेल तर त्यातील यातनांनादेखील अर्थ आहे हे मान्य करावंच लागेल. कठीण समयीदेखील आपण आपले भोग कसे भोगतो ह्यावर आपण आपले जीवन किती अर्थपूर्ण बनवितो हे अवलंबून आहे, अशी मांडणी डॉ. फ्रॅन्कल करतात. आपल्या अनुभवांवर आधारित मानसोपचाराची 'लोगोथेरपी' ही पद्धती डॉ. फ्रॅन्कल यांनी विकसित केली. मानसोपचारातील मैलाचा दगड म्हणून तिचा उल्लेख केला जातो.

जगणं अर्थपूर्ण करायचं असेल तर माणसानं आपल्या आयुष्याचं उद्दिष्ट ठरवलंच पाहिजे. अन्यथा, मांजा तुटलेल्या पतंगासारखी अवस्था होऊ शकते. असे लक्षावधी भरकटलेले पतंग आपल्या आजूबाजूच्या अवकाशात तरंगताना दिसतील. आपल्या पतंगाचं काय करायचं, हे मात्र आपल्यालाच ठरवता आलं पाहिजे. दुसऱ्याच्या हाती दोरी देऊन स्वतःच्या आयुष्याची जबाबदारी नाकारणाऱ्यांचीही कमतरता नाही या भूतलावर! (यातील अनेक जण आपल्यालाही लटकलेले असतात.) आपल्याला कोण व्हायचं आहे, हा कळीचा मुद्दा आहे. त्याचं उत्तर मिळालं आणि त्या मार्गावरून वाटचाल करता आली तरच मानवी जीवन सार्थक. अन्यथा, प्रवाहपतित ओंडक्याचं वाहवणं हाती उरेल.

ही वाट दूर जाते...

कठीण मार्गावर वाटचाल करणाऱ्यांची संख्या नेहमीच कमी असते. असा मार्ग कोणाला सहसा भावत नाही, पेलवत नाही. त्यावर वाटचाल करायची असेल तर ज्ञानाची कास धरायला हवी, विवेकाचा तराजू तोलायला हवा, संयमाचा काढा पचवायला हवा, अन्यांविषयी प्रेमाची भावना जोपासायला हवी. 'हे विश्वची माझे घर' हे म्हणणं सोपं आहे, पण ते अमलात आणणं महाकर्मकठीण.

पुस्तक : द रोड लेस ट्रैवल्ड

मूळ पुस्तक : The Road Less Travelled

मूळ लेखक : एम. स्कॉट पेक

अनुवाद : जुई नाडकर्णी

प्रकाशक : वॉव पब्लिशिंग्ज

I shall be telling this with a sigh
Somewhere ages and ages hence:
Two roads diverged in a wood, and I -
I took the one less traveled by,
And that has made all the difference

- Robert Frost, American Poet

आयुष्यात बऱ्याचदा अशी काही वेळ येते, की जेव्हा प्रश्न उभा राहतो... हे करावे की ते? इकडे जावे की तिकडे? तेव्हा किंकर्तव्यमूढ होणाऱ्यांची संख्या अधिक. कवी रॉबर्ट फ्रॉस्ट म्हणतो तसं, न मळलेली वाट पकडण्याचं धाडस कोणी करू धजत नाही. चाकोरीतली चाकरी आणि भाकरीच प्रत्येकाला प्रिय असते. त्यामुळे घाण्याचा बैल बनणाऱ्यांची संख्या एकूणच समाजात अधिक, म्हणजे तब्बल ८० टक्क्यांपेक्षाही जादा. न मळलेली वाट निवडायची ठरवली तर मोठा फरक पडण्याची शक्यता असते. पण ती शक्यताच असते, खात्री नसते. त्यामुळे या वाटेच्या वाटेला कोणी जात नाही. आजूबाजूला पाहा, असे चाकोरीत अडकलेले अनेक लोक दिसतील तुम्हाला! कदाचित त्यात आपणही एक असू शकतो. जगणं तसं सोपं नसतं आणि ते आणखी अवघड करून घेण्याची कोणाची तयारी नसते.

दुसरीकडे मळलेल्या वाटेवरून चालतानाही आलेल्या आव्हानांनी, कटू अनुभवांनी कातावलेल्यांची संख्या अधिक. काही मूकपणानं अश्रू ढाळतात, तर काही तमाम दुनियेला दोषी ठरवतात. प्रख्यात शायर साहीर लुधियानवी यांची ही नज्म प्रसिद्ध आहे...

तंग आ चुके हैं कशमकश-ए-ज़िंदगी से हम
ठुकरा न दें जहाँ को कहीं बे-दिली से हम।
लो आज हम ने तोड़ दिया रिश्ता-ए-उमीद
लो अब कभी गिला न करेंगे किसी से हम।

प्रश्न तोच आहे. या जालिम दुनियेत जगायचं कसं, तगायचं कसं आणि त्यासाठी वागायचं कसं? खरं तर हा दीर्घ चिंतनाचा विषय. त्यावर कितीही मंथन केलं तरी ते अपुरंच! जगभरातल्या आध्यात्मिक गुरूंनी, विद्वानांनी, प्रेषितांनी या विषयावर प्रचंड वैचारिक घुसळण केली. लक्षावधी पुस्तकं लिहिली गेली. विविध धर्मांत त्यासाठीची कर्मकांडं तयार झाली. मानवजातीला, समाजाला नियंत्रित करण्यासाठी त्यांचा वापर केला गेला, आजही होतो आहे. त्यातून स्वातंत्र्याचा संकोच झाला. नियंत्रकांच्या हाती शोषणाची सूत्रं सोपवणारी व्यवस्था तरारून फणा काढती झाली. विद्येची फळं चाखणारे त्याचे लाभार्थी ठरले. वर्णव्यवस्था म्हणजे याच व्यवस्थेची विकृत परिणती. इतकं सारं झालं तरी व्यक्ती म्हणून जगावं कसं, या प्रश्नाचं अंतिम उत्तर काही आजतागायत बहुतेकांच्या हाती लागलं

नाही. ते तसं मिळणंही कठीण. ही शोधयात्रा आहे. तिला शेवटचा थांबा नाही. अधिकाधिक उन्नत होत जाणं एवढंच हाती उरतं, अर्थात असा उन्नयनाचा मार्ग स्वीकारायची आपली तयारी असेल तरच!

मॉर्गन स्कॉट पेक

अध्यात्माच्या पलीकडे जाऊन मानसशास्त्रानंही या विषयाचा वेध घेण्याचा प्रयत्न केला. जगभरातील नाणावलेल्या मानसशास्त्रज्ञांनी अनेक वर्षं संशोधन करून या विषयावर शोधनिबंध लिहिले, पुस्तकं लिहिली. मानवी मनाचा वेध, त्याचं विश्लेषण, मनोविकृतीवरचे उपचार हा बहुतांश मानसशास्त्रावरील पुस्तकांचा गाभा. मानववंशशास्त्रानंही काही मूलभूत काम केलं, ज्याचा मानवी वर्तनाचा अर्थ लावायला मदत झाली. मानवाची उत्क्रांती माकडापासून झाली, या चार्ल्स डार्विन आणि आल्फ्रेड वॉलेस यांच्या सिद्धान्तामुळे एकोणिसाव्या शतकात प्रचंड खळबळ उडाली. मानव हा इतर प्राण्यांपेक्षा सर्वस्वी वेगळा असून तो विश्वनिर्मात्यानं खास निवडलेला आहे. त्याचं निश्चित असं काही तरी जीवनकार्य आहे. त्यामुळे मानवी उत्क्रांतीचा विषय विज्ञानाचा नसून धर्मज्ञानाचा आणि अध्यात्माचा आहे, या जुन्या मतप्रणालीला डार्विन-वॉलेस सिद्धान्तानं जबरदस्त आव्हान दिलं. जैवविज्ञानात हा सिद्धान्त मान्य झाला असला, तरी उत्क्रांतीच्या सिद्धांताला अमान्य करणाऱ्या अनेक विरोधी विचारधारा आहेत. मानवजातीतील बहुतेकांचं वर्तन मर्कटासारखं असलं तरी त्यांना पूर्वज म्हणून स्वीकारायला आपण अंमळ कचरतोच!

गेल्या शतकातील अमेरिकन मनोविकृतितज्ज्ञ मॉर्गन स्कॉट पेक यांनी लिहिलेलं *द रोड लेस ट्रॅव्हल्ड* हे पुस्तक या विषयाची मानसशास्त्रीय अंगानं चिकित्सा करते. अर्थात, यात शंभर टक्के मानसशास्त्राचा आधार घेतला आहे असंही नाही. पुस्तकाच्या अखेरच्या भागात लेखकानं मुक्तचिंतन आणि अध्यात्माचा आधार घेऊन विषयाची मांडणी केली आहे. त्यामुळे त्याचा शास्त्रीय आधार थोडा हलल्यासारखा झाला आहे. असं असलं तरी त्याच्या विश्लेषणाचं मोल कमी होत नाही. हे पुस्तक म्हणजे ललित वाङ्मय नव्हे. त्यामुळे भाषिक आनंदाची किंवा मनोरंजनाची अपेक्षा करता येणार नाही. १९७८ मध्ये प्रथम प्रकाशित झालेल्या या पुस्तकाच्या मराठीसह विविध २३ भाषांमध्ये एक कोटीहून अधिक प्रती विकल्या गेल्या. *न्यू यॉर्क टाइम्स* च्या सर्वाधिक खपणाऱ्या पुस्तकांच्या यादीत त्यानं तब्बल दहा वर्षं स्थान राखलं.

लेखक मानसोपचारतज्ज्ञ असला तरी मानसशास्त्रीय आणि आध्यात्मिक विकासात तो भेद करीत नाही. जीवनात परिपूर्णता व परिपक्वता आणणं हे विकासाचं उद्दिष्ट असतं. ही प्रक्रिया दीर्घ असते. ती झटपट करून विकास साध्य होणार नाही. त्यासाठी आरोग्यदायी, अर्थपूर्ण

व दीर्घकाळ टिकणारे संबंध निर्माण करण्याची प्रक्रिया तो उलगडून दाखवितो. पुस्तकाची मांडणी चार भागांत केली आहे. पहिला भाग आत्मनियंत्रणावर भर देतो. जीवनमूल्यांमधील हे सर्वोच्च मूल्य. भावनिक, आध्यात्मिक व मानसशास्त्रीय विकासाचा पाया आत्मनियंत्रणात आहे. लेखक म्हणतो, की आत्मनियंत्रण करता येत नसेल तर कुठल्याच समस्येचं निराकरण होणार नाही. काही प्रमाणात आत्मनियंत्रण करता येत असेल तर काही समस्या सोडविता येतील. संपूर्ण आत्मनियंत्रणानं सर्व समस्यांचं निराकरण होऊ शकतं. आत्मनियंत्रण अंगी बाणवलं तर आपण स्वतःच्या वर्तनाची जबाबदारी स्वतः घेण्यास शिकू, सत्याची कास धरणे शिकू, तसेच समतोल राखणेही शिकू, असं त्याचं सांगणं आहे.

पुस्तकाच्या दुसऱ्या भागात प्रेमावर भाष्य आहे. प्रेम हा विषय सतत आपल्या अवतीभवती असतो. कुटुंबातील नातेसंबंध हा त्यातील महत्त्वाचा भाग. हजारो हिंदी चित्रपट, कथा-कादंबऱ्यांतील प्रेमकहाण्या यांचे अमीट संस्कार आपल्यावर झालेले असतात. त्यात काही चुकीच्या धारणाही असतात. अनेक मानसशास्त्रीय संकल्पना मांडून लेखक आपल्या मनातील प्रेमाविषयीची कोळीष्टकं दूर करतो, तेव्हा आपणही चकित होतो. पुस्तकातील हा उतारा तुम्हाला त्याची प्रचिती देईल...

> *प्रेमात पडण्याचा अनुभव मोठ्या कौशल्याने आपल्याला लग्नाच्या जाळ्यात ओढतो. त्याचं एक वैशिष्ट्य म्हणजे हा अनुभव कायम टिकेल असा भ्रम. हा भ्रम स्वप्नाळू प्रेमाच्या दंतकथांमुळे दृढ होतो. या प्रेमाचं मूळ आपल्या लहानपणीच्या आवडत्या परिकथेमध्ये असतं, ज्यात राजकुमार व राजकुमारी एकत्र आल्यानंतर कायम सुखानं नांदत राहतात. स्वप्नाळू प्रेमाची दंतकथा आपल्याला सांगते, की जगातील प्रत्येक तरुणासाठी एक तरुणी आहे व प्रत्येक तरुणीसाठी एक तरुण आहे आणि ते एकमेकांसाठीच बनले आहेत. या गाठी पूर्वीच स्वर्गात बांधल्या गेल्या आहेत. त्या व्यक्तीची ओळख तेव्हा होते, जेव्हा आपण प्रेमात पडतो. म्हणून ईश्वरानं योजलेल्या व्यक्तीशी भेट झाल्यावर, जोडी अनुरूप असल्यानं आपण एकमेकांच्या सर्व गरजा कायम पूर्ण करून निरंतर आनंदात राहू शकतो. काही काळानंतर मात्र परस्परांच्या गरजा पूर्ण करू शकत नाही. मग भांडणं होतात आणि आपण प्रेमातून बाहेर येतो. नंतर आपल्या लक्षात येतं, की मोठी चूक झालीय. आपली गाठ चुकीच्या व्यक्तीशी पडली आहे, आपल्याला वाटलेलं प्रेम खरं नव्हतं. आता या परिस्थितीबाबत आपण काहीही करू शकत नाही. यापुढं फक्त दुःखात जगू शकतो किंवा घटस्फोट घेऊ शकतो.*

प्रेमात मालकी हक्काची भावना आणि जोडीदारावरचं अतिअवलंबित्व ही मोठी समस्या असल्याचं लेखक सांगतो. त्याविषयीचं विवेचन वाचण्यासारखं आहे...

जोडीदारानं, प्रिय व्यक्तीनं नाकारल्यावर किंवा सोडून दिल्यावर एखादी व्यक्ती आत्महत्येचा प्रयत्न करते वा तशी धमकी देते किंवा निराशेच्या गर्तेत जाते. तिचं म्हणणं असतं, 'मला जगायचं नाही, मी जोडीदाराशिवाय जगूच शकत नाही, माझं तिच्यावर / त्याच्यावर खूप प्रेम आहे.' आणि मी नेहमीप्रमाणे म्हणतो, 'तुझा गैरसमज होतोय, तुझं तुझ्या नवऱ्यावर प्रेम नाही.' रागामध्ये मला प्रश्न विचारला जातो, 'तुम्हाला काय म्हणायचंय? मी आताच सांगितलं, की मी त्याच्याशिवाय /तिच्याशिवाय जगूच शकत नाही.' मी समजावण्याचा प्रयत्न करतो, 'तू जे म्हणतेस ते प्रेम नव्हे, तर ते 'बांडगूळत्व'/'परावलंबित्व' आहे. जेव्हा तुला जगण्यासाठी दुसऱ्या व्यक्तीची गरज पडते, तेव्हा तू बांडगूळ असतेस. तुझ्या नातेसंबंधात निवडस्वातंत्र्य नाही, मोकळीक नाही. प्रेमापेक्षा ती तुझी गरज बनलीय. प्रेमात निवड करण्याचं पूर्ण स्वातंत्र्य असतं. दोन व्यक्तींचं एकमेकांवर प्रेम असतं, जेव्हा ते एकमेकांशिवाय जगूही शकतात, परंतु एकमेकांबरोबर जगण्याचा पर्याय निवडतात. 'माझ्या मते परावलंबित्व म्हणजे पूर्णत्वाचा अनुभव घेता न येणं किंवा कोणीतरी सतत आपली काळजी घेतंय असा विश्वास असेल तरच काही करू शकणं. शारीरिक निरोगी व्यक्तीने परावलंबी असणं हा एक प्रकारचा रोग आहे, मानसिक आजाराचं किंवा दोषांचं एक व्यक्त रूप! 'दुसऱ्यावर अवलंबून राहणं' या नेहमीच्या गरजेपेक्षा हे परावलंबित्व वेगळं आहे. आपण कितीही नाकारलं तरी आपल्यातील प्रत्येकाला दुसऱ्यावर अवलंबून राहण्याची गरज भासते. आपल्या प्रत्येकालाच इच्छा असते, की आपले लाड व्हावेत, आपण काहीही न करता आपलं पालनपोषण व्हावं, आपली खरी काळजी असणाऱ्या सशक्त व्यक्तीनं आपली देखभाल करावी. कितीही प्रौढत्व आलं तरी आपल्यातील प्रत्येकाला असं वाटतं, की आयुष्यात आईसमान किंवा वडिलांसमान आधार देणारी व्यक्ती असायला हवी. हे परावलंबित्व एक प्रकारचं मानसिक असंतुलन आहे. ज्याला आम्ही 'परावलंबी व्यक्तिमत्त्वाचं असंतुलन' असं नाव दिलंय. हे असंतुलन समाजात सर्वात जास्त आढळून येणारं असंतुलन आहे.

पालकत्वाविषयीचे गैरसमज दूर करणारी लेखकाची मांडणीही आपल्याला गदगदा हलवून जागं करते. लेखक म्हणतो...

पालक मुलांना म्हणतात, 'खाण तशी माती.' किंवा 'तू अगदी तुझ्या काकांसारखा आहेस,' जणू काही मुलं त्यांची किंवा कुटुंबातील कोणाची प्रतिकृती आहेत. खरं तर आनुवंशिकतेच्या गुणधर्मानुसार मुलं कोणत्याही एका पालकासारखी किंवा

पूर्वजांसारखी नसून भिन्न कुटुंबातील माता-पित्यांचा संयोग झाल्यामुळे अगदी वेगळी होतात. तरीही क्रीडापटू पालक आपल्या बुद्धिमान मुलाला फुटबॉल खेळायला लावतात व बुद्धिमान वडील आपल्या खेळाडू मुलाला अभ्यास करायला लावतात. अशा मुलांना विनाकारणच ताण, अपराधीपणा सोसायला लागतो. एका लष्करातील अधिकाऱ्याची पत्नी आपल्या सतरा वर्षांच्या मुलीची तक्रार करते, "घराच्या एका कोपऱ्यात बसून सॅली दुःखी कविता लिहीत बसते. डॉक्टर, हे खूप भयंकर आहे. ती आमच्याबरोबर समारंभांना यायला स्पष्ट नकार देते. मला काळजी वाटते, की तिला काही तरी मोठी समस्या आहे.' आकर्षक व उत्साही अशा सॅलीची भेट घेतल्यावर मला समजलं, ती शाळेत एक हुशार विद्यार्थिनी आहे. तिला पालकांसारखं बनण्याची सक्ती करू नका, असा सल्ला मी त्यांना देतो.

हे पुस्तक वाचताना अनेक प्रश्नांची उत्तरं मिळतात किंवा ती शोधण्यास वाचक प्रवृत्त होतात. जीवन पारदर्शकपणानं, खरेपणानं, धैर्यानं कसं जगावं, हे ते वाचकांना शिकवतं. प्रामाणिकपणा, कष्टाळूपणा, शिस्तप्रियता व पारदर्शकता या मूल्यांचं महत्त्व ठसवतं. कठीण मार्गावर वाटचाल करणाऱ्यांची संख्या नेहमीच कमी असते. असा मार्ग कोणाला सहसा आवडत नाही, पेलवत नाही. त्यावर वाटचाल करायची असेल तर ज्ञानाची कास धरायला हवी, विवेकाचा तराजू तोलायला हवा, संयमाचा काढा पचवायला हवा, अन्यांविषयी प्रेमाची भावना जोपासायला हवी. 'हे विश्वची माझे घर' हे म्हणणं सोपं आहे, पण ते अमलात आणणं महाकर्मकठीण. त्यामुळे एखाद्या मर्यादापुरुषोत्तमालाच असं जगणं पेलता येतं. अशा लोकांची संख्या वाढली तर नातेसंबंध सुधारतील, कौटुंबिक स्वास्थ्य वाढीला लागेल, निकोप समाजाची पायाभरणी होईल, समाजातील विषमता दूर होईल, गावकुसाबाहेरचे आपले सगे बनतील. हे होणं अर्थातच सोपं नाही. ते कसं साधता येईल, याचं नेटकं मार्गदर्शन हे पुस्तक करतं. विशेषतः व्यक्ती म्हणून आपल्याला कसं समृद्ध होता येईल, परिपक्व होता येईल, याचा आराखडा ते सादर करतं. म्हणून जगभरच्या लक्षावधी लोकांनी ते डोक्यावर घेतलं. अमलात किती जणांनी आणलं, हा वेगळा मुद्दा. त्यापेक्षा आपण काय करणार आहोत हा आणखी कळीचा मुद्दा!

...स्वप्नामधील गावा !

पुस्तक : इन्टरप्रिटेशन ऑफ ड्रीम्स

मूळ पुस्तक : Interpretation Of Dreams

मूळ लेखक : सिग्मंड फ्राइड

अनुवाद : डॉ. कमलेश सोमण

प्रकाशक : गोयल प्रकाशन

स्वतःमधील अंतर्विरोधांचा बळी होण्याचं माणसाचं भागधेय सिग्मंड फ्रॉइडनं ओळखलं. संस्कृतीच्या नावानं दडपल्या जाणाऱ्या कामप्रेरणेला लखलखीत उजेडात आणलं. ईडिपस गंडासारखे क्रांतिकारी सिद्धान्त मांडताना मानवाच्या आदिम प्रेरणा नाकारता येणार नाहीत याकडे अंगुलिनिर्देश केला. फक्त शास्त्रीय विश्लेषण करून तो थांबला नाही, तर स्वप्नांची उकल करून मनोरुग्णाला बरं करण्याचं शास्त्र त्यानं विकसित केलं.

> 'अबोध मनातील अतृप्त इच्छांची पूर्तता करण्यासाठीच स्वप्नांची निर्मिती होते. स्वप्नं भविष्याचं सूचन करतात हे मिथक आहे; खरे तर ती आपला भूतकाळ उलगडत असतात. ती अबोध मनापर्यंत पोहोचण्याचा राजमार्ग असतात.'
>
> – **सिग्मंड फ्रॉइड**, प्रख्यात मानसशास्त्रज्ञ

स्वप्नं ही कोणाची मिरासदारी नसतेच मुळी! ती कोणीही पाहू शकतं. स्वप्नं न पडलेला माणूस विरळाच. स्वप्निल दुनियेत विहरताना कोणी रंकाचा राव होऊ शकतो आणि एखादा खंक झालेलादेखील फिनिक्स भरारी घेऊ शकतो. स्वतःच्या भवितव्याविषयी, इच्छा-आकांक्षांविषयी, प्रियेविषयी जागेपणी पाहिलेली स्वप्नं वेगळी आणि निद्रिस्त असताना पडलेली थोडीशी अनाकलनीय, अर्धवट आठवणारी दिवास्वप्नं वेगळी. मानवी वर्तनाचे अर्थ शोधण्याचे अगणित मार्ग मानसशास्त्रज्ञांनी गेल्या दोनेक शतकांत शोधून काढले. निद्रिस्त अवस्थेत पडणाऱ्या स्वप्नांच्या पाऊलखुणा तपासत मानवी अंतरंगात उतरण्याचा प्रयत्न सिग्मंड फ्रॉइड नामक मानसशास्त्रज्ञानं केला आणि त्याच्या हाती जे काही लागलं त्यामुळे तो जागतिक मानसशास्त्राच्या आणि मानवतेच्या इतिहासात अजरामर झाला. मानवाच्या सुसंस्कृततेचा बुरखा टराटरा फाडण्याचं काम त्यानं केलं. ईडिपस गंडासारखा (Oedipus complex) सिद्धान्त मांडून संस्कृतिरक्षकांची माथी भडकवली. टीकेचा भडिमार त्याला सोसावा लागला, पण आपल्या वैज्ञानिक सिद्धान्तापासून तो तसूभरही हटला नाही. त्याआधी सन १८५९ मध्ये चार्ल्स डार्विननं मानवाची उत्पत्ती वानरापासून झाल्याचा उत्क्रांतिवादाचा सिद्धान्त द *ओरिजिन ऑफ स्पीशीज* या युगप्रवर्तक ग्रंथातून मांडल्यानं युरोपातील चर्चसह सारे धर्ममार्तंड खवळले होते. फ्रॉइडनं परंपरागत धर्मकल्पनांना आपल्या नव्या सिद्धांतानं आणखी हादरे दिले.

दूरदृष्टी लाभलेल्या कर्तृत्ववान माणसांना आपल्या कृतीच्या शाश्वत भवितव्याविषयी किती ठाम विश्वास वाटत असतो ना! द *इंटरप्रिटेशन ऑफ ड्रीम्स* चा कर्ता सिग्मंड फ्रॉइड याची आपल्या या पुस्तकाविषयी अशीच ठाम धारणा होती. सन १८९५ च्या वसंत ऋतूत फ्रॉइडला ऑस्ट्रियातील आपल्या घरात या पुस्तकाची कल्पना सुचली. तेव्हा आपला मित्र विल्हेम फ्लीस याला लिहिलेल्या पत्रात या बहाद्दरानं लिहिलं होतं, 'पुढे कधी तरी या घरात स्मृतिफलक उभारला जाईल. सिग्मंड फ्रॉइड याला स्वप्नांचं गुपित उलगडलं ते हेच घर होय, असं त्यावर कोरलं जाईल.' आपल्याला अस्सल सोनं गवसलं आहे याची खात्री फ्रॉइडला तेव्हाच पटली होती. मात्र जगाला त्याच्या संशोधनाचं मोल समजायला अंमळ उशीरच झाला. जिथं फ्रॉइडच्या मनात या पुस्तकाचं बीज अंकुरलं, ते घर यथावकाश जमीनदोस्त झालं; पण त्याची भविष्यवाणी खरी व्हायची होती. 'ऑस्ट्रियन सिग्मंड फ्रॉइड सोसायटी'नं खरंच फ्रॉइडच्या कर्तृत्वाला कोंदण चढवलं. त्यांनी त्याच्या योगदानाचा उल्लेख असलेला

स्मृतिफलक या घराच्या ठिकाणी उभारला. त्यावर दिमाखात लिहिलं आहे, 'Here, on July 24, 1895, the secret of dreams was revealed to Dr. Sigmund Freud.'

सिग्मंड फ्रॉइड

मानसशास्त्रात आणि एकूणच सामाजिक शास्त्रांत क्रांती घडवणाऱ्या या पुस्तकाच्या सन १८९९मध्ये प्रकाशित झालेल्या पहिल्या जर्मन आवृत्तीच्या अवघ्या सहाशे प्रती छापल्या होत्या. सहा वर्षांत केवळ तीनशे प्रती विकल्या गेल्या. अपयशाचा शिक्का बसलेलं हे पुस्तक मानसशास्त्राच्या अभ्यासकांकडून, शास्त्रज्ञांकडूनही दुर्लक्षिलं गेलं. माध्यमांनीही त्याची दखल घेतली नाही. दुसरी आवृत्ती तब्बल १० वर्षांनी प्रसिद्ध झाली. हे पुस्तक इंग्रजीत अवतरायला तर चौदा वर्षांचा वनवास पूर्ण करावा लागला. एव्हाना फ्रॉइडनं तब्बल आठ वेळा पुस्तकाच्या खर्ड्याचं पुनर्लेखन केलं. विषय तसा क्लिष्ट. त्यामुळे तो सर्वसामान्यांना समजावा म्हणून *ऑन ड्रीम्स* नावाची जनआवृत्तीही त्यानं प्रकाशित केली. हळूहळू पुस्तकाच्या खपानं गती घेतली आणि ते सर्वकालिक उत्कृष्ट ग्रंथांच्या यादीत जाऊन बसलं. केवळ मानसशास्त्रच नव्हे, तर साहित्यासह कलाविश्वावरही त्याचा चांगला जाड ठसा उमटला. आज अशी स्थिती आहे की फ्रॉइडला वगळून मानसशास्त्राला पुढं जाता येत नाही. किंबहुना, मनोविश्लेषण (Psychoanalysis) या क्रांतिकारी मानसोपचारशास्त्राचा तो जनक मानला जातो.

आपल्या स्वामी विवेकानंदांनी म्हटलं आहे, 'स्वप्नं अशी पाहा, की जी आपली झोप उडवतील.' फ्रॉइडनं झोपेत पडणाऱ्या स्वप्नांचं संशोधन, विश्लेषण केलं असलं, तरी या विषयाच्या वेडानं तो झपाटला होता. स्वप्नांचं गूढ उकलण्याचं स्वप्न त्यानं पाहिलं आणि ते प्रचंड व्यासंगानिशी प्रत्यक्षातही उतरवलं. हे पुस्तक लिहिण्यापूर्वी त्यानं स्वतःच्या आणि आपल्या रुग्णांच्या एक हजारांहून अधिक स्वप्नांचं विश्लेषण करून त्याची सूत्रबद्ध मांडणी केली. उद्देश हा की आपण जे मांडतो आहोत त्याचा आधार लेचापेचा असता कामा नये. त्याचा पाया पक्का वैज्ञानिक हवा. अभ्यास विषयाबाबतची एवढी निष्ठा, कष्ट करण्याची तयारी, चिकाटी तशी दुर्मीळच!

एकोणिसाव्या शतकात स्वप्नांचा आणि अंधश्रद्धांचा दाट संबंध होता. काही वेळा स्वप्नांची आध्यात्मिक किंवा दिव्य पातळीवरूनही मीमांसा केली जात असे. फ्रॉइडचं वेगळेपण म्हणजे त्यानं या दोन्ही अर्थांच्या पलीकडे जाऊन स्वप्नांचा मानवी अर्थ शोधण्याचा प्रयत्न केला. हा अर्थ काय आहे, स्वप्नप्रक्रिया कशी असते, स्वप्नांचं मानसशास्त्र काय आहे, स्वप्नांची मीमांसा कशी करावी, त्यासाठी काय पूर्वतयारी करावी

याबाबत तपशीलवार माहिती या पुस्तकात मिळते. तसंच स्वप्नमीमांसेच्या अनुषंगानं फ्रॉइडच्या व्यक्तिगत जीवनावरही प्रकाश पडतो. मानसिक आजार असलेल्या रुग्णांवर उपचार करीत असताना फ्रॉइडला जाणवू लागलं, की दमन केलेल्या लैंगिक व आक्रमक इच्छा या मानसिक आजारांचं खरं कारण असतात. रुग्णांच्या स्वप्नांचं विश्लेषण केलं तर त्यांच्या मानसिक घडामोडींबद्दल बरीच माहिती मिळू शकेल आणि दमन झालेल्या इच्छा शोधता येतील, असं त्याला वाटू लागलं. मग उपचारासाठी येणाऱ्या रुग्णांच्या स्वप्नांचं विश्लेषण करायला त्यानं सुरुवात केली. मानसोपचारांत स्वप्नमीमांसा तंत्राचा (Dream Analysis) समावेश करण्याचं श्रेय त्यालाच जातं. आपल्या या प्रयोगांचं दस्तऐवजीकरण त्यानं द *इंटरप्रिटेशन ऑफ ड्रीम्स* या पुस्तकात केलं.

सर्वसाधारणपणे मनाच्या तीन अवस्था असतात. बोध (जागृत-कॉशन्स), अर्धबोध (अर्धजागृत- सबकॉशन्स) आणि अबोध (निद्रिस्त-Unconscious). निद्रिस्त मनातील अनेक इच्छा या लैंगिकतेशी आणि आक्रमकतेशी निगडित असतात. सामाजिक संकेतांच्या विरोधात असल्याने जागृत मनात त्यांना प्रवेश मिळत नाही. जागृत मनाची चाळणी इतकी भक्कम असते, की त्या जागेपणी व जशाच्या तशा प्रगट होऊ शकत नाहीत. झोपेत जेव्हा जागृत मनाचं नियंत्रण सैल पडतं, तेव्हा त्या स्वप्नांद्वारे प्रगट होतात. त्या मूळ स्वरूपात प्रगट होणं जागृत मनाला मान्य नसतं. म्हणून त्या वेश बदलून स्वप्नांद्वारे स्वतःचं अस्तित्व दाखवून देतात. यास स्वप्नांचं विपर्यस्तीकरण (ड्रीम डिस्टॉर्शन) म्हटलं जातं. फ्रॉइड म्हणतो, की आपण स्वप्नांत जे पाहतो, ते खऱ्या इच्छांचं विपर्यस्त स्वरूप असतं. त्यांचा खरा अर्थ छुपा असतो व तो शोधून काढावा लागतो. उदाहरणार्थ, स्वप्नात खोका किंवा गुहेसारखी एखादी पोकळ वस्तू दिसत असेल तर ती गर्भाशयाचं प्रतीक असते किंवा एखादी लोंबणारी वस्तू दिसत असेल तर ती पुरुष जननेंद्रियाचं प्रतीक असते. आपल्या सुप्त इच्छा, वासना स्वप्नांच्या माध्यमातून व्यक्त होत असतात. यातल्या काही इच्छा तत्कालीन, तर काही बालपणी अपुऱ्या राहिलेल्या, दडपलेल्या असतात. त्यांचं मिश्रण स्वप्नांत होतं आणि ते वेगळ्याच स्वरूपात बाहेर येतं. या स्वप्नांपैकी काहीच पूर्णपणे आणि संगतवार आठवतात. काही अर्धवट आठवतात. त्यातल्या प्रतिमाही सर्वसामान्यांसाठी अनाकलनीय असतात. अशा स्वप्नांचा अर्थ लावून मानसिक उपचार करण्याची पद्धती फ्रॉइडनं विकसित केली. त्याआधी त्यानं स्वतःच्या स्वप्नांचं विश्लेषण करून स्वतःवरही काही प्रयोग केले.

जाणिवा, अनुभव, स्मृती, संवेदना, बालपणीचे अनुभव अशी स्वप्नसामग्री कशी गोळा केली जाते; स्वप्नांच्या व्यक्त आणि अव्यक्त अर्थांचा एकमेकांशी काय संबंध असतो, स्वप्नांचा आपल्या जागेपणीच्या जीवनाशी कसा दृढ संबंध असतो, याची तपशीलवार मांडणी फ्रॉइडनं केली आहे. शिवाय शारीरिक बदल स्वप्नांना कशी सामग्री पुरवितात, हेही त्यानं उलगडून दाखवलं आहे. स्वप्नांची चर्चा करताना त्यानं मांडलेला ईडिपस गंडाचा

सिद्धान्त हा मनोविश्लेषणातील महत्त्वाचा सिद्धांत आहे. ईडिपस गंड म्हणजे लहान मुलांना विरुद्धलिंगी पालकांबद्दल वाटणारं लैंगिक आकर्षण आणि समलिंगी पालकांबद्दल वाटणारी स्पर्धात्मक भावना. स्वप्नांचा अर्थ जाणून घेण्याचं कुतूहल आदिम असतं. विशिष्ट स्वप्नांचे वेगवेगळे अर्थ लहानपणापासून आपल्या कानांवर पडत असतात. पूर्वापार समजुतींशिवाय किंवा निरीक्षणाशिवाय या विश्लेषणांना फारसा आधार नसतो. स्वप्नमीमांसा या महत्त्वाच्या तंत्राची ओळख करून देणारं हे पुस्तक म्हणूनच आगळंवेगळं ठरतं. मानसशास्त्राच्या क्षेत्रात प्रचंड साधना केलेल्या, मनोविश्लेषणाचा बाप म्हणून ज्याला संबोधलं जातं अशा मानसशास्त्रज्ञानं, फ्रॉइडनं ते लिहिलेलं असल्यामुळे या पुस्तकाचं महत्त्व मोठं. या माध्यमातून स्वप्नोपचारांबद्दल फ्रॉइडनं सर्वसामान्यांत केलेली जागृती हे त्याचं महत्त्वाचं कार्य मानलं जातं. म्हणून या पुस्तकास ऐतिहासिक महत्त्व प्राप्त झालं आहे. मानसशास्त्रातील अभिजात पुस्तक म्हणून त्याचा गौरव केला जातो.

जर्मनीत सन १९३३ मध्ये नाझींनी फ्रॉइडच्या ग्रंथांची होळी केली. दुसऱ्या महायुद्धात सन १९३८ मध्ये ऑस्ट्रिया पादाक्रांत केल्यावर जर्मन नाझींनी फ्रॉइडला व्हिएन्ना सोडून जाण्यास भाग पाडलं. तो ज्यू होता. शिवाय हुकूमशहांना विज्ञानाचं, वैज्ञानिक विचारांचं वावडं असतं. जगाचा इतिहास आणि सध्याचं वर्तमानही तेच सांगतं आहे. तेथून तो लंडनला गेला आणि तेथेच सन १९३९ मध्ये त्याचं कर्करोगानं निधन झालं. फ्रॉइडनं मानवी मनाच्या गुंतागुंतीची स्वप्नांच्या माध्यमातून उकल करण्याचा प्रयत्न केला. स्वतःमधील अंतर्विरोधांचा बळी होण्याचं माणसाचं भागधेय त्यानं ओळखलं. त्याचं शास्त्रशुद्ध दस्तऐवजीकरण केलं. संस्कृतीच्या नावानं दडपल्या जाणाऱ्या कामप्रेरणेला लखलखीत उजेडात आणलं. ईडिपस गंडासारखे क्रांतिकारी सिद्धांत मांडताना मानवाच्या आदिम प्रेरणा नाकारता येणार नाहीत, याकडे त्यानं अंगुलिनिर्देश केला.

मानसशास्त्र हा विषय मुळात क्लिष्ट. त्यात फ्रॉइडचा संशोधन विषय आणखी कठीण. तो मराठीत अस्सलतेनं उतरवणं आव्हानात्मक. गोयल प्रकाशनानं हे पुस्तक मराठीत आणलं आहे. दुनियेतील बहुतांश लोक या ना त्या मानसिक आजाराचे बळी असतात. त्यांना त्याचं आकलन झालेलं नसतं इतकंच. ते करून घ्यायचं असेल तर मानसशास्त्राच्या अभ्यासाला पर्याय नाही. फ्रॉइड म्हणतो, 'मानवी मन हे हिमनगासारखं असतं; त्याचा एक सप्तमांश भागच पाण्यावर दिसतो.'

माणूस रानटी अवस्थेतून बाहेर पडून सुसंस्कृत बनला. ही प्रक्रिया दीर्घकाळ चालणारी होती. सुसंस्कृततेची झूल पांघरणाऱ्या माणसाचं अंतरंग मात्र आदिमच असतं. बाह्यतः तो सभ्य भासत असला तरी आदिम, जंगली प्रेरणा त्याच्या अर्धचेतन, निद्रिस्त मनात पिंगा घालत असतात. कृत्रिमरीत्या सुसंस्कृत बनलेलं मन या प्रेरणांना आवर घालतं, त्यांचं दमन करतं. मग मनोविकृतीच्या स्वरूपात त्यांचा आविष्कार होतो. काहींच्या बाबतीत तो तीव्र

असतो, तर काहींच्या बाबतीत सौम्य. या साऱ्याचं विश्लेषण करून मनोविकृतीचं निवारण करण्याचं शास्त्र फ्रॉइडनं विकसित केलं. मानवजातीवर त्यानं केलेले हे उपकार आपल्याला कदापि विसरता येणार नाहीत.

रात्र भरात आलेली असताना पडणारी चित्र-विचित्र स्वप्नं बऱ्याचदा आपल्याला घाम फोडतात. 'रुला के गया सपना मेरा...' अशी अवस्था होते. 'तेरे मेरे सपने अब एक रंग है...' अशी ती अंगावर शहारे आणणारी गुलाबी स्वप्नं नसतात. जाग आल्यावर दुःस्वप्नांचे तपशील नीट आठवत नाहीत. असं का होतं, ते फ्रॉइडनं सांगितलेलंच आहे. तेव्हा आपल्या स्वप्नांचा अर्थ लावायचा असेल, आपल्या भल्याबुऱ्या वर्तनामागची कारणमीमांसा करायची असेल, आपल्या दैनंदिन संपर्कात येणाऱ्यांच्या वर्तनामागचा कार्यकारणभाव समजून घ्यायचा असेल तर फ्रॉइडनं प्रचंड कष्ट उपसून लिहिलेलं हे पुस्तक वाचायलाच हवं. चला तर मग जाऊ या दूर जाणाऱ्या वाटेवरील '...स्वप्नामधील गावा!'

इचार काय हाय तुमचा...

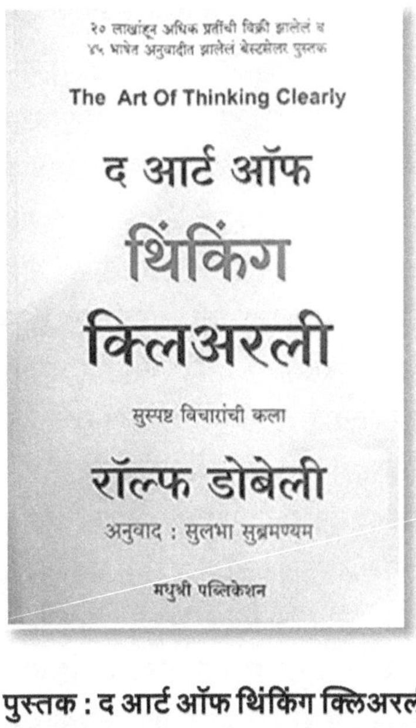

विचार करण्याची प्रक्रिया कधीच शुद्ध नसते, तिच्यात अनेक उणिवा, त्रुटी असतात. आपल्या श्रद्धांचं, धारणांचं समर्थन करण्यासाठी आपण पुरावे शोधत राहतो, न की पुराव्यांवर आधारित आपल्या धारणा तयार होतात! त्यातून वैचारिक गफलती होतात आणि त्याचे फटके आपल्याला सोसावे लागतात.

पुस्तक : द आर्ट ऑफ थिंकिंग क्लिअरली

मूळ पुस्तक : The Art Of Thinking Clearly

मूळ लेखक : रॉल्फ डोबेली

अनुवाद : सुलभा सुब्रमण्यम

प्रकाशक : मधुश्री पब्लिकेशन

'एखादं मूर्खपणाचं विधान पाच कोटी लोकांनी केलेलं असलं तरीही ते मूर्खपणाचंच असतं.'

– डब्ल्यू. सॉमरसेट मॉम, प्रसिद्ध साहित्यिक

या जगात टाळता न येण्यासारख्या अनेक गोष्टी आहेत. त्यात 'विचारा'चा समावेश आहे. ही एक अशी गोष्ट आहे की जी सकाळी उठल्यापासून रात्री बिछान्यात अंग टाकेपर्यंत आपला पिच्छा सोडत नाही. काही वेळा तर ती झोपेचंही पार खोबरं करते. वैचारिक आंदोलनं आपलं मन सतत अस्थिर करतात. ती पेलायची क्षमता नसेल तर परिस्थिती गंभीर बनते. अस्ताव्यस्त विचारांमागं मन चंचलतेनं धावत असतं. म्हणूनच आपल्या बहिणाबाई चौधरी म्हणतात,

मन वढाय वढाय
उभ्या पिकांतलं ढोर,
किती हाकला हाकला
फिरी येतं पिकांवर

वैचारिक क्षमता येते विवेकातून. त्यासाठी हवं भवतालाचं सम्यक आकलन. माणूस विचारांनीच घडतो आणि (चुकीच्या) विचारांमुळे बिघडूही शकतो. विचारांचं सामर्थ्य आपल्याला राजा बनवू शकतं आणि त्याचा अभाव आपल्याला निष्क्रिय किंवा अपयशी ठरवू शकतो. तर मग विचार कसा केला पाहिजे, कसा करणं चुकीचं आहे, हे सांगणारं उत्तम पुस्तक उपलब्ध आहे. विख्यात जर्मन लेखक रॉल्फ डोबेली यांचं द *आर्ट ऑफ थिंकिंग क्लिअरली* हे पुस्तक या विषयावर खूपच उपयुक्त आणि मोलाची माहिती देतं. वीस लाखांवर प्रती खपलेलं हे पुस्तक अनेक भाषांमध्ये अनुवादित झालं आहे. मराठीत मधुश्री प्रकाशनानं ते प्रकाशित केलं आहे. डोबेली यांनी या पुस्तकात दाखवून दिलेल्या वैचारिक उणिवा गांभीर्यानं समजून घेतल्या तर आपली विचारप्रणाली अधिक निर्दोष होऊ शकते.

विशेष म्हणजे डोबेली यांनी दिलेलं हे आध्यात्मिक प्रवचन नाही. ते प्रत्येक मुद्दा शास्त्रीय कसोटीवर पारखून घेतात. मानवी वर्तनाचा दुवा मानववंशशास्त्राशी जोडून अनेक जगप्रसिद्ध उदाहरणं देत ते ताकदीनं विषयाची मांडणी करतात. त्यामुळे तिला मजबूत वैचारिक अधिष्ठान लाभलं आहे. त्यासाठी त्यांनी खूप परिश्रम घेतले असल्याचं लक्षात येतं. शिवाय यातली बरीच उदाहरणं आपण कुठे तरी पाहिलेली, वाचलेली असल्यानं आपण लेखकाच्या मांडणीशी जोडले जातो, समरस होतो. डोबेली यांनी या विषयाचा ठोकळेबाज अभ्यास केलेला नाही, तर माणूस करीत असलेल्या प्रत्येक वैचारिक चुकीची नेमकी व्याख्या आणि तिचं रोचक नामकरण केलेलं आहे. त्यामुळे या पुस्तकाचा शास्त्रीय पाया अगदी पक्का

झाला आहे. आपण नेहमी करणाऱ्या ९९ गफलतींविषयी त्यांनी विस्तारानं आणि सोदाहरण भाष्य केलं आहे आणि ते आपल्याला पटणारं आहे. उदाहरणार्थ, चौथ्या प्रकरणात त्यांनी सामाजिक पुरावा (सोशल प्रुफ) या विषयावर केलेली ही मांडणी पाहा...

रॉल्फ डोबेली

तुम्ही एका गाण्याच्या कार्यक्रमासाठी निघाला आहात. वाटेत एका चौकात आकाशाकडे टक लावून उभा असलेला लोकांचा घोळका दिसतो. जराही विचार न करता, तुम्ही पटकन वर दृष्टिक्षेप टाकता का? 'सामाजिक पुरावा'. संगीताच्या मैफिलीत एखादा कलाकार आपलं कसब दाखवत असा काही सूर लावतो की, कोणीतरी टाळ्या वाजवू लागतं आणि अचानक सर्वत्र टाळ्यांचा कडकडाट होतो. तुम्हीसुद्धा त्यात सामील होता. का बरं ? 'सामाजिक पुरावा'. 'सामाजिक पुराव्या'ला सर्वसाधारणपणे 'कळपाची मनोवृत्ती' असंही म्हटलं जातं. त्याच्या प्रभावामुळे लोकांची धारणा होते की, आपण इतरांसारखं वागलो तरच आपलं वर्तन बरोबर असेल. थोडक्यात, जितके जास्त लोक एखादी कल्पना उचलून धरतील, तितकीच ती कल्पना अधिक चांगली व खरी वाटू लागते. जितके जास्त लोक एखादं वर्तन अंगीकारतील, तितकंच ते इतरांना जास्त योग्य वाटू लागतं. हे खरंच हास्यास्पद आहे. शेअर बाजारातील आभासी बुडबुडे व भयानकतेच्या मागे हेच 'सामाजिक पुराव्या'चं दुष्टचक्र आहे. फॅशन, मॅनेजमेंटची तंत्रं, छंद, धर्म, खाण्यापिण्याची पथ्यं या सगळ्यात तुम्हाला तेच दिसेल. टी.व्ही. वरील विनोदी आणि चर्चात्मक कार्यक्रमात हे तंत्र वापरतात. मोक्याच्या जागी ते पूर्वध्वनिमुद्रित हास्याचे आवाज पेरतात, ज्यामुळे प्रेक्षकही हसू लागतात.

आपण असं का वागतो? प्राचीन काळी, जीवित राहण्यासाठी इतरांचं अनुकरण करणं हा नामी उपाय होता. समजा, पन्नास हजार वर्षांपूर्वी तुम्ही तुमच्या शिकारी दोस्तांसोबत सेरेन्गेटीच्या जंगलात फिरत असताना, अचानक ते सर्व धूम पळून गेले तर तुम्ही काय केलं असतं? डोकं खाजवत तिथंच ठाम उभे राहिला असता काय? 'हे नक्की काय दिसत आहे? सिंह की सिंहासारखा कोणी प्राणी - कदाचित निरुपद्रवी. नक्कीच नाही! तुम्हीही मित्रांच्या मागोमाग पळ काढला असता. नंतर सुरक्षिततेची खात्री पटल्यावर तुम्ही विचार केला असता की, 'नेमकं काय झालं होतं?' अर्थातच काही जण नक्कीच वेगळे वागले असणार. त्यांची जनुकं

खात्रीनं वेगळी असणार. आपण मात्र 'अनुकरण' करणाऱ्यांचे वंशज आहोत. या प्रकारच्या वर्तनाची मुळं आपल्यात इतकी खोलवर रुजली आहेत की, तग धरून राहण्यासाठी त्याचा या जमान्यात फायदा नसला तरीही आपण तसंच वागतो.

'जगावं की मरावं, हा खरा प्रश्न आहे,' हे शेक्सपीअरच्या 'हॅम्लेट'चं स्वगत साहित्यात मानाचं पान पटकावून आहे. असे गंभीर किंवा साधेसुधेही प्रश्न प्रत्येकाला पडत असतात. त्यांची उत्तरं सोपी नसतात. हे उत्तर बरोबर की ते, असं करावं की तसं केलेलं बरं, असे प्रश्न समोर उभे ठाकतात. ते आयुष्याचा कीस पाडतात. आपल्याला छळछळ छळतात. त्यामुळे भेदरलेली अनेक माणसं आपल्या आजूबाजूला आढळतात. त्यात आपले मित्र, नातेवाईकही असतात. शिक्षणापासून करिअरपर्यंत आणि व्यक्तिगत जीवनापासून ते सामाजिक व्यवहारांपर्यंत सतत चुकीचे निर्णय घेवून उद्ध्वस्त झालेल्या लोकांचीही कमतरता नसते आपल्या भवतालात! आपण बऱ्याचदा त्यांना मार्गावर आणण्याचा प्रयत्नही केलेला असतो, पण यांची गाडी कायम रुळावरून घसरलेलीच राहते. शिवाय यातले बरेच जण परिस्थितीला दोष देऊन वर स्वतःला ग्रेटही समजत असतात. यांनी केलेली घाण साफ करणं हे आपलं कामच आहे, असंही यांना खात्रीनं वाटायला लागतं. त्यामुळे ते सतत आपल्याला लटकून राहतात आणि त्यांच्याबरोबर आपल्यालाही खाईत खेचत राहतात. अशांपासून अंमळ दोन हात दूर राहिलेलंच बरं!

स्पष्ट विचारशक्तीचा अभाव ही तर सार्वत्रिक समस्या आहे. आपल्या मर्यादित आणि चुकीच्या आकलनातून होणाऱ्या हानीपासून कोणीही वाचू शकलेलं नाही. चुकीच्या गृहीतकांवर विसंबून बेसावधपणे विचार करण्याच्या सवयीमुळे दिशाभूल करणारे निष्कर्ष निघतात आणि त्या आधारे घेतले जाणारे निर्णय आपल्याला खड्ड्यात घालतात. निर्णय चुकण्याची भीती असल्यानं अनेक महाभाग निर्णय घ्यायचंच टाळतात. निर्णय न घेणे हादेखील कळत-नकळत घेतलेला एक निर्णयच असतो. अर्थात तो व्यक्तीची अकार्यक्षमता दाखवून देतो. आपल्या आजूबाजूला असे अनेक जण निर्णयाच्या प्रक्रियेला वळसा घालून शांतचित्त राहणारे आत्मे आढळतील. निर्णय न घेण्यास सोकावलेली अशी अनेक माणसं अधिकारपदावरही असतात. त्याचा आपल्याला त्रासही होतो. बऱ्याचदा जबाबदार व्यक्तीनं निर्णय नाही घेतला तर दुसऱ्या कोणाला तरी तो घ्यावा लागतो. तो योग्य ठरला तर ठीक, अन्यथा ज्याने तो घेतला त्याची शंभरी भरलीच म्हणून समजा! पुढारपण सगळ्यांनाच हवं असतं, मात्र त्याबरोबर येणारी जबाबदारी कोणाला नको असते, ही एक वेगळीच समस्याच आहे.

डोबेली यांनी दिलेली आणखी काही वैचारिक चुकांची, चुकीच्या मानवी प्रवृत्तींची उदाहरण पाहणं रोचक ठरेल...

कृतीची प्रवृत्ती (ॲक्शन बेस)

फुटबॉलमधील पेनल्टी कॉर्नरच्या वेळी खेळाडूनं किक मारल्यावर गोलकडे पोहोचायला चेंडूला ०.३ सेकंद लागतात. चेंडूचं मार्गक्रमण कसं होतंय ते जोखायला गोलकिपरसाठी हा वेळ पुरेसा नाही. बॉलला किक मारण्याआधीच त्याला हा निर्णय घ्यावा लागतो. पेनल्टी किक मारणारे फुटबॉलचे खेळाडू चेंडू १/३ वेळा गोलच्या मध्यभागी, १/३ वेळा डाव्या व १/३ वेळा उजव्या कडेशी मारतात. गोलरक्षकांनी हे नक्कीच ताडले असेल, पण ते काय करतात? ते डावी किंवा उजवीकडे झेप घेतात. अदमासे १/३ वेळा बॉल मध्यभागी येऊन थडकत असला तरी ते तिथेच ठिय्या धरून उभे राहत नाहीत. मग त्या पेनल्टीचा धोका ते का पत्करतात? साधे सोपे उत्तर - देखावा. एकाच जागी ठोंब्यासारखे उभे राहून बॉल बाजूने सुर्रकन जाताना पाहत राहण्यापेक्षा चुकीच्या बाजूला झेप घेणे जास्त रुबाबदार, आकर्षक आणि कमी लाजिरवाणे दिसते. हा 'कृतीच्या प्रवृत्तीचा' परिणाम. काहीही निष्पन्न झाले नाही तरी चालेल, पण काहीतरी करतोय असे भासवा.

आत्मगंडाचा प्रभाव (एण्डोवमेंट इफेक्ट)

वापरलेल्या गाड्या विकणाऱ्या दुकानाच्या आवारात बी. एम. डब्ल्यू. दिमाखात चमकत होती. काही मैल तिच्या ओडोमीटरवर असूनही चांगल्या अवस्थेत दिसत होती. मला वापरलेल्या गाड्यांविषयी थोडीफार माहिती आहे. तिची रास्त किंमत ४०,००० डॉलर्स असावी असं मला वाटत होतं. तो विक्रेता ५०,००० डॉलर्ससाठी खूप आग्रह करत होता. तो तसूभरही किंमत कमी करेना. एका आठवड्याने जेव्हा त्यानं फोन करून ४०,००० डॉलर्सला राजी झाल्याचं सांगितलं, तेव्हा मी लगेच व्यवहार करून मोकळा झालो. दुसऱ्या दिवशी एक फेरी मारायला गाडी काढली आणि गॅस भरायला पंपावर गेलो. पंपाचा मालक गाडी पाहून बाहेर आला व वाखाणणी करीत मला लगेच ५३,००० डॉलर्स रोख देऊन गाडी विकत घेण्याच्या गोष्टी करू लागला. मी नम्रपणे नकार दिला. घरच्या वाटेवर लागल्यावर मी किती बावळटपणा केला ते मला समजले. जे माझ्या दृष्टीने ४०,००० डॉलर्सच्या योग्यतेचे होते, ते माझ्या मालकीचे झाले होते. जर मी तर्कशुद्ध सारासार विचार केला असता तर मी ती गाडी लगेच विकली असती. पण अरेरे! मी 'आत्मगंडाच्या प्रभावा'च्या कचाट्यात सापडलो होतो. एखादी वस्तू 'आपली' झाली की, आपण तिला जास्त मूल्यवान मानू लागतो. थोडक्यात, आपण काही विकत असलो की, आपण त्याची किंमत वाढवून सांगतो, पण विकत घ्यायचे झाले तर आपण तेवढी

किंमत द्यायला तयार नसतो.

कारणे देऊन समर्थन *(बिकॉझ जस्टिफिकेशन)*
तुम्ही जेव्हा तुमच्या वागण्यामागचं कारण देता, तेव्हा तुम्हाला जास्त सहकार्य, मदत व सहनशीलता अनुभवायला मिळते. तुमची सबब चांगली आहे की नाही, यावर फारसं काही अवलंबून नसतं. फक्त 'कारण' असं म्हणणं पुरेसं असतं. जे. एफ. के. विमानतळ, गेट ए ५७, विमानात जाण्यासाठी थांबलो आहे. घोषणा ऐकू येते, "फ्लाईट १२३४ साठी थांबलेल्या प्रवाशांनी इकडे लक्ष द्यावं. फ्लाईटला तीन तास उशीर होणार आहे." व्वा! मी काय कारण आहे हे विचारण्यासाठी त्यांच्या टेबलाकडे गेलो; पण काही ठोस उत्तर न मिळाल्यानं माझा संताप झाला. काही माहिती न देता उगीच मला थांबवून ठेवण्याची हिंमत कशी करू शकतात ते? दुसरी कंपनी पाहा किती व्यवस्थितपणे सांगतेय; "काही तांत्रिक कारणांमुळे फ्लाईट ५६७८ ला तीन तास उशीर होत आहे." हे कारण खरे म्हणजे अतिशय तकलादू आहे, पण प्रवाशांना शांत करायला तेवढं पुरेसं होतं. 'कारण' या शब्दाला लोक फार सोकावले आहेत. असं दिसतं की, गरज नसली तरी आपण तो शब्द वापरतो.

लोकहो, विचारांपासून सुटका नाही. तो सतत करावाच लागणार आहे. तो कसा चुकीचा केला जातो हे समजून घेतलं तर बरोबर कसा करायचा याचं आकलन होऊ शकतं. त्यासाठी काही पूर्वअटी आहेत. भावनांच्या भरात वाहवून न जाता निर्णय घेता आले पाहिजेत. आपल्या विचारांना रास्त पुराव्यांचं, आकडेवारीचं कोंदण असलं पाहिजे. सगळ्यात महत्त्वाचं म्हणजे सतत सकारात्मक राहता आलं पाहिजे. आयुष्यात भल्या-बुऱ्या गोष्टी होत राहतात. वाईट काळ आला तरी हिंमत न हारता राखेतून उभं राहण्याची जिद्द बाळगली पाहिजे. अण्णा – भाऊ साठेंच्या *फकिरा* या गाजलेल्या कादंबरीतील विष्णुपंत गांजलेल्या आणि संकटात सापडेल्या नायकाला, फकिराला आणि त्याच्या साथीदारांना म्हणतात, ''हिंमत हरू नका. दिवस घर बांधून राहत नाहीत. हेही दिवस जातील. उकीरड्याचेही पांग फिटतात, तुम्ही तर माणसं आहात!'' हा आशावाद खूप मोलाचा आहे, असं मला वाटतं. तुमचा काय विचार आहे?

दु:ख नको, मज सुख हवे!

सुख हवं असेल तर 'मापात' राहावं लागेल. त्यासाठी आपलं आपलं मापही ठरवावं लागेल, की जे आपल्या बुद्धीच्या, कर्तृत्वक्षमतेच्या उंचीपेक्षा अधिक नसेल. खेड्यापाड्यांत अंगावर चिरगुटं पांघरलेली अनेक माणसं चेहऱ्यावर निर्भेळ हास्याचा दागिना मिरवताना दिसतात. त्यांचा हेवा करतानाच प्रश्न पडतो, 'साधंसुधं, निरपेक्ष जगण्याचं बाळकडू या फाटक्या माणसांना कुठल्या शाळेत मिळालं असेल बरं?'

पुस्तक : सुखी माणसाचा सदरा

मूळ पुस्तक : The Conquest Of Happiness

मूळ लेखक : बर्ट्रांड रसेल

अनुवाद : करुणा गोखले

प्रकाशक : राजहंस प्रकाशन

Every successful person has a painful story. Every painful story has a successful ending. Accept the pain and get ready for Success.

- Gautam Buddha

'जगाच्या पाठीवर' या गाजलेल्या मराठी चित्रपटातील अजरामर गीतात ग. दि. माडगूळकर म्हणतात, 'एक धागा सुखाचा, शंभर धागे दुःखाचे, जरतारी हे वस्त्र माणसा तुझिया आयुष्याचे!' तुकोबारायांनीही 'सुख पाहता जवापाडे, दुःख पर्वताएवढे!' असं म्हणून ठेवलंय. खरंच दुःखाचे रंग इतके गहिरे असतात काय? या प्रश्नाचं उत्तर बर्ट्रांड रसेलसारखा तत्त्ववेत्ता मात्र थोडं वेगळं देतो. तो म्हणतो, 'सुखी राहायचं की दुःखी व्हायचं हे तुमच्यावरच अवलंबून आहे.' थोडक्यात, ठरवलं तर तुमच्या आयुष्याच्या वस्त्रात सुखाचे शंभर धागे विणता येऊ शकतात. त्यासाठी टोकाचा दैववादी दृष्टिकोन आणि स्वभावातील आकड तुम्हाला सोडून द्यावी लागेल, अशी पूर्वअट तो टाकतो. एवढ्यावरच न थांबता रसाळ भाषेत, विविध उदाहरणं देत सुखदुःखाचं विश्लेषण करतो, सुखी होण्याचे मंत्र सांगतो. नेमकं चुकतं कुठं यावर पटणारं भाष्य करतो. त्यानं या विषयावर ऊहापोह घडवून आणण्यासाठी सन १९३० मध्ये लिहिलेलं द *कॉन्क्वेस्ट ऑफ हॅपीनेस* हे पुस्तक आज शतकाच्या उंबरठ्यावरही प्रस्तुत ठरतं आहे, यातच रसेलच्या लेखणीचं यश सामावलं आहे. त्याच्या कुशाग्र बुद्धिमत्तेचं, अफाट व्यासंगाचं, द्रष्टेपणाचं यापरतं कोणतं प्रमाण देता येईल?

गौतम बुद्धाइतका दुःखाचा अभ्यास कोणीच केलेला नसावा. त्याच्या तत्त्वज्ञानात सुख-दुःखाच्या गोष्टींचीच मांदियाळी आहे, ज्याची मानवजातीला सदैव आस लागलेली असते. तो म्हणतो, 'अपेक्षा हेच सर्व दुःखांचं मूळ आहे.' बोलणं सोपं असलं तरी सामान्य माणसासाठी निरपेक्ष जगणं वाटतं तितकं सोपं नसतं. आपल्याला मोजक्या का असेना, अपेक्षांसह जगायचं असतं आणि सुख, आनंदही मिळवायचा असतो. आता हे कसं साधावं? यावर बुद्धाचं उत्तर आहे, 'जर तुमच्यावर प्रेम करणारं कुटुंब तुमच्याजवळ असेल, काही चांगले मित्र असतील, घरात मुबलक अन्न असेल, डोक्यावर छप्पर असेल, तर तुमच्याइतकं श्रीमंत कोणीच नसतं.' यापेक्षा अधिकची हाव धरलीत तर मात्र नक्कीच दुःखसागराकडे तुमची वाटचाल सुरू झालेली असेल. म्हणजे सुख हवं असेल तर 'मापात' राहावं लागेल. त्यासाठी आपलं आपलं मापही ठरवावं लागेल, की जे आपल्या बुद्धीच्या, कर्तृत्वक्षमतेच्या उंचीपेक्षा अधिक नसेल. शिवाय त्यातून मिळालेलं यश पचवायची ताकद हवी आणि कुठं थांबायचं, हेही कळायला हवं. नाही तर अधिक पैसे मिळवण्यासाठीची फरफट ठरलेली. त्यातून संपत्ती वाढेल, पण स्वास्थ्य हरवेल. असा हा सारा तिरपागडा मामला. त्यासाठी संतुलन महत्त्वाचं. ते ज्याला साधलं तो सुखस्पती! खेड्यापाड्यांत अंगावर चिरगुटं पांघरलेली अनेक माणसं चेहऱ्यावर निर्मळ हास्याचा दागिना मिरवताना दिसतात. त्यांचा

हेवा करतानाच प्रश्न पडतो, 'साधंसुधं, निरपेक्ष जगण्याचं बाळकडू या फाटक्या माणसांना कुठल्या शाळेत मिळालं असेल बरं?'

बर्ट्रांड रसेल

बर्ट्रांड रसेल हा एक जबरी पाश्चात्त्य विचारवंत. प्रकांड पंडितच जणू! गणित, तत्त्वज्ञान, विज्ञान, शिक्षण, राजकारण, समाजशास्त्र, साहित्य अशा वैविध्यपूर्ण विषयांत त्याला केवळ गतीच नव्हती तर या क्षेत्रांत मूलभूत मानता येईल असं उत्तुंग कार्य त्यानं केलं. या विषयांवर दोन हजारांवर लेख आणि ६८ पेक्षा अधिक पुस्तकं त्यानं लिहिली. यांपैकी बरेच ग्रंथ त्या त्या विषयांतलं पायाभूत साहित्य म्हणून आजचे अभ्यासकही ललामभूत मानतात. गणितासारख्या रूक्ष विषयात त्यानं सर्वोच्च मानाची अशी रँग्लर पदवी तारुण्याच्या उंबरठ्यावर असतानाच खिशात टाकली. पुढं साहित्याच्या नोबेलचा तो मानकरी ठरला. हा नुसता मखरात बसून लिहिणारा घरकोंबडा लेखक नव्हता. अस्सल कार्यकर्ताही होता तो! युद्धविरोधी आणि शांततावादी म्हणून त्यानं अजोड कार्य केलं. सातत्यानं युद्धविरोधी भूमिका घेऊन तत्कालीन युद्धखोर सरकारांना हैराण करून सोडलं. त्यातून झालेला त्रासही त्यानं न कुरकुरता सोसला. लैंगिक संबंधासारख्या तेव्हा आणि आजही नाजूक असलेल्या विषयावर बंडखोर लिखाण करून त्यानं धर्ममार्तंडांना, त्यांच्या भक्तांना आणि संस्कृतिरक्षकांना अंगावर घेतलं. त्यामुळे प्राध्यापकपदाच्या नोकरीवर पाणी सोडावं लागलं म्हणून हा डगमगला नाही. उलट दुप्पट जोमानं त्यानं दुटप्पी, ढोंगी प्रथा-परंपरांविरुद्ध संघर्ष सुरू केला. अर्थातच तो निरीश्वरवादी, म्हणजे धर्ममार्तंडांच्या दृष्टीनं पाखंडी ठरला. त्याची किंमत त्याला आयुष्यभर चुकवावी लागली, पण त्यानं वैज्ञानिक दृष्टिकोनाला कधी बगल दिली नाही. श्रद्धाहीन जगण्याचे सामाजिक बहिष्कारासह अनेक तोटे असतात. ते त्यानं हसत हसत पत्करले. तसूभरही मागं नाही हटला तो!

बर्ट्रांड रसेलला तब्बल ९८ वर्षांचं दीर्घ आयुष्य लाभलं. अगदी म्हातारा होऊन तो गेला. चार लग्नं निभावतानाच अनेक सुंदर मैत्रिणींच्या सहवासात त्यानं आयुष्यातला पराकोटीचा आनंद उपभोगला. लग्न आणि विवाहबाह्य संबंध यात गल्लत करू नये, अशी बंडखोर मांडणी केल्यामुळे तो सामाजिक रोषाचा बळी ठरला. आयुष्य रसरसून जगताना त्यानं विज्ञानाचा अखंड जागर केला. अर्थातच त्याला जोड होती ती मानवतेची, मानवता धर्माची! परंपरागत जे काही आहे ते त्यानं बुद्धीच्या कठोर निकषांवर घासून पुसून घेतलं. जे पटलं नाही ते सरळ नाकारलं. असं करताना समाज, धर्म आणि राजकीय धुरिणांनाही फाट्यावर मारलं. उदंड लिखाण करून, व्याख्यानं देत तो पाश्चिमात्य जगतात ध्रुव ताऱ्यासारखा तेजानं तळपला. आपलं असं घट्ट स्थान त्यानं निर्माण केलं. त्यामुळे

त्याच्या मृत्यूला (सन १९७०) अर्धशतक उलटून गेलं तरी त्याचं विविध विद्याशाखांमधलं गारुड कायम आहे. त्याला टाळून पुढे नाही जाता येत कोणाला! त्याचे आई-वडील, त्याचं बालपण, त्याचं शिक्षण या साऱ्याच गोष्टी अनोख्या होत्या.

बर्ट्रांडचा जन्म इंग्लंडच्या उमराव घराण्यातला. पणजोबा इंग्लंडचे पंतप्रधान होते. अमीर-उमरावांचा सतत घरी राबता. त्याचे आई-वडील मात्र टोकाचे सुधारणावादी आणि नास्तिक. त्यांनी आपल्या तिन्ही मुलांच्या शिक्षणासाठी हेतुतः नास्तिक शिक्षक निवडले. शिवाय हे दोघेही खूपच मोकळ्या विचारसरणीचे. त्यातून त्यांनी आजही धक्कादायक वाटाव्यात अशा गोष्टी केल्या. शिक्षकांपैकी एकाला क्षयरोग होता. त्यामुळे त्याचं लग्न होणं शक्य नव्हतं. या कारणामुळे तो शरीरसुखाला वंचित राहू नये म्हणून बर्ट्रांडच्या आईनं माणुसकीच्या नात्यानं त्याच्याशी शरीरसंबंध ठेवले होते. अशा या बंडखोर दांपत्याला घरून मोठा विरोध होणं स्वाभाविकच. बर्ट्रांड लहान असतानाचा दोघांचा मृत्यू झाला. त्यामुळे त्याच्या आजीनं त्याचा सांभाळ केला. इथं मात्र अगदी उलटं चित्र होतं. आजी-आजोबा अत्यंत धार्मिक वृत्तीचे. त्यामुळे त्यांनी त्याच्यावर पूर्ण धार्मिक संस्कार व्हावेत यासाठी तशाच शिक्षकांची नियुक्ती केली. पण हे बाळ त्याला जुमानणारं नव्हतं. लहानपणापासून वाचनाची प्रचंड आवड असलेल्या बर्ट्रांडनं पुढे विज्ञानाचा वाटसरू होणं पत्करलं.

बर्ट्रांडनं लिहिलेल्या *मॅरेज ॲण्ड मॉरल्स* या पुस्तकानं तत्कालीन पाश्चात्त्य समाजात प्रचंड मोठं वादळ उभं केलं. विवाहसंस्थेतील विसंगती, ढोंगी नातेसंबंधांवर त्यानं खुलेआम कोरडे ओढले आणि त्याच बरोबर स्त्रियांच्या लैंगिक स्वातंत्र्याचा पुरस्कार केला. व्यभिचाराबद्दल स्त्रिया आणि पुरुषांसाठी वेगवेगळे मापदंड लावण्याच्या पुरुषप्रधान संस्कृतीवर कठोर टीका केली. त्यामुळे वृत्तपत्रांसह समाजधुरिणांनी त्याला स्वैराचारी ठरवून झोडपून काढलं. या वादात त्याची नोकरीही गेली, पण तो आपल्या मतांवर ठाम राहिला.

बर्ट्रांडचं *The Conquest of Happiness* हे महत्त्वाचं पुस्तक. त्याचा रोचक मराठी भावानुवाद करुणा गोखले यांनी 'सुखी माणसाचा सदरा' या नावानं केला आहे. स्वयंविकासाची हजारो पुस्तकं सध्या बाजारात उपलब्ध आहेत. ती सारी वाचण्यापेक्षा बर्ट्रांडच्या कुशाग्र बुद्धिमत्तेची झलक दाखवणारं हे पुस्तक जरूर वाचावं. त्यानं साध्या सोप्या भाषेत केलेलं दुःखाचं आणि सुखाचं विश्लेषण आपल्याला एकदम पटतं, अगदी आतपर्यंत झिरपतं. त्यानं सांगितल्याप्रमाणे स्वतःमध्ये काही बदल केले तर आयुष्यातील सुखाची पातळी नक्कीच उंचावता येईल असा आत्मविश्वास बळावतो. आपल्या आजूबाजूला दुःखसुद्धा मिरवणारी माणसं असतात. त्यांना आपल्या दुःखाचं कोण कौतुक असतं. अशा माणसांविषयी बर्ट्रांड म्हणतो...

'या लोकांसाठी सर्वांत प्रथम काय केलं पाहिजे तर जगात सुख, समाधान नावाची काही अवस्था असते असा त्यांना विश्वास दिला पाहिजे. निद्रानाश असणाऱ्यांना जसं स्वतःच्या रोगाचं कौतुक असतं, तसं दुःखी माणसाला त्याच्या दुःखाचं गर्वमिश्रित कौतुक असतं. सुखाची इच्छा असणं कसं योग्य आहे हे या लोकांना पटवून दिलं पाहिजे.'

'नैसर्गिक गरजा अगदी सहजी, कुठलाही प्रयत्न न करता भागल्या की मग विश्वाचा पसारा व्यर्थ वाटायला लागतो. मनुष्यप्राण्याची शारीरिक, मानसिक जडणघडणच अशी आहे की जीवनासाठी किमान झगडा दिल्याशिवाय तो ठणठणीत राहू शकत नाही. अतिरेकी श्रीमंतीमध्ये प्रयत्नांविना सर्व इच्छा पूर्ण होतात आणि मग प्रयत्न, कष्टांचा अभाव हेच दुःखाचं कारण होऊन बसतं. प्रामाणिक प्रयत्न आणि त्या प्रयत्नांना कष्टाचं फळ हे फार मोठ्या सुखाचं गमक आहे. साऱ्या गोष्टी विनासायास मिळाल्या की इच्छापूर्तीचं सुख कसं मिळेल?'

सुखासाठी सतत प्रेमात असणं किती आवश्यक आहे हे सांगताना बर्ट्रांड म्हणतो...

'प्रेम हा फक्त आनंदाचा ठेवा नाही. प्रेमाचा अभाव हे दुःखाचं मूळ आहे. प्रेमाचा दुसरा फायदा असा, की त्यामुळे अन्य सुखकारक गोष्टीमधील आनंद द्विगुणित होतो. उदाहरणार्थ - संगीत, डोंगरमाथ्याआडून होणारा सूर्योदय, चंद्रप्रकाशात न्हाऊन निघालेला समुद्र या सर्व घटना प्रेमाच्या अमलाखाली जास्त सुंदर दिसतात. ज्यांनी सुंदर गोष्टींचा अनुभव आपल्या प्रियेच्या सहवासात घेतलेला नाही, त्यांनी त्या गोष्टींच्या जादूचा खरा चमत्कार अनुभवलाच नाही. माणसाचा वज्रासारखा कठीण अहम्‌देखील वितळून टाकण्याचं सामर्थ्य प्रेमामध्ये आहे. कारण प्रेमात शारीरिक सहभाग गृहीत आहे व दोन व्यक्तींच्या निसर्गसुलभ इच्छांच्या पूर्तीसाठी आधी दोघांचीही मनं खुली होणं आवश्यक असतं.'

स्पर्धेच्या, यशाच्या चक्रात अडकलेले लोक स्वतःहून या संघर्षात अडकलेले असतात. जगण्याच्या गरजा भागल्या तरी ते या चक्रातून बाहेर पडून कुटुंबासमवेत सुखी आयुष्य जगू शकत नाहीत. कारण त्यांना यशात सातत्य हवे असते. अशा लोकांची पोलखोल करताना बर्ट्रांड म्हणतो...

'या लोकांकडे सुरेख घर असतं. मनाजोगती बायको असते. गोड मुलं असतात. घरातली सगळी अजून साखरझोपेत असताना धंदेवाला माणूस उठून ऑफिसात चालू लागतो. तिथे गेल्यावर एका समर्थ संयोजकाचे गुण आपल्यात कसे पुरेपूर आहेत हे दाखवण्याचा त्याचा प्रयत्न असतो. त्यानुसार तो घट्ट जिवणी

ठेवून निर्णयात्मक सुरात बोलण्याची सवय करतो. एक हिशेबी, धूर्त अलिप्तपणा अंगी बाणवतो. तो पत्र डिक्टेट करतो, फोनवरून अनेक महत्त्वाच्या व्यक्तींशी बोलतो. शेअरबाजारातील घडामोडींवर बारीक लक्ष ठेवतो. मग उद्योगधंद्याच्याच वर्तुळातील कुणाबरोबर तरी तो जेवायला जातो. त्या व्यक्तीबरोबर त्याच्या धंदेविषयक वाटाघाटी सुरू असतात किंवा सुरू करण्याचा मानस असतो. संपूर्ण दिवस हेच चक्र सुरू राहतं. संध्याकाळी दमून – भागून घरी येतो, तोवर रात्रीच्या जेवणाची वेळ झालेली असते. मग पुन्हा छान कपडे करून त्याच्यासारख्याच थकलेल्या पुरुषांच्या आणि ज्यांना अजून थकायला वावच मिळालेला नाही अशा स्त्रियांच्या घोळक्यात आपण कसे मजेत आहोत याचं नाटक पार्टी संपेपर्यंत करत राहतो. सरतेशेवटी झोपेत त्याला जी काय शांतता मिळेल तेवढीच.'

बर्ट्रांड रसेलनं या पुस्तकात केलेली मांडणी थक्क करणारी आहे. त्याचा मनोविज्ञानाचा अभ्यास आपल्याला पदोपदी चकित करतो. म्हणून तर आधुनिक मानसशास्त्रज्ञांनीही त्याचं हे पुस्तक मानसशास्त्राच्या सर्व कसोट्यांवर खरं उतरल्याचं प्रमाणपत्र दिलं आहे. त्याच्या विचारात नावीन्य ठासून भरलेलं आहे. भाषा साधी-सोपी आहे. ती मनाला भिडते. वाचता वाचता आपण स्वतःलाही ताडून पाहू लागतो, विश्लेषण करू लागतो. हेच या पुस्तकाचं सर्वात मोठं यश मानावं लागेल.

काळपुरुषाच्या फटक्यांनी वारंवार भेलकांडणारी माणसं, दुःखानं रंजले-गांजलेले मानवी जीव सुखाचा शेला पांघरू शकतात. त्यासाठी मनाचं माप स्वच्छ करायला हवं. द्वेष, असूया, मत्सर, राग, संताप, संशय, अपराधी भावना यांना तिलांजली द्यायला हवी. मानवता धर्माचं पालन जरूर करावं, पण लोक काय म्हणतील या काल्पनिक गंडाला फाट्यावर मारावं. प्रेमाचा दिवा हृदयात निरंतर तेवता ठेवावा. स्पर्धेची धास्ती घेऊन केवळ 'काम काम' न करता सायंकाळी क्षितिजावर पसरलेला लालिमा मनाच्या कुपीत साठवता यायला हवा. वाऱ्याची हलकीशी झुळूक जाणवण्याइतपत आपली कातडी तलम बनवावी. आणि हे सारं कसं करायचं, याचं उत्तर हवं असेल तर रसेलचा *सुखी माणसाचा सदरा* वाचावा. हा सदरा आपल्या मापाप्रमाणे बेतून अंगात घालता आला, तर सुखाचा शोध संपला असं मानायला हरकत नाही. अर्थात, हे सारं इथं लिहिलंय इतकं सोपंही नाही. जगात सगळ्याच गोष्टी सोप्या नसतात आणि स्वस्तही. सुख हवं असेल तर थोडे सायास पडतीलच ना!

तिला समजून घेताना...

काही पुस्तकं आपल्याला चकित करतात. प्रत्येक वाक्य, परिच्छेद, पानं आपल्याला भरभरून नवं नवं असं काही सांगत राहतात आणि आपण थक्क होतो. स्त्री-मुक्तीचं 'बायबल' समजलं जाणारं सिमोन द बोव्हुआर हिचं 'द सेकंड सेक्स' त्याच जातकुळीतलं. मूलभूत, अस्सल असं काही वाचायला मिळाल्यानं आपण हरखून जातो.

पुस्तक : द सेकंड सेक्स

मूळ पुस्तक : The Second Sex

मूळ लेखक : सिमोन द बोव्हुआर

अनुवाद : करुणा गोखले

प्रकाशक : पद्मगंधा प्रकाशन

‘स्त्री जन्म घेत नाही, तर ती घडवली जाते.’

– सिमोन द बोव्हुआर,

प्रख्यात फ्रेंच साहित्यिक आणि स्त्रीवादी विचारवंत

युरोप म्हणजे बुद्धिमत्ता आणि प्रज्ञेची खाणच जणू! जगाचं अक्षर दालन समृद्ध करणारे तगडे साहित्यिक, मानवी जीवन सुकर करणारे वैज्ञानिक, विचारांचा अवकाश भारून टाकणारे विचारवंत, अवघ्या मानवजातीचं भावविश्व उन्नत करणारे चित्रकार, शिल्पकार अशा मातब्बरांनी गजबजलेली ही भूमी. जगाला दिशा देण्याचं काम या खंडातील चिमुकल्या देशांतील प्रज्ञावंतांनी केलं. स्वातंत्र्य, समता, बंधुता ही फ्रेंच राज्यक्रांतीचं देन तर राजकीय इतिहासातील मैलाचा दगडच. विल्यम शेक्सपीअर, चार्ल्स डिकन्स, जॉर्ज बर्नार्ड शॉ, फ्रँझ काफ्का, आल्बेर काम्यू, ज्याँ पॉल सार्त्र आदी दिग्गजांनी इथल्या साहित्यिक वैभवाचं नेतृत्व केलं. त्यांनी जे लिहिलं ते अस्सल होतं, जगाला नवं भान देणारं होतं. त्यांच्या लिखाणाचे भले-बुरे पडसाद जगभर उमटले. प्रसंगी युद्धखोर, जुलमी सरकारांना गुडघ्यावर आणण्याचं काम या बोरूबहाद्दरांनी केलं; त्याचबरोबर स्वतःच्याच मस्तीत चालणाऱ्या समाजपुरुषाची पाळंमुळं गदगदा हलवण्याचं धारिष्ट्यही त्यांनी दाखवलं. अनेक छोट्या-मोठ्या युद्धांनी आणि अवघा युरोप बेचिराख करून टाकणाऱ्या दोन महायुद्धांनी मानवजातीच्या अस्तित्वालाच दिलेलं आव्हान, त्यातून निर्माण झालेली अस्थिरता इथल्या कलावंतांच्या प्रेरणेचा अक्षय स्रोत ठरली.

सिमोन द बोव्हुआर ही विदुषी युरोपातील प्रज्ञावंतांच्या नामावलीत आघाडीचं स्थान राखून आहे. ललित साहित्यात तिचं कर्तृत्व मोठं, पण ती जगभर गाजली ते *द सेकंड सेक्स* या स्त्रीवादाची समग्र नवी मांडणी करणाऱ्या वैचारिक ग्रंथामुळे! स्त्री-मुक्ती म्हणजे काही तरी थोतांड आहे, असा विसाव्या शतकाच्या पूर्वार्धापर्यंत बहुतेकांचा समज. त्याला सप्रमाण खोडण्याचं काम सिमोननं स्त्री-मुक्तीचं ‘बायबल’ मानल्या गेलेल्या या ग्रंथाच्या माध्यमातून केलं. बहुतांश पुस्तकांत आपल्याला जे ठाऊक आहे तेच कमी-अधिक प्रमाणात वाचायला मिळतं. आपण जेव्हा पट्टीचे वाचक बनतो तेव्हा एखाद्या कथानकात पुढे काय होऊ घातलंय याचा अंदाज बांधता येतो, वाक्याच्या सुरुवातीवरूनच त्याच्या शेवटाचा अदमास येतो. काही पुस्तकं मात्र आपल्याला चकित करतात. प्रत्येक वाक्य, परिच्छेद, पानं आपल्याला भरभरून नवं नवं सांगत राहतात आणि आपण थक्क होतो. सिमोनचं *द सेकंड सेक्स* त्याच जातकुळीतलं. मूलभूत, अस्सल असं काही वाचायला मिळाल्यानं आपण हरखून जातो. लेखिकेचा व्यासंग, प्रत्येक मुद्दा स्पष्ट करण्यासाठी केलेलं सप्रमाण विश्लेषण, तिच्या वाचनाची, अभ्यासाची व्याप्ती आपल्याला पदोपदी जाणवत राहते. स्त्रीकडे पाहण्याचा

दृष्टिकोन स्वच्छ करणारं हे पुस्तक आहे आणि ते लिहून सिमोननं मानवजातीवर मोठेच उपकार केले आहेत. पुरुषांनाच नव्हे तर स्त्रियांनाही स्त्री समजून सांगणारं हे अक्षर वाङ्मय; त्याचं मोल करता येणं कठीणच!

पुस्तकाच्या विषयवास्तूत प्रवेश करण्यापूर्वी ही सिमोन कोण आहे, हे समजून घ्यायला हवं. प्रत्येक कलाकृतीत तिच्या निर्मात्याचं व्यक्तिगत आयुष्य डोकावत असतं. म्हणून सिमोन किती बंडखोर होती हे समजलं तरच द *सेकंड सेक्स* सारखं समाजपुरुषाला हादरवून टाकणारं पुस्तक ती कशी काय लिहू धजली, हे समजून घेता येईल. पुढं फ्रेंचमधला प्रख्यात साहित्यिक ठरलेला ज्याँ पॉल सार्त्र आणि सिमोन पॅरिसमधील एका महाविद्यालयातील तत्त्वज्ञानाचे सहाध्यायी. तो कुरूप, ठेंगणा तर ही उंच, देखणी. दोघंही बुद्धिमान, तत्त्वज्ञानासह विविध विषयांवर गप्पांचे फड रंगवण्यात माहीर. वर्गात त्यांचा पहिला, दुसरा क्रमांक. अखेर जीवनसाथी बनायचा निर्णय त्यांनी घेतला आणि रूढ सामाजिक संकेतांना फाट्यावर मारून विवाह न करताच सहजीवन सुरू केलं. अर्थात, ते सध्यासारखं 'लिव्ह इन'ही नव्हतं. ती कुठे तरी हॉटेलवर राहायची, कधी त्याच्या घरी लेखनकामाठीसाठी जायची. वेगवेगळ्या नोकऱ्या करून दोघांनीही नंतर लेखनालाच आपल्या चरितार्थाचं मुख्य साधन बनवलं. पॅरिसमधील एखाद्या कॅफेमध्ये दोघंही कॉफीपान करत वेगवेगळ्या टेबलांवर दिवसभर लेखन करत. सायंकाळी मित्रांच्या मैफलीत मनसोक्त मद्यपान हा सार्त्रचा आवडता उद्योग. दोघांचंही एकमेकांवर अतोनात प्रेम, पण परस्परांच्या व्यक्तिगत जीवनात नाक खुपसायचं नाही हा अलिखित संकेतही त्यांनी पाळला. त्यातून दोघांनीही लैंगिक स्वातंत्र्याचा पुरेपूर लाभ घेतला. रूपानं आपण कुरूप असलो तरी बुद्धीच्या जोरावर आपण स्त्रियांना वश करूच, असा संकल्प सार्त्रनं तरुणपणातच सोडला होता. तो शेवटपर्यंत या संकल्पाला जागला. त्याच्या बुद्धिचातुर्यावर भाळून अनेक ललना पाघळल्या, त्यात त्याच्याहून निम्म्या वयाच्या विद्यार्थिनीही होत्या. परस्परांच्या या मुक्त संबंधांचं प्रतिबिंब सिमोनच्या काही पुस्तकांतही उमटलं. एकमेकांच्या स्वातंत्र्याचा आदर करीत बहरलेलं हे प्रेमाचं नातं थेट सार्त्रच्या मृत्यूपर्यंत, म्हणजे तब्बल अर्धशतक टिकलं.

सार्त्रच्या नियतकालिकात सिमोननं स्त्रियांविषयी लेखमाला सुरू केली. तिला प्रचंड प्रतिसाद मिळू लागला. पुढं जाऊन त्याचं द *सेकंड सेक्स* हे जागतिक विचारविश्वाला कलाटणी देणारं पुस्तक झालं. सिमोनच्या अफाट बुद्धिमत्तेची, प्रचंड व्यासंगाची प्रचिती या पुस्तकातून येते. सार्त्रसारख्या दिग्गजाच्या सावलीत आपलं कर्तृत्व खुरटणार नाही याची काळजी सिमोननं घेतली. सार्त्रनंही तिला त्यासाठी मदत केली. म्हणून तीही त्याच्यासारखी अजोड पाश्चात्त्य साहित्यिकांच्या मांदियाळीत जाऊन बसली.

द *सेकंड सेक्स* गाजण्याची, जगभर स्वीकारलं जाण्याची अनेक कारणं आहेत. स्त्रीत्वाविषयी इतकी सखोल, मूलभूत आणि विस्तृत मांडणी करणारं दुसरं कोणतंही पुस्तक

विसाव्या शतकाच्या मध्यापर्यंत प्रसिद्ध झालेलं नव्हतं. कोणताही भावनिक मुलामा न देता, आकांडतांडव न करता सिमोननं तटस्थपणानं केलेली मांडणी लोकांना भावली. पुरुषाला सतत प्रथम स्थानी ठेवून स्त्रीची मांडणी दुय्यमत्वानं केली जाते, हे तिनं सप्रमाण दाखवून दिलं, म्हणून या पुस्तकाचं नाव द *सेकंड सेक्स.* स्त्रीला सातत्यानं पुरुषाच्या संदर्भातच पाहिलं जातं, तपासलं जातं, तिचं मूल्यमापन केलं जातं; जणू काही ती पुरुषांची दासी म्हणूनच जन्मली आहे, या वास्तवाकडे तिनं लक्ष वेधलं. लहानपणापासून आईच भेदभावाला सुरुवात करते. त्यातून मुलांना चांगली वागणूक मिळते, तर मुलींच्या वाट्याला अवहेलना, तुच्छत्व आणि बंधनांचे नकारच येतात. ते कसे, याबाबत सिमोननं केलेली तपशीलवार मांडणी कोणीही विवेकी माणूस नाकारू शकणार नाही. स्त्री-जीवनाची सुरुवातच अशी झाल्यावर त्याचा मध्य आणि शेवट काय असणार, हे वेगळं सांगायलाच नको. साज-शृंगार किंवा नट्टापट्टा करणं स्त्रीला का आवडतं, वयाच्या वेगवेगळ्या टप्प्यांवर लैंगिकतेकडे बघण्याचा तिचा दृष्टिकोन कसा असतो, विवाहबाह्य संबंधात तिला आणि पुरुषाला कसं वेगवेगळ्या तराजूंत तोललं जातं, ती प्रेमात स्वतःला कशी उधळून देते याचं मर्मग्राही विश्लेषण सिमोन करते. दोन विभागांत विस्तृतपणे पसरलेल्या या पुस्तकात मानववंशशास्त्रापासून ते मानसशास्त्रापर्यंत, धर्माच्या भेदभावी दृष्टिकोनापासून ते जीवशास्त्रीय फरकापर्यंत, ऐतिहासिक वास्तवापासून ते स्त्री खरंच गूढ आहे का, इथपर्यंत अनेक विषयांचा धांडोळा घेतला आहे. तो जसा अनेक प्रकारचं धक्कादायक वास्तव समोर आणतो, तसाच काही तरी छान कळल्याचा बौद्धिक आनंदही देतो. त्यासाठी तरी हे पुस्तक जरूर वाचायला हवं.

हजारो वर्षांपासून स्त्री-पुरुषांच्या कामाची वाटणी ठरली आहे. पूर्वी शिकार, लढाया, संरक्षण ही पुरुषांची प्रमुख कामं होती. त्यानंतर शेती, अर्थार्जन, शिक्षण, कुटुंबाची प्रतिष्ठा, धार्मिक आणि सांस्कृतिक रीतीरिवाजांचं पालन, व्यक्तिगत विकास, कुटुंबाचं प्रमुखपद सांभाळणं अशी शेलकी कामं त्याच्याकडे आली. स्त्रियांकडे मात्र पूर्वापार घरकाम, मुलांना जन्म देणं आणि सांभाळणं, शेती व अन्य कामांत मदत करणं अशी पुरुषाला पूरक आणि कंटाळवाणी, संयमाचा कस पाहणारी कामं आली. ही कामं मुख्यतः शारीर पातळीवरची असून स्त्रियांची बुद्धी आणि विचार यांना चालना मिळण्याची सोय त्यांत नाही. वरवर पाहता ही विभागणी सोयीची वाटली तरी पुढं त्यातून पुरुषाला श्रेष्ठत्व आणि स्त्रीला दुय्यमत्व प्राप्त झालं. नर-नारी ही व्यवस्था नैसर्गिक आहे. मात्र पुरुषप्रधान व्यवस्थेत लिंगभेदभाव (जेंडर) मुद्दाम घडवला गेला. संस्कृतीच्या इतिहासानं मर्दुमकी, पराक्रम, सामर्थ्य, धैर्य, निर्भयपणा, बुद्धिमत्ता, धीटपणा या गोष्टी 'पुरुषी' ठरवल्या. दुबळेपणा, परावलंबित्व, भित्रेपणा, चंचलता, अधीरता, लाजाळूपणा, रडवेपणा, हळवेपणा अशा नकारात्मक प्रतिक्रियांना 'बायकी'पणाचं लेबल चिकटवलं गेलं. सिमोननं म्हटल्याप्रमाणे, 'कोणी बाई म्हणून जन्माला येत नाही, पण नंतर तिला बाई म्हणून घडवलं जातं.' अशा प्रकारच्या विरोधाभासावर उभारलेल्या

व्यवस्थेमुळे पुरुषाचा पराक्रम सिद्ध होण्यासाठी स्त्रीला दुबळेपणा स्वीकारावा लागतो. पुरुषाला मोठेपणा, तर स्त्रीकडे कमीपणा, पुरुष स्वामी, तर स्त्री दासी, पुरुष क्रियाशील तर स्त्री निष्क्रिय हे संदर्भ समाजातील मूल्यपद्धतींशी जोडले गेल्याने स्त्रीचे अवमूल्यन झाले, अशी मांडणी सिमोननं केली. शेकडो वर्षं याच तुच्छतेच्या भूमिकेतून स्वतःकडे पाहिल्यामुळे स्वाभिमान, आत्मगौरव, नैपुण्य, आत्मविश्वास, स्वातंत्र्य, स्वावलंबन या माणसाच्या नैसर्गिक इच्छा-आकांक्षांना फुलवण्याचं सामर्थ्य स्त्रीला स्वतःमध्ये जोजवता येत नाही. स्त्रीसुद्धा पुरुषासारखी एक मानवच आहे, याबाबत सिमोननं केलेला ऊहापोह कोणालाही पटावा. ती म्हणते…

'धर्मग्रंथ, पुराणकथा या सर्वांमधून स्त्रीच्या दोन टोकाच्या भूमिका रंगवल्या जातात. ती क्षमाशील माता व एकनिष्ठ पत्नी असते किंवा प्रियकराच्या जिवावर उठणारी हडळ व पुरुषाचा विनाश इच्छिणारी सैतान तरी! प्रत्यक्षात या दोन टोकांच्या गुणांपेक्षासुद्धा अधेमधे आढळणारे चांगले-वाईट गुण स्त्रीमध्ये सापडतात. ती सर्व मानवी व्यवहार करणारी माणूस आहे. ती प्रेमळ असू शकते व उच्छृंखलही असू शकते. एखादी स्त्री एकाच वेळी क्रोधीही असते आणि प्रेमळही! ती सत्तालोलुप असू शकते, तर कधी रंजली-गांजलेली गरीब गाय! मनुष्यस्वभावाचे सर्व पैलू स्त्रीमध्ये वास करतात आणि ते बघून पुरुष बुचकळ्यात पडतो. त्याला ती 'स्फिंक्स' सारखी गूढ वाटते. स्त्री नक्की कशी असते, याविषयी आजही भरभरून साहित्य निर्माण होत असते. पुरुषाला स्त्री थोडीशी गूढ, अगम्यच असावी, असे वाटते. निदान म्हणून तरी तिने लांबलांब, पायघोळ स्कर्ट घालावेत, डोक्यावर जाळीजाळीचा पडदा घालावा, हातात कोपरापर्यंत मोजे घालावेत, दागदागिन्यांनी स्वतःला झाकावे, असे त्याला वाटते. स्त्री जर त्याला इतर पुरुषांसारखीच अंतर्बाह्य उमजली, तर मग ती परतत्त्व कशी वाटणार? ॲलन फॉरनिएसारखे लोक इंग्लिश स्त्रियांची टर उडवतात. कारण का, तर त्या पुरुषांसारखे मोकळेढाकळे हस्तांदोलन करतात. फ्रेंच स्त्रियांची सौम्यपणे, कळत-नकळत हस्तांदोलन करण्याची पद्धत त्यांना जास्त आवडते. बायकांनी फार अघळपघळ वागू नये. स्त्री कशी काहीशी बुजरी, संकोचीच बरी! तरच समाजात तिची प्रतिष्ठा राहते, असे अनेक पुरुषांना वाटते. स्त्रीचा स्वभाव फार सरधोपट असू नये. ती थोडी लहरी असावी. तिने थोडे सुखद आश्चर्याचे धक्के द्यावेत. म्हणजे ती जास्त मोहक वाटते. एवढेच काय; पण ती थोडी अल्लड, चंचल असली की जास्त आकर्षक बनते, असंही बऱ्याच पुरुषांना वाटतं. लपवाछपवी, रहस्यमयता, दुहेरी व्यक्तिमत्त्व या सर्व गोष्टी स्त्रीमध्ये माफक प्रमाणात असल्या, तर पुरुषास त्या हव्याहव्याशा वाटतात. म्हणून तर स्त्री म्हणजे अनेक आभास निर्माण करणारी माया असते!'

प्रख्यात मानसशास्त्रज्ञ सिग्मंड फ्रॉइड यानंही, स्त्री म्हणजे न उकलणारं कोडं असल्याचं विधान केलं होतं. प्रख्यात गणिती पायथॅगोरसनं म्हटलं होतं, की 'या भूतलावर प्रकाश, पुरुष यांसारखी काही चांगली तत्त्वं आहेत, ज्यामुळं सुव्यवस्था तयार होते आणि गोंधळ, अंधार, स्त्रिया यांसारखी काही वाईट तत्त्वंही आहेत.' सिमोननं या दोघांच्याही मतांचा समाचार घेतला आहे. जगातील बहुतेक धर्मांनी स्त्री म्हणजे नरकाचं द्वार असल्याचा समज धार्मिक वाङ्मयातून शतकानुशतके पसरवला. त्यामागची कारणमीमांसा सिमोननं तपशिलानं दिली आहे. धर्मांना स्त्री नकोशी असण्यामागं समाजाचा पुरुषप्रधान दृष्टिकोन कसा कारणीभूत आहे हे तिनं अनेक प्रत्ययकारी उदाहरणं देऊन स्पष्ट केलं आहे.

सिमोननं सन १९४९ मध्ये, म्हणजे सुमारे ७० वर्षांपूर्वी लिहिलेल्या या पुस्तकानं युरोपसह अमेरिकेतील जनजीवन ढवळून निघालं. स्त्रीनं संसार-चूलमूल यामध्ये न अडकता स्वविकासावर भर द्यावा, असं सिमोनला वाटायचं. तिच्या या बंडखोर विचारांमुळे संस्कृतीरक्षकांचं पित्त खवळलं. सिमोनवर प्रचंड टीका झाली. ती पुरुषी, अश्लील, विकृत असल्याचे आरोप झाले, धमक्या येत राहिल्या. या काळात सार्त्र तिच्या सोबत राहिला, तिच्या भूमिकेची त्यानं भलामण केली. यथावकाश विचारीजनांनी या पुस्तकात मांडल्या गेलेल्या तथ्यांचा स्वीकार केला. जगभर पुस्तकाचा खप वाढला. इंग्रजीसह अनेक भाषांत ते पोहोचलं. स्त्रीमुक्ती चळवळीला त्यानं बळ दिलं. स्त्रीवादी लेखिका म्हणून सिमोनचं नाव झालं. तिच्या गाजलेल्या कथा-कादंबऱ्यांमधील स्त्रिया मात्र सर्वसामान्यच होत्या, तिच्यासारख्या बंडखोर नव्हत्या. त्यामुळेही तिच्यावर टीका झाली. त्यावर, समाजात जे दिसतंय त्याचंच प्रतिबिंब माझ्या साहित्यात उमटतंय, असा युक्तिवाद तिनं केला.

द *सेकंड सेक्स* चा सुगम आणि सुरेख मराठी अनुवाद करुणा गोखले यांनी केला आहे. बर्ट्रांड रसेलचं *सुखी माणसाचा सदरा* ताकदीनं मराठीत आणणाऱ्या करुणा यांनी सिमोनच्या या पुस्तकालाही पुरेपूर न्याय दिला आहे, असं म्हणता येईल. पद्मगंधा प्रकाशनानं सन २०१० मध्ये प्रकाशित केलेल्या या पुस्तकाची तिसरी आवृत्ती सध्या बाजारात उपलब्ध आहे. त्यावरून मराठीतही या पुस्तकाचं चांगलं स्वागत झालं असं मानायला वाव आहे. आत्मभान जागृत असणाऱ्या प्रत्येक स्त्रीनं हे पुस्तक वाचलंच पाहिजे. त्याचबरोबर स्त्रीला गृहीत धरू पाहणाऱ्या पुरुषांनीही आपला 'दृष्टिदोष' सुधारण्यासाठी हे पुस्तक जरूर वाचावं. 'स्त्री जन्मा ही तुझी कहाणी, हृदयी अमृत, नयनी पाणी' हे म्हणायला छान वाटत असलं, तरी एकविसाव्या शतकात ते मुळमुळीत ठरतं. 'अर्ध्या जगाला' टाचेखाली ठेवून कोणीच सुखी होऊ शकणार नाही. स्त्रीत्वाला न्याय देणारं वर्तन विकसित करणं आणि स्त्रीलाही माणूस म्हणून स्वीकारणारं नवं जग तयार करणं ही आपणा सर्वांची जबाबदारी आहे.

निसर्गराजा ऐक सांगतो...

आपण सारी निसर्गाची लेकरं, पण निसर्गापासून तुटलेली! ही ताटातूट केव्हा झाली, कशी झाली, कोणी केली या प्रश्नांचं गाठोळं उचकत बसलं तर हाती काही लागायचं नाही. अशा वेळी 'वॉल्डन' या तळ्याकाठी झोपडी बांधून निसर्गसान्निध्यात राहिलेल्या हेन्री डेव्हीड थोरोचे चार शब्द ऐकावेत. निसर्गाचं गान गावं, रानावनांत रमावं, जंगलवाटा तुडवाव्यात आणि श्रांत होऊन निद्रादेवीच्या आधीन व्हावं!

त्या तिथे, तळ्याच्या पलीकडे...

प्रत्येकानं आपलं आयुष्य हवं तसं जगावं, ते रडतखडत संपवू नये. निसर्ग हा सगळ्यात मोठा गुरू आहे. त्याला सतत साक्षी ठेवावं, त्याच्या कुशीत हुंदडत आपलं तथाकथित मोठेपण विसरून जावं. सरळ साधेपणा, मितव्यय याला पर्याय नाही असं थोरोला अगदी आतून, मनाच्या तळातून वाटायचं.

पुस्तक : **वॉल्डन**
मूळ पुस्तक : Walden
मूळ लेखक : हेन्री डेव्हिड थोरो
अनुवाद : जयंत कुलकर्णी
प्रकाशक : मधुश्री पब्लिकेशन

हेन्री डेव्हीड थोरो हे नाव नेमकं केव्हा वाचनात आलं, आता आठवत नाही. महाविद्यालयीन जीवनात, म्हणजे पुस्तकांचा घाऊक फडशा पाडण्याच्या वयात व्यंकटेश माडगूळकरांच्या एका पुस्तकात थोरो पहिल्यांदा भेटला. तळ्याकाठी झोपडी बांधून मस्त आयुष्य जगलेल्या थोरोचं तात्यांनी असोशीनं केलेले वर्णन मनात कायमचं रुतून बसलं. अमेरिकेतलं वॉल्डन, हे तळं म्हणा किंवा सरोवर म्हणा, तेव्हापासून मला सतत हाकारतं आहे. थोरो हा आज महान निसर्गवेत्ता म्हणून नाव कमवून आहे; पण अल्पायुषी ठरलेल्या या प्रतिभावंताचं जगणं हलाखीचं, सततच्या आर्थिक तंगीनं ग्रासलेलं होतं. आज जगभर थोरोला मोठा मान मिळत असला तरी उमेदीच्या वयात अनेक प्रकाशकांनी त्याचं लेखन नाकारलं. क्षयानं झालेल्या अकाली मृत्यूच्या आधी त्याचं वॉल्डन हळूहळू चर्चेत येऊ लागलं होतं. ते लोकप्रियतेच्या शिखरावर पोचल्याचं पाहायला मात्र थोरो जिवंत नव्हता.

प्रतिभावंतांना असलेला दारिद्र्याचा शाप थोरो आणि त्याच्या कुटुंबानंही पुरेपूर उपभोगला. त्याचं वैषम्य मात्र त्यानं कधी वाटून घेतलं नाही आणि भांडवलही केलं नाही. हा फकिरासारखा निसर्गगानात रममाण झाला. तरुणपणातील प्रेमभंगानंतर शेवटपर्यंत सडाफटिंगच राहिला. श्रीमंती, छानछोकी जगण्याची टर उडवत त्यानं आदिम संस्कृतीची थोरवी गायली. वॉल्डन नावाचं तळं, त्याच्या भोवतीचं घनदाट जंगल, तिथले पशु-पक्षी-कीटक, ऋतुचक्राचे बदलते मनोहारी रंग त्याच्या चिंतनाचे, अभ्यासाचे, लिखाणाचे विषय ठरले. त्यातून साकारला साध्या, सरळ, निसर्गस्नेही जीवनाचं नेटकं तत्त्वज्ञान मांडणारा *वॉल्डन* हा अभिजात ग्रंथराज. आज जागतिक स्तरावर पर्यावरणाची मांडणी थोरोला वगळून होऊ शकत नाही, इतकं काम या बहाद्दरानं वयाच्या तिशीतच करून ठेवलं.

जनाला कंटाळलेला थोरो वनाकडे आकर्षिला गेला. अमेरिकेतील मॅसाच्युसेटस प्रांतातील कॉन्कॉर्डजवळील वॉल्डन या तळ्याकाठी झोपडी बांधून निसर्गस्नेही जीवनपद्धती अंगीकारण्याचा निर्णय त्यानं घेतला. ते साल होतं १८४५. म्हणजे तब्बल पावणेदोनशे वर्षांपूर्वीची ही गोष्ट. या अनुभवावरून लिहिलेलं वॉल्डन मात्र आजही आपल्याला तेव्हाइतकंच ताजंतवानं वाटतं. हा या पुस्तकाच्या यशाच्या अनेक पैलूंपैकी एक. तर १८४५च्या मार्चमध्ये थोरो एक कुऱ्हाड घेऊन जंगलात गेला, तळ्याकाठी अनाघ्रात निसर्गाच्या सान्निध्यात राहण्याचा बेत त्यानं आखला होता. गावातील एका पडक्या घराचं विकत घेतलेलं साहित्य आणि जंगलातील काही झाडं तोडून त्यानं १० बाय १५ फूट आकाराचं झोपडं स्वतःच्या हातांनी उभारलं. पुस्तकात याचं वर्णन केबिन म्हणून आलेलं आहे. या झोपडीच्या खर्चाचा हिशोबही थोरोनं पुस्तकात सादिलवार दिला आहे. थोरोची अंगमेहनत वगळून त्या काळी या झोपडीसाठी अठ्ठावीस डॉलर साडेबारा सेंट खर्च आला. आपल्या आजच्या चलनात मोजायचं झालं तर साधारण २१०० रुपये. या झोपडीत अगदी मोजकं सामान घेऊन तो दोन वर्षं दोन महिने राहिला.

आता यात नवीन ते काय? विजनवासात राहणारा थोरो हा काही पहिला मानव नव्हता. थोरोचं वेगळेपण म्हणजे या अनुभवाचं रसिलं, नेटकं वर्णन करणारं सुंदर पुस्तक त्यानं लिहिलं. साध्या, निसर्गस्नेही जीवनशैलीचं तत्वज्ञान त्यानं शेकडो उदाहरणं देत ठोसपणे मांडलं. निसर्गातल्या अनुभवांचं अजोड दस्तऐवजीकरण हे थोरोच्या प्रयोगाचं वेगळेपण. उदरनिर्वाहासाठी त्यानं मासेमारी केली, शेती केली. बटाट्याचे, मक्याचे, घेवड्याचे वाफे फुलवले. शेजारी राहणाऱ्या शेतकऱ्यांशी, लाकूडतोड्यांशी, भटक्या प्रवाशांशी मनमुराद गप्पा हाणल्या. निसर्गाशी, पशु-पक्ष्यांशी, कीटकांशी अबोल संवाद साधला. तळ्यातील बोटीत बसून बासरी वाजवली. आणि हो, काही न करता तासन्तास ध्यानस्थ योग्यासारखा बसूनही राहिला. अर्थपूर्ण जगण्यासाठी फार काही लागत नाही. १०-१२ तास मान मोडून काम करण्याची तर अजिबातच गरज नाही. गरजा कमीतकमी ठेवल्या तर पैशाच्या मागं ऊर फाटेस्तोवर धावायला नको, अशी मांडणी त्यानं *वॉल्डन* मध्ये केली. आदिम जगण्यामागचं तत्त्वज्ञान या पुस्तकात पानोपानी ठासून भरलेलं आहे. अगदी कुठलंही पान उलटवलं, कुठलाही परिच्छेद वाचला तरी ते रसरशीतपणे पुढे येतं, आपल्याला भिडतं आणि आपण या जगण्याच्या प्रेमातच पडतो. विजनवासी होण्याच्या आपल्या निर्णयामागची पार्श्वभूमी थोरोनं छान विशद केली आहे. तो म्हणतो...

हेन्री डेव्हिड थोरो

'मी रानात राहण्यास गेलो कारण मला जीवनाच्या अत्यावश्यक सत्याला सामोरे जायचे होते. आयुष्य मला जे शिकवू पाहात होते, ते मी शिकू शकतो की नाही; हे पाहायचे होते. म्हणजे मरतेवेळी आपण आयुष्य जगलोच नाही असे वाटायला नको. जे खरे जीवन नाही ते जगण्याची माझी इच्छा नव्हती आणि माझे जगण्यावर प्रेम असल्याने मला संन्यास घ्यायचा नव्हता. मला आयुष्य समरसून जगायचे होते. गवताच्या पेंढ्या रचायच्या होत्या आणि गुळगुळीत दाढीही करायची होती. हे करताना आयुष्याला जोखायचे होते. ते जर निष्ठुर असेल तर तसे मला जगाला ओरडून सांगायचे होते. ते स्वर्गीय असेल तर त्याचा प्रत्यक्ष अनुभव घ्यायचा होता. बहुतेक माणसांचा या बाबतीत वैचारिक गोंधळ उडालेला दिसतो. आयुष्य कटकटीचे आहे की सुसह्य, हे त्यांना सांगता येत नाही. मग ते परमेश्वराशी एकात्म होणे हेच इतिकर्तव्य असल्यासारखे भक्तिमार्गाला लागतात.'

असा हा थोरो संसाराच्या फेऱ्यात अडकलेल्या आपल्यासारख्या सर्वसामान्यांना

पेलवणारा नाही. सगळ्यांनी असंच आयुष्य जगावं, असं थोरोलाही वाटत नसे. फक्त प्रत्येकानं आपलं आयुष्य हवं तसं जगावं, ते रडतखडत संपवू नये. निसर्ग हा सगळ्यात मोठा गुरू आहे. त्याला सतत साक्षी ठेवावं, त्याच्या कुशीत हुंदडत आपलं तथाकथित मोठेपण विसरून जावं. सरळ साधेपणा, मितव्यय याला पर्याय नाही असं थोरोला अगदी आतून, मनाच्या तळातून वाटायचं. म्हणूनच माणसाच्या संग्राहक वृत्तीवर तिखट भाषेत कठोर कोरडे ओढताना तो म्हणतो ...

'काही दिवसांपूर्वी मी एका पाद्र्याच्या सामानाच्या लिलावास हजर होतो. या पाद्र्याने प्रवचन देता देता बरेच सामान गोळा केलेले दिसत होते. माणसाची पापं त्याच्या मृत्यूनंतरही या पृथ्वीतलावर जिवंत राहतात, असं शेक्सपिअर म्हणतो ते काही खोटं नाही. अपेक्षेप्रमाणे या सामानात बरेचसे शोभेचे सामान होते. ५० वर्षे अडगळीच्या खोलीत पडल्यानंतर या सामानाची होळी न करता त्याचा लिलाव होत होता. लिलाव म्हणजे कोणाचे तरी सामान वाढणार होते. थोड्याच वेळात शेजारीपाजारी गोळा झाले आणि त्यांनी ते सगळे सामान विकत घेतले. आणि त्या अडगळीच्या खोलीतून उचलून स्वतःच्या अडगळीच्या खोलीत नेऊन टाकले. वापर होईपर्यंत ते तेथेच धूळ खात पडणार याची मला खात्री आहे आणि वापर होईल की नाही, याचीही शाश्वती नाही. माणूस आयुष्यभर धडपड करतो, सामान जमवतो आणि शेवटी त्याच्यावर जमलेल्या धुळीस मिळतो हेच खरं!'

वसंत ऋतूच्या आगमनानंतर वॉल्डनभोवतीच्या निसर्गातील बदलाचे वर्णन करताना थोरो लिहितो...

'पावसाच्या एकाच हलक्या सरीने गवत हिरवेगार झाले. त्या ताज्यातवान्या, हिरव्यागार गवताला पाहून आपलेही मन प्रफुल्लित होते, विचारही सकारात्मक होतात. आत्ताचा क्षण जगण्यातच जगण्याचे मर्म दडले आहे. प्रत्येक घडणाऱ्या घटनेचा सकारात्मक विचार करून त्याचा फायदा उठवला पाहिजे, जसे गवताचे पाते त्यावर पडणाऱ्या प्रत्येक दवबिंदूचा फायदा उठविते. अशा वेळी गतायुष्यातील हुकलेल्या संधींचा वृथा शोक करण्यात काय अर्थ आहे? पण आपण दुर्दैवाने हेच करतो. खरे तर जोपर्यंत सूर्य तळपत आहे तोपर्यंत अनेक खलनायक मनात घुसले तरी काही फरक पडत नाही.'

वॉल्डनमधील शेकडो परिच्छेद, हजारो वाक्ये निसर्गाला माणसाच्या जगण्याशी, वर्तन-व्यवहारांशी भिडवताना दिसतात. थोरोच्या लिखाणाचं वैशिष्ट्य म्हणजे ही वर्णनं कुठंच कंटाळवाणी होत नाहीत. आपल्याला झुल्यात बसवून ती मोकळ्या निसर्गात

वॉल्डन तलाव

झुलवत राहतात.

मराठी भाषकांचं भाग्य म्हणजे साक्षात दुर्गाबाई भागवतांनी थोरोच्या *वॉल्डन* चा रसाळ अनुवाद केला. प्रकाशनाचं वर्ष आहे जून १९६५. दीनानाथ दलालांचं देखणं मुखपृष्ठ लाभलेलं हे पुस्तक दीर्घकाळ बाजारात उपलब्ध नव्हतं. नव्वदच्या दशकात जंगजंग पछाडून, ग्रंथालयं पालथी घालून जुन्या आवृत्तीची एक प्रत मी मिळवली आणि अधाशासारखी वाचून काढली. पुन्हा पुन्हा वाचली. आजही सवड काढून ती वाचावीशी वाटते. आता त्याची नवी आवृत्ती आली आहे. आणखी एक आनंदाची बाब म्हणजे पुण्यातील मधुश्री प्रकाशनानं अलीकडेच *वॉल्डन* पुन्हा एकदा मराठीत आणलं आहे. जयंत कुलकर्णी यांनीही सुरेख अनुवाद करून *वॉल्डन* ला न्याय देण्याचा प्रयत्न केला आहे. सध्या अनेक प्रकाशनांनी अनुवादित पुस्तकांचे कारखानेच उघडले आहेत. त्यामुळं अनेक अभिजात पुस्तकांची सुमार अवतरणं मराठीत अवतीर्ण होत आहेत. *वॉल्डन* त्याला अपवाद ठरावे.

आपणा भारतीयांसाठी आणखी एक आनंदाची बाब म्हणजे हा थोरो भारताशी, भारतीय संस्कृतीशी जोडला गेलेला होता. हार्वर्डमध्ये शिकलेल्या थोरोचं वाचन अफाट होतं असं दिसतं. *वॉल्डन* सह त्याच्या अन्य लिखाणात भगवद्गीता, उपनिषदे, बौद्ध तत्त्वज्ञानाचे संदर्भ वारंवार येतात. भारत, चीनसह एकूणच पौर्वात्य जीवनपद्धतीचं, तत्त्वज्ञानाचं त्याला आकर्षण होतं. राजकीय विचारसरणीतही थोरोनं जागतिक दर्जाचं आणि मोलाचं काम केलं आहे. तो बंडखोर होता. कर भरला नाही म्हणून प्रशासनाने त्याला तुरुंगात डांबले.

कारावासाचा सदुपयोग करीत त्यानं 'सविनय कायदेभंग' या विषयावर उत्कृष्ट निबंध लिहिला. महात्मा गांधी यांनी दक्षिण आफ्रिकेतील आंदोलनात त्याचा प्रभावी वापर केला. भारताच्या स्वातंत्र्यलढ्यातही 'सविनय कायदेभंग' हे गांधींचे प्रमुख अस्त्र होते की ज्यानं इंग्रजांची सारी शस्त्रं बोथट ठरवली. या अंगाने महात्मा गांधीही थोरोला आपले गुरू मानत, हे खूपच कमी जणांना माहिती आहे.

आता हे सारं वाचून तुमची उत्सुकता नक्कीच चाळवली गेली असेल. एकदा *वॉल्डन* ला भेट द्यावी असंही वाटत असेल. आपल्याकडे गोविंदाग्रजांनी म्हटल्याप्रमाणे, 'कृष्णाकाठी कुंडल आता पहिले उरले नाही....', तसं प्रगत अमेरिकेतील *वॉल्डन* ही थोरोच्या वर्णनाबरहुकूम राहिलेलं नाही. तिथल्या सरकारनं पर्यटन स्थळ म्हणून त्याचा विकास केला आहे, की ज्याचा थोरोला तिटकारा होता. थोरोनं उभारलेल्या झोपडीची प्रतिकृती तिथं उभारली गेलीय. थोरोच्या नावानं निसर्ग संशोधन संस्थाही स्थापली गेली आहे. निसर्गप्रेमी लोक पंढरीच्या वारीला यावं तसं वॉल्डन पाहायला येतात आणि तिथला विकास पाहून खट्टू होतात. सुट्टीत राहायची घरं, अपार्टमेंटसनी वॉल्डनला वेढा टाकला आहे. वृक्षवल्ली आहेत, पण घनदाट अरण्य नामशेष झालंय. यू ट्यूबला 'Walden Lake' असा शोध घेतलात तर अनेक व्हिडिओ तुम्हाला मिळतील. तिथल्या वाहनतळावर १५ डॉलर शुल्क आकारले जातेय म्हणून पर्यटकांनी केलेली कुरकुरही प्रतिक्रियांमध्ये वाचायला मिळेल. माझी विनंती राहील, नकाच जाऊ यू ट्यूबवर! त्यापेक्षा पुस्तकाच्या दुकानात जा, 'ॲमेझॉन'वर जा, *वॉल्डन* पैदा करा. शेतातल्या डेरेदार झाडाखाली किंवा एखाद्या वनउद्यानात बसून, वाऱ्याची झुळूक अनुभवत निवांतपणे *वॉल्डन* वाचा. थोरोचा अंतर्बाह्य थरारून सोडणारा आदिम अनुभव घ्या. माझी खात्री आहे, तुम्ही नक्की बदलून जाल, खूप खूप समृद्ध व्हाल!

अपने खेतों से बिछडने की सजा...

थोरोचं वाचन अफाट होतं. तरुण वयातच जगातील अभिजात वाङ्मयाचा त्यानं फडशा पाडला. हे नुसतंच वरवरचं तरंगणं नव्हतं. त्यानं हे अक्षरधन आपल्या अंतरंगात रिचवलं होतं, पचवलं होतं, काळजाच्या कुपीत साठवलं होतं. त्यातून त्याच्या विचारांनी आकार घेतला. तो चिंतनशील बनला. विवेकी बनला. मूलभूत विचारांचा भारवाहक बनला.

पुस्तक : हेन्री डेव्हिड थोरो – चरित्र व निबंध
मूळ लेखक : हेन्री डेव्हिड थोरो
अनुवाद : जयंत कुलकर्णी
प्रकाशक : मधुश्री पब्लिकेशन

मरणाचा उत्सव साजरा करता आला पाहिजे, असं हेन्री डेव्हिड थोरोला वाटायचं. मृत्यूबाबत थोरोची मतं चिंतनीय होती. त्याच्या मते तेव्हापर्यंत अमेरिकेत एकही माणूस मृत्यू पावला नव्हता. जो जगलाच नाही तो मरेल कसा, हा त्याचा बिनतोड सवाल! ज्याचा आपण एक अविभाज्य भाग आहोत, त्या निसर्गाच्या सान्निध्यात रसरशीत जगणं, परिपक्व होणं, समृद्ध होणं म्हणजे खरं आयुष्य अशी त्याची धारणा. म्हणूनच तो सारे पाश तोडून वॉल्डन या तळ्याकाठी झोपडी बांधून दोन वर्षं विजनवासातलं आयुष्य जगला. एकांताचा शांततेनं भारलेला भव्य अवकाश त्यानं मेघडंबरी समजून लीलया पेलला. वृक्षवल्ली, प्राणी-पक्षी, अथांग जलसाठे, बदलते ऋतू, चांदण्या रात्री त्याचे सांगाती होते. तो जगण्याचा अनोखा उत्सव होता. असं अस्सल काही गाठीशी असल्यानंच तो म्हणायचा...

'मी बऱ्याच जणांना ते मरणार आहेत, असं ढोंग करताना पाहतो किंवा ते मेले आहेत, असंही ऐकतो. शक्यच नाही! मी त्यांना आव्हान देतो, त्यांनी मरून दाखवावं. मरायला ते जिवंतच नाहीत, तर मरणार कोठून? माझ्या दृष्टीनं जगाच्या प्रारंभापासून आतापर्यंत केवळ सहा-सात लोक मेले असावेत. 'मेमेंटो मोरी' म्हणजे 'प्रत्येकाला मेलंच पाहिजे' या अत्यंत महत्त्वाच्या वाक्याचा खरा अर्थ अजून आपल्याला कळलेलाच नाही.'

थोरोनं विपुल लिखाण केलं आहे. काही पुस्तकरूपांत प्रसिद्धही झालं आहे. बरंचसं त्याच्या जर्नल्समध्ये कच्च्या नोंदींच्या स्वरूपात राहिलंय. ते पक्कं करण्याएवढी सवड, आयुष्य थोरोला लाभतं, तर अजून भव्यदिव्य असं काही आपल्या हाताला लागतं. ते व्हायचं नव्हतं. थोरो असा आहे ना, की त्याच्याविषयी कितीही लिहिलं तरी हा पठ्ठ्या दशांगुळं उरतोच. थोरोचं अल्पचरित्र आणि गाजलेल्या निबंधांचा मराठी अनुवाद *हेन्री डेव्हिड थोरो : चरित्र व निबंध* मधुश्री प्रकाशनानं प्रकाशित केला आहे. या पुस्तकांचं भाषांतर *वॉल्डन* मराठीत आणणाऱ्या जयंत कुलकर्णी यांनीच केलं आहे. त्यात थोरोचं चरित्र समजून घेता येतंच, शिवाय थोरोचे गाजलेले निबंध हे पुस्तकाचं आकर्षण. त्याची दिव्य विचारधारा अगदी तारुण्यात त्यानं केलेल्या वाचनाचा, चिंतनाचा, भ्रमंतीचा अर्क बनून या लिखाणात उतरली आहे. हे सारं आशयघन आणि अंतर्मनाला भिडणारं आहे.

थोरोनं पाश्चात्त्य साहित्याबरोबरच हिंदू धर्मग्रंथांचाही सखोल अभ्यास केला होता. 'भगवद्‌गीते'चा तर तो अत्यंत चाहता. तो म्हणतो,

'या अभिजात ग्रंथाच्या श्लोकांत वाळवंटात वाहणाऱ्या वाऱ्याची स्पंदनं आहेत, गंगेच्या लाटांची भरती आहे आणि उत्तुंग हिमालयाची उंची आहे. या ग्रंथातील विचारांची वीण इतकी घट्ट आहे, की मला वाटतं अनंत काळापर्यंत सगळे धक्के,

ताणतणावातही ती उसवणार नाही. हिंदू ग्रंथांमध्ये किंवा शास्त्रांमध्ये मानवाबद्दल ज्या काही कल्पना मांडल्या आहेत. त्या अत्यंत उदात्त व अथांग आहेत. जगातील कुठल्याही ग्रंथात मानवाचे या जगातील कर्म काय व त्याची नियती काय, याबद्दल असे दिव्य विवेचन आढळणार नाही.'

थोरोचं वाचन अफाट होतं. तरुण वयातच जगातील अभिजात वाङ्मयाचा त्यानं फडशा पाडला. हे नुसतंच वरवरचं तरंगणं नव्हतं. त्यानं हे अक्षरधन आपल्या अंतरंगात रिचवलं होतं, पचवलं होतं, काळजाच्या कुपीत साठवलं होतं. त्यातून त्याच्या विचारांनी आकार घेतला. तो चिंतनशील बनला. विवेकी बनला. मूलभूत विचारांचा भारवाहक बनला. त्यातून झालेला अक्षर वाङ्मयाचा आविष्कार जगाचे डोळे दिपवणारा न ठरता तरच नवल! निसर्गाबाबत त्यानं मूलगामी चिंतन केलंच, पण जागतिक राजकारणाला कलाटणी देणारा आणि भारतासारख्या देशाच्या स्वातंत्र्य चळवळीत महात्मा गांधींचं अमोघ अस्त्र ठरलेला 'सविनय कायदेभंगा'चा मूलभूत विचार प्रथम थोरोनंच विस्तारानं मांडला. त्यामुळे त्यानं आधुनिक राज्यशास्त्रात मानाचं पान पटकावलं. थोरोचा हा विचार जगभरातल्या राज्यशास्त्रज्ञांच्या, तत्त्ववेत्त्यांच्या अभ्यासाचा, चिंतनाचा विषय ठरला. उन्मत्त आणि बलाढ्य सत्ताधीशांना गुडघ्यावर बसायला भाग पाडणारं यांसारखं दुसरं कोणतं शस्त्र नसावं. महात्मा गांधींच्या नेतृत्वाखालील भारतीय स्वातंत्र्यलढ्यानं ते सिद्धही करून दाखवलं.

गंमत म्हणजे जंगलात राहणारा हा वनवासी तुटलेले जोडे दुरुस्त करायला गावातील चांभाराकडे गेला असताना निवडणूक कर न भरल्याच्या आरोपाखाली एका सरकारी अधिकाऱ्यानं त्याला तुरुंगात टाकलं. तुरुंगातल्या जीवनाचा छान आनंद घेत थोरोनं जगात क्रांतिकारी ठरलेला हा निबंध लिहिला. दमनकारी सत्ता काही वेळा क्रांतीची बीजं पेरायलाही साह्यभूत ठरते, ती अशी!

'चालणे' या साध्यासुध्या विषयावर त्यानं लिहिलेला 'भटकंती' हा निबंध तर अस्सलतेचा उत्तम नमुना ठरावा. बरं हे चालणं शारीर बळकटीसाठी किंवा आरोग्यासाठी नव्हे, तर निसर्गाचा आनंद लुटण्यासाठी केलेली अमर्याद सैर! त्यात कोणताही वैद्यकीय सल्ला नाही. त्यामुळे प्रत्येक गोष्टीकडे व्यवहार्य उपयुक्ततेच्या दृष्टीनं पाहणाऱ्यांसाठी हा निबंध काही कामाचा नाही. भटकंतीतला आनंद लुटण्याची असोशी बाळगणाऱ्यांसाठी मात्र हे सुरेल गाणंच! 'तत्त्वहीन जीवन', 'प्रेम', 'थंडीतील एक भटकंती', 'रात्र आणि चंद्रप्रकाश' हे या पुस्तकातले अन्य निबंधही निसर्गाचं तोंड फाटेस्तोवर कवतिक करणारेच! जगावं कसं, या प्रश्नाच्या उत्तराच्या शोधात तुम्ही असाल, तर हे पुस्तक तुम्हाला नक्की मदत करेल यात शंका नाही.

बहुतांश आवडत्या लेखकांची शैली आपल्याला माहिती असते. त्यांची विषयाच्या

मांडणीची पद्धत आपल्या परिचयाची असते. त्यामुळे सुरू झालेल्या एखाद्या वाक्याचा शेवट काय असू शकेल, याचे आडाखे बांधतच आपलं वाचन घरंगळत राहतं. थोरो वाचताना असं होत नाही. अखंड सावध राहावं लागतं. अनेक नव्या मूलगामी विचारांचा, तत्त्वज्ञानाचा खजिनाच तो आपल्यापुढे खुला करतो. मग काय घेऊ अन् काय नको, अशी अवस्था होऊन जाते. वाक्यावाक्याला तो आपल्याला चकित करीत राहतो. विचारांचं हे अस्सल सोनं आपल्या वैचारिक खजिन्याची शान वाढवणारं असतं. त्यामुळे ते सारं स्मृतिमंजूषेत कसं साठवता येईल, याचीच चिंता आपल्याला सतावत राहते. हे थोरोच्या बौद्धिक सामर्थ्याचं यश! आणखी एक वैशिष्ट्य म्हणजे कसलीही भीडभाड न ठेवता शेलक्या भाषेत हा आपल्याला हैराण करीत राहतो. बरं, यानं मांडलेलं नाकारायचीही सोय नसते, इतकं ते अस्सल आणि बांधीव असतं. त्यामुळे फार दिवसांनी काही तरी अस्वस्थ करणारं, समृद्ध करणारं गवसल्याचा परमानंद घेता येतो. अर्थात, हे विचार खुलेपणानं ग्रहण करण्याची आपली तयारी असेल, मानसिकता असेल तरच!

हा जगविख्यात निसर्गवेत्ता तसा अल्पायुषीच ठरला. त्याचा मृत्यू वयाच्या अवघ्या चव्वेचाळिसाव्या वर्षी क्षयानं झाला. हा आजार तेव्हा बरा न होणारा होता, जगभर धुमाकूळ घालत होता. प्रसिद्ध तत्त्ववेत्ता राल्फ वाल्डो इमर्सन थोरोचा ज्येष्ठ मित्र. त्याच्या मदतीनंच तो वॉल्डन तळ्याकाठी झोपडी बांधून राहिला होता. इमर्सनच्या घरी रंगणाऱ्या साहित्य, तत्त्वज्ञान, राजकारण, समाजकारणावरच्या गप्पाष्टकांतला हा एक भिडू. इमर्सननं आपल्या या (आर्थिक अंगानं) दरिद्री मित्राला शेवटपर्यंत मदतीचा, सहकार्याचा हात दिला. अर्थात थोरोनं त्याचा कधी गैरफायदा घेतला नाही. जेव्हा अशा वेळा आल्या, तेव्हा त्यानं जाणीवपूर्वक आपली मैत्री निष्कलंक राखण्याचाच प्रयत्न केला. त्या अंगानंही हा थोरच.

एका वाचकाला लिहिलेल्या पत्रामध्ये थोरोनं स्वतःविषयी अगदी प्रांजळपणानं मतप्रदर्शन केलं आहे. हा अंतर्बाह्य किती निर्मळ होता याचा बोध यावरून व्हावा. तो म्हणतो,

> *'स्वतःचं अभिनंदन करावं असं फारसं काही माझ्या आयुष्यात घडलं नसेल, पण माझा माझ्या तत्त्वांवरील विश्वास आणि माझ्या प्रामाणिक इच्छा-आकांक्षांबद्दल मला आदर आहे. मी जे काही बोलतो ते त्यावर आधारित असतं. प्रत्येक माणूस हे एक स्वतंत्र व्यक्तिमत्त्व आहे. मी कुठलीही प्रतिज्ञा केलेली नाही ना कुणाच्या पायाशी माझं अंतःकरण गहाण टाकलं आहे. मी 'मी' आहे किंवा 'मी' बनण्याचा प्रयत्न मी करतो आहे.'*

थोरोच्या काही अवतरणांचा उल्लेख करण्याचा मोह टाळता येण्यासारखा नाही. या पत्रातच तो पुढे म्हणतो,

निसर्गप्रेमी थोरोचं अर्कचित्र

‘माणसानं शंकांचा आदर करायला हवा. शंकांमध्येही दैवी शक्ती असते. विश्वास असणं वाईट नाही, पण शंकाच नसणं मात्र घातक आहे. त्याचबरोबर एखाद्या माणसाला तो चुकतोय हे सांगणं चांगुलपणाचंच लक्षण आहे, पण त्याची खात्री पटविण्यास जाऊ नका. त्याची चूक त्याला अनुभवानंच कळेल आणि तेव्हाच त्याला ती मान्य होईल.’

भोगवादी जीवनपद्धतीची थोरोला कमालीची चीड यायची. ‘तत्त्वहीन जीवन’ या पुस्तकात माणसाच्या दुटप्पीपणाबद्दल त्यानं म्हटलंय,

‘सध्या ज्या प्रकारचं जीवन आपण जगतो ते तिरस्करणीय आहे. काव्य, साहित्य, तत्त्वज्ञान - जे जे जगात चांगलं आहे - त्याच्या विरुद्ध ही जीवनरीत आहे. एखादा माणूस जंगलात भटकतो त्याला तुम्ही उडाणटप्पू म्हणता, वाया गेलाय असं म्हणता. मात्र एखाद्यानं जंगलतोड केली, या पृथ्वीला बोडकं केलं तर तुम्ही त्याला उद्योगपती समजता हे योग्य नाही. ऋतुचक्रातील प्रत्येक ऋतूवर मनापासून प्रेम करा, उत्कटपणे तो ऋतू जगा. प्रत्येक ऋतूत हवा वेगळी असते, फळे वेगळी असतात. या सगळ्यांचा आस्वाद घ्या. त्या त्या ऋतूत मिळणारी फळे, हवा, पाणी हाच तुमचा आहार असू देत. तीच तुमची पेयं आणि तीच तुमची औषधं असू देत. अंगावर जरा वारा घ्या. शरीरातील रंध्रे उघडू द्या आणि निसर्गाच्या लाटांमध्ये, झऱ्यांच्या पाण्यामध्ये, महासागरांच्या लाटांवर स्वार होत त्यात स्नान करा.’

६ मे १८६२ या दिवशी थोरो क्षयाला शरण गेला, त्यानं अखेरचे डोळे मिटले. दफनभूमीत त्याला श्रद्धांजली वाहताना त्याचा मित्र इमर्सन म्हणाला,

'थोरोएवढा सच्चा अमेरिकन आजवर झाला नाही आणि पुढे होईल असं वाटत नाही. आपण किती महान माणूस गमावला आहे याची कल्पना आपल्या देशवासीयांना नाही. त्यानं जे काम सुरू केलं आहे ते पूर्ण करणं कोणाला शक्य होईल की नाही, याबाबत माझ्या मनात शंका आहे. मला खात्री आहे तो समाधानानंच गेला असणार. त्याचं हृदय विशाल, प्रेमळ आणि सदा अनुकंपेनं भरलेलं असायचं. जेथे सद्‌गुण आहेत, सौंदर्य आहे, निसर्ग आहे तेथे त्याला त्याचं घर सापडो हीच परमेश्वरचरणी प्रार्थना!'

समृद्ध, समाधानी आयुष्य जगायचं असेल, तर पैशाच्या मागं धावण्यापेक्षा निसर्गाशी जोडलं जाणं आवश्यक आहे, हे थोरोच्या लिखाणाचं सार. तो स्वतः निसर्गस्नेही जीवनशैलीतून गवसलेल्या आनंदाच्या डोहात मनमुराद तरंगला. त्याच्या जगण्यातलं ओंजळभर तरी आपल्याला स्वीकारता येईलच की!

निसर्गाच्या सान्निध्याबाबत शेतकरी तसे नशीबवान. इतरांचे काय? सांगा बरं, तारकांनी गच्च भरलेलं आकाश पाहून किती दिवस झाले?... थोडं आठवा, पौर्णिमेचा पूर्ण चंद्र आणि त्या मंद प्रकाशात भारलेलं रान न्याहाळून किती वर्षं लोटली? गर्द जंगलात आपण कधी हरवलोय का? निर्झराचा खळाळ किती वर्षांपूर्वी आपल्या कानांवर पडला होता? की हा परमानंद आपण कधीच घेतलेला नाही? निसर्गाशी तुटणं म्हणजे स्वतःशीच तुटणं हे आपल्याला केव्हा कळणार आहे आणि कळलं तरी केव्हा वळणार आहे? जगजित सिंग यांनी गायलेली एक सुरेख आणि सुरेल गझल आठवते आहे...

अब मैं राशन की कतारों मे नजर आता हूँ।
अपने खेतों से बिछडने की सजा पाता हूँ।

दिल ढूँढता है फिर वही...

माणसानं हवी तेव्हा सवड काढून निसर्गात धाव घ्यावी. जमेल तितका प्राणवायू, झेपेल तितकं मोकळेपण स्वतःमध्ये भरून घ्यावं. असा 'रिचार्ज' वारंवार करता आला तर छानच! निसर्ग आपल्याला संयतपणा शिकवतो, विनम्रता शिकवतो, मनाच्या तापलेल्या तव्यावर थंडाव्याचे शिडकावे टाकतो.

पुस्तक : कुमाऊंचे नरभक्षक
मूळ पुस्तक : Man Eaters of Kumaon
मूळ लेखक : जिम कॉर्बेट
अनुवाद : डॉ. कमलेश सोमण
प्रकाशक : गोयल प्रकाशन

जंगल मला सतत खुणावत असतं. वनात जावं; शांतपणे शांतता ऐकावी, गर्द झाडीतून जाणाऱ्या वाटा तुडवाव्यात, एखाद्या पाणवठ्यावर निवांत दुपार अनुभवावी, पक्ष्यांचं कूजन ऐकावं, जंगलावर पसरणारी सायंकाळची प्रभा अवलोकावी, रात्रीच्या रत्नखचित आभाळाची चमचम काळजाच्या कुपीत साठवावी, जंगल खात्याच्या ब्रिटिशकालीन टुमदार विश्रामगृहात मनसोक्त आराम करावा, तिथल्या हिरवळीवर खुर्च्या टाकून चहा घेताना सकाळची कोवळी उन्हं अंगावर घ्यावीत... व्वा! स्वर्ग यापेक्षा काही वेगळा असतो का? म्हटलं तर गोष्ट तशी साधी; सहज साध्यही... पण त्यासाठी वेळ कसा काढायचा? आपल्या व्यस्त आणि अस्ताव्यस्त जिंदगानीचं करावं तरी काय माणसानं? अशा वेळी गुलजारनी लिहिलेलं फुरसतीच्या दिवसांतल्या जुन्या आठवणींना उजाळा देणारं 'मौसम' चित्रपटातलं अजरामर गाणं आठवतं. पहिला शेर मिर्झा गालिब यांचा आहे. त्याचा विस्तार करून गुलजार यांनी लिहिलेली ही नज्म हिंदी चित्रपट संगीतात अजरामर बनली आहे.

दिल ढूँढता है फिर वही फुरसत के रात दिन
बैठे रहे तसव्वुर-ए-जानाँ किये हुए ॥
जाड़ों की नर्म धूप और आँगन में लेट कर
आँखों पे खींचकर तेरे आँचल के साए को
औंधे पड़े रहे कभी करवट लिये हुए ॥
दिल ढूँढता है फिर वही फुरसत के रात दिन...

आपण असं काही जगणं स्वीकारलेलं असतं, की फुरसत मिळायचेच वांदे. ही खंत रानावनात रमणाऱ्या सिद्धहस्त लेखक व्यंकटेश माडगूळकरांनाही होती. आकाशवाणीची नोकरी सांभाळताना तात्यांनी जमेल तेवढी जंगलं पालथी घातली. एकदा तर त्यांना विदर्भातील नागझिऱ्याच्या जंगलात तब्बल एक महिना मुक्काम करण्याची संधी मिळाली. त्या अनुभवावर आधारित *नागझिरा* हे चित्रदर्शी शैलीतलं सुरेख पुस्तक त्यांनी लिहिलं. *जंगलातील दिवस* हे त्यांचं पुस्तकही आपल्याला देशभरातील जंगलांची भ्रमंती घडवून आणतं. या पुस्तकाच्या प्रस्तावनेत तात्या म्हणतात,

> *'आपल्या जीवनाला फुरसतीचा एक भरजरी, लांबलचक पदर असावा, असं मनापासून वाटत असलं, तरी चरितार्थ चालविण्यासाठी कामधंदा करण्यातच आपण फार खर्ची पडतो. आवडीचं, पण चरितार्थ साधेल असं नसलेलं आपण बाजूला टाकतो किंवा पुढे कधीतरी करू, म्हणून पुढे ढकलतो. सकाळपासून संध्याकाळपर्यंत सतत धावपळ चाललेली असते. सारखी गती! गती! सगळं जीवन या यांत्रिक गतीनं व्यापून टाकलं आहे. कधी अंगावर चांदणं पडत नाही.*

कधी झाडाच्या पानांची सळसळ ऐकू येत नाही. कधी ओढ्यात अंघोळ होत नाही. कधी उताणे झोपून चांदण्यांनी गच्च भरलेले आकाश पाहता येत नाही.'

जिम कॉर्बेट

माडगूळकरांचं म्हणणं खरं आहे आणि गुलजारांचं भूतकाळातलं रमणंही!

माणूस आदिम होता तेव्हा अधिक सच्चा होता. वनातून जनात आल्यावर तो सुसंस्कृत झाला असं म्हटलं जातं. खरं तर तो पोशाखी बनला. मनातल्या गोष्टी मनातच लपवायला शिकला. पोटातलं नितळपणे ओठांत आणणं त्याला जमेनासं झालं. तो धोरणी झाला. स्वार्थी झाला. आपपरभाव जपू लागला. प्रतिस्पर्ध्यावर कुरघोडी करायला शिकला. गर्द जंगलातल्या *वॉल्डन* तळ्याकाठी सव्वा वर्ष राहणारा मनमौजी हेन्री डेव्हीड थोरो म्हणतो तसं निसर्गाच्या अधिकाधिक सान्निध्यात राहण्यातच मानवी जीवनाचं सार्थक आहे. निसर्गाच्या कवेतच त्याला सुख-शांती-समाधान मिळू शकतं. अर्थात रोजीरोटीसाठी शहरांच्या वळचणीला गेलेल्यांच्या वाट्याला हे सौभाग्य येणं विरळाच! मग करावं तरी काय? माणसानं हवी तेव्हा सवड काढून निसर्गात धाव घ्यावी. जमेल तितका प्राणवायू, झेपेल तितकं मोकळेपण स्वतःमध्ये भरून घ्यावं. असा 'रिचार्ज' वारंवार करता आला तर छानच! निसर्ग आपल्याला संयतपणा शिकवतो, विनम्रता शिकवतो, मनाच्या तापलेल्या तव्यावर थंडगार शिडकावे टाकतो.

लहानपणी *टारझन* पुस्तक-मालिकेच्या दहा भागांनी मला वेड लावलं होतं. आफ्रिकेच्या घनदाट जंगलांनी तेव्हापासून मनात घर केलं. जंगलाची झालेली माझी ती पहिली ओळख. नंतर माडगूळकरांनी ती आणखी गडद केली. श्री. ना. पेंडसेंच्या कादंबऱ्यांतून कोकणच्या निसर्गानं साद घातली. बा. भ. बोरकरांच्या कवितांनी गोव्याच्या निसर्गाची हिरवाई आणि निळाई अंतरंगात खोलवर उतरवली. मिलिंद बोकिलांच्या कथा-कादंबऱ्यांतूनही रसरशीत निसर्ग अगदी गच्च गळाभेट घेता झाला. वाचनाच्या एका टप्प्यावर अव्वल शिकारी आणि निसर्गगानात रमणारा ब्रिटिश लेखक जिम कॉर्बेटच्या पुस्तकांतील हिमालयातील रौद्रसुंदर जंगलांनी मोहिनी घातली. हा भारतातच नव्हे तर जगभर प्रसिद्धी पावलेला अवलिया. ज्या जंगलांमध्ये त्यानं नरभक्षक वाघ, बिबट्याच्या शिकारी केल्या, त्या उत्तराखंडमधील जंगलाला आता त्याचंच नाव दिलं आहे, जिम कॉर्बेट राष्ट्रीय उद्यान. भारतातील हा पहिला व्याघ्र प्रकल्प उत्तम जैवविविधता असलेलं जंगल म्हणून जगभर प्रसिद्ध आहे. हत्ती, वाघांची तिथं रेलचेल आहे. तृणभक्षी प्राण्यांची संख्याही चिक्कार. वाघोबाच्या दर्शनासाठी जगभरातील निसर्गप्रेमी तिथं हजेरी लावतात. माझ्यासह अनेकांचं तर या जंगलाला भेट देणं

हे स्वप्न असतं.

आपल्यावर राज्य करायला आलेले सारेच इंग्रज काही जनरल डायरसारखे वाईट नव्हते. माणुसकी जपणारे, इथल्या एकूण समृद्धीत भर घालणारेही अनेक होते. त्यांनी या मातीवर जिवापाड प्रेम केलं. किंबहुना, हा देश त्यांना आपली मातृभूमी वाटायचा. उत्तर भारताचा विचार केला तर प्रसिद्ध साहित्यिक रस्किन बाँड आणि जिम कॉर्बेट अशी काही मोजकी उदाहरणं सांगता येतील. रस्किन बाँडच्या कथा, कादंबऱ्या, अन्य लिखाणात उत्तराखंडमधला निसर्ग सातत्यानं आपल्याशी लगट करीत राहतो. हा ऐवजही आता मराठीत उपलब्ध आहे. जिम कॉर्बेट तर जंगलातल्याच खऱ्याखुऱ्या शिकारकथा सांगतो. अत्यंत साध्या, सोप्या, उपमा-अलंकारविरहित लिखाणातून तो वाचकांशी संवाद साधतो. खरं तर सारे शिकारी थापाडे असतात असं म्हणतात. साध्या शिकारीचंही तिखट-मीठ लावून वर्णन करण्याचं कसब त्यांच्या ठायी असतं. त्यात खरे-खोटेपणाची बेमालूम सरमिसळ केलेली असते. जिम त्या जातकुळीतला नव्हे. त्याचं नितळपण साऱ्या लिखाणातून टपकत राहतं. शिकार करताना झालेली फटफजिती, आलेलं अपयश तो मोकळेपणानं मांडतो. त्यानं केलेलं जंगलांचं, तिथल्या साध्या-भोळ्या माणसांचं वर्णन भारी वाटतं. मनात त्याचा चित्रपटच तयार होतो. नरभक्षक बनून अनेक जनावरांचे, माणसांचे बळी घेणाऱ्या वाघांची, बिबट्यांची शिकार करताना आखलेले डावपेच, ते अयशस्वी करण्यासाठी या चपळ जनावरांनी केलेल्या खेळी यांचं वर्णन वाचणं हा अनोख्या आनंदाचा ठेवा. दऱ्या, नद्या, विविध प्रकारचे वृक्ष, प्राणी, पक्षी यांचं मनोहारी वर्णन आपल्याला स्वातंत्र्यपूर्व काळातील वनजीवनात घेऊन जातं. शंभरेक वर्षांपूर्वीचं उत्तर भारतातील जन आणि वन-धन आपल्यापुढे खुलं होतं.

जिम कॉर्बेटनं आपल्या शिकारकथांविषयी मोजकंच लिखाण केलं. वेगवेगळ्या प्रकाशकांनी प्रसिद्ध केलेले त्याचे मराठी अनुवाद उपलब्ध आहेत... *The Man-eating Leopard of Rudraprayag, Man-eaters of Kumaon, The Temple Tiger and More Man-eaters of Kumaon, Jungle Lore, My India.* त्याचबरोबर डी. सी. काला यांनी लिहिलेलं जिम कॉर्बेटचं चरित्रही हा माणूस समजून घ्यायला उपयुक्त ठरावं. *जिम कॉर्बेट ऑफ कुमाऊं* या नावानं ते मराठीत प्रसिद्ध झालं आहे. तुम्हाला आश्चर्य वाटेल, पण जिमच्या इंग्रजी पुस्तकांनी जगाला वेड लावलं. या पुस्तकांच्या एक कोटीहून अधिक प्रती खपल्याचं सांगितलं जातंय. त्याच्या शिकारकथांनी भारताचं वनवैभव आणि जनजीवन सातासमुद्रापार गेलं. जगभरातल्या निसर्गप्रेमींना ते भावलं.

कुमाऊंचे नरभक्षक या पुस्तकात ४३६ बळी घेणाऱ्या चंपावत भागातील नरभक्षक वाघिणीच्या शिकारीची कथा आहे. अनेक प्रयत्नांती जिम कॉर्बेटनं या वाघिणीला टिपलं. या शिकारकथेतील हा एक तुकडा वानगीदाखल...

दरीच्या टोकाला वरच्या बाजूला वळसा घालून, मी समोरच्या टेकडीवर गेलो आणि कोसळलेल्या पाइन वृक्षाजवळ आलो. तिथून मोठी उतरण सुरू होत होती. मी पळत खाली गेलो. खिंडीच्या तोंडापाशी हिरव्या गवताळ भागाचा एक तुकडा होता. मी गवतावर बसलो. गवत दोन फूट उंच वाढल्यामुळे मी कोणाला दिसण्याचा प्रश्न नव्हता! माझे शरीर अर्धेअधिक झाकले गेले होते. मी इशारा करताच लोकांचे हाकारे सुरू झाले. ढोल बडवले जाऊ लागले होते. हा आवाज जेव्हा टिपेला गेला, तेव्हा दोन दऱ्यांमधील गवताळ उतारावरून वाघीण खाली झेपावताना दिसली. माझ्या उजव्या बाजूला एक हजार फूट अंतरावर ती होती. वृक्षाखाली पवित्रा घेऊन बसलेल्या तहसीलदारानं आपल्या जवळच्या शॉटगनने दोन गोळ्या त्या वाघिणीच्या दिशेने मारल्या. तो आवाज ऐकून वाघीण काहीशी मागे वळली आणि जिथून ती आली होती, त्या दिशेने जात झाडीत दिसेनाशी झाली. तेवढ्यात मी रायफल वर उभारून काहीशा हताशपणे तिच्या रोखानं गोळी झाडली. एकापाठोपाठ तीन गोळ्यांचा आवाज ऐकल्यावर गावकऱ्यांनी निष्कर्ष काढला की ती वाघीण ठार झाली असणार! त्या आनंदाच्या भरात त्यांनी हवेत गोळीबार करून उरल्यासुरल्या गोळ्याही संपवल्या. तेवढ्यात अचानक वाघीण, माझ्या. डाव्या बाजूकडून पुढे झेपावली आणि नाला पार करून सरळ खिंडीपाशी आली. मी ५०० नंबरची धूर न धरणारी गोळी तिच्या दिशेनं झाडली. तेव्हा वाघीण जागच्या जागी थबकल्याचे जाणवले. गोळी बहुधा तिच्या पाठीला लागली असणार. आता ती चांगलीच चवताळली. तिनं माझ्या दिशेनं मोहरा वळवला. शंभर फुटांपेक्षा कमी अंतरावरून नेम धरून तिच्या खांद्यावर दुसरी गोळी झाडली. क्षणभर कच खाऊन ती मागं सरली, पण पुन्हा कान ताठ करून पुढं सरसावली. आता माझ्यापाशी एकही काडतूस नव्हतं. मी धावत तहसीलदराकडे गेलो आणि त्याच्या हातातली बंदूक हिसकावून घेतली आणि पुन्हा माझ्या जागेवर आलो. मी नाल्यापाशी जाताच वाघीण झुडूप सोडून माझ्या रोखानं पुढे झेपावणाऱ्या त्या खडकावर आली. ती अवघ्या वीस फुटांवर येताच मी बंदूक उचलली आणि गोळी झाडली. पायाला गोळी लागताच ती पुढं झुकली आणि खडकाच्या बाजूला तोंड टेकवून पडून राहिली. मी पुढं होऊन वाघिणीच्या शरीरावर पाय ठेवून उभा राहिलो. सर्व गावकरी माझ्या दिशेने पुढे आले. वाघिणीनं ज्याला दुखावलं नाही, असा एकही माणूस जमावात नव्हता!

जिमचा जन्म २५ जुलै १८७५ रोजी झाला. त्याचं बालपण तत्कालीन उत्तर प्रदेशातील कालाधुंगी आणि नैनिताल या ठिकाणी गेलं. शाळेतून बाहेर पडल्यावर कामधंद्यासाठी

बिहारमध्ये रेल्वे खात्यात रुजू झाला. २३ वर्षं त्यानं ही नोकरी केली. सन १९१४ मध्ये पहिलं महायुद्ध सुरू झालं तेव्हा तो कुमाऊंला परतला आणि ब्रिटिश लष्करासाठी मजुरांचे दल तयार करण्याचं काम पत्करलं. माणसांमधला वाघ, उपेक्षितांवर प्रेम करणारा, युद्ध आणि रोगराईच्या काळातील आश्रयदाता, एक चांगला जमीनदार आणि मालक, संन्यासी, निसर्गप्रेमी आणि निसर्गतज्ज्ञ, उत्तर प्रदेशातील गढवाल, नैनिताल, अलमोडा या तीन जिल्ह्यांतील नरभक्षक वाघ आणि बिबट्यांचा खातमा करणारा तारणहार ही त्याची प्रतिमा जनमानसावर अद्याप ठसलेली आहे. शेवटची काही वर्षं मात्र त्यानं केनियात वास्तव्य केलं. तिथंच त्यानं शेवटचा श्वास घेतला. जिमला शिकारीचा शौक नव्हता. जंगलात राहणाऱ्या निष्पाप लोकांचे बळी घेणाऱ्या श्वापदांना टिपण्यासाठी त्यानं बंदूक हातात घेतली, तीही तत्कालीन ब्रिटिश सरकारच्या अधिकाऱ्यांनी वेळोवेळी केलेल्या विनंतीला मान देऊन! जंगलाच्या रक्षणासाठी त्यानं अविरत प्रयत्न केले. त्याच्या प्रयत्नांतून तत्कालीन सरकारने हिमालयाच्या पायथ्याशी असलेलं हे जंगल राष्ट्रीय उद्यान म्हणून घोषित केलं. पुढं जिमच्या एकूण पर्यावरण रक्षणाच्या कार्याचा सन्मान म्हणून त्याचंच नाव दिलं गेलं. अर्थात, तेव्हा तो हयात नव्हता. जिमची पुस्तकं मराठीत गोयल प्रकाशनासह विविध प्रकाशकांनी प्रसिद्ध केली आहेत. सारे अनुवाद चांगले वठले आहेत. मात्र बहुतेक पुस्तकांमध्ये बिबट्याचा उल्लेख चित्ता म्हणून चुकीचा केला गेला आहे. नव्या आवृत्यांमध्ये ही चूक सुधारली पाहिजे.

मध्यंतरी या जंगलाचं नाव बदलून ते 'रामगंगा राष्ट्रीय उद्यान' केलं पाहिजे, असं सूतोवाच एका केंद्रीय मंत्र्यानं केलं. जिम कॉर्बेट हा फक्त इंग्लंडचा नाही. असे लोक विश्वव्यापी असतात. तसं नसतं तर गांधी, टागोरांचे पुतळे जगभरात उभारले गेले नसते. अशा महामानवांच्या स्मृती चिरंतन ठेवणं ही कृतज्ञ समाजाचीच जबाबदारी असते. त्यात हयगय होऊ नये, इतकीच सभ्य अपेक्षा!

त्याचबरोबर आपल्या कच्च्याबच्च्यांना वाचनाची आवड लावायची असेल तर जिम कॉर्बेटची पुस्तकं मोलाची कामगिरी बजावू शकतात. खेडोपाडी आणि शहरांमध्येही आपली मुलं आंतरजालाच्या मायावी प्रवाहात डुंबताहेत. त्यातून त्यांची सुटका करायची असेल; त्यांना निसर्ग आणि अस्सल जीवनानुभव देणाऱ्या वाचन-सवयीशी जोडायचं असेल, तर जिम कॉर्बेटला पर्याय नाही. तातडीनं त्याची पुस्तकं मिळवा आणि जंगल सफारीला निघा... निसर्ग आपल्या शहाण्या लेकरांची वाट पाहतो आहे!

पाडस आणि पापी पेट का सवाल!

आपल्यापैकी प्रत्येकाच्या मनात एक निरागस पाडस बागडत असतं. व्यवहारी जग त्याचा जीव घेण्यासाठी आसुसलेलं असतं. आपण मात्र लळा लागलेला हा मृदुमुलायम कोवळा जीव जिवापाड जपण्याचा प्रयत्न करत राहतो.

पुस्तक : पाडस
मूळ पुस्तक : The Yearling
मूळ लेखक : मार्जोरी किनन रॉलिंग्ज
अनुवाद : राम पटवर्धन
प्रकाशक : मौज प्रकाशन

काही माणसं जगावेगळं, भन्नाट आयुष्य जगण्यासाठीच जन्माला येतात. त्यांचं ते जगणं त्या काळी स्वतःपुरतं असलं तरी नंतर ते जगद्व्यापीही बनतं. लिखाण हे त्यासाठीचं उत्तम माध्यम. हेन्री डेव्हीड थोरोनं वॉल्डनकाठी राहून तेच केलं. अमेरिकेतल्याच मार्जोरी किनन रॉलिंग्ज याही थोरोच्या पंक्तीतल्या थोर लेखिका. रॉलिंग्ज यांनाही निसर्गाची, जंगलाची भुरळ पडलेली. उत्तर फ्लोरिडातल्या जंगलाजवळ ७२ एकर शेतजमीन घेऊन त्यांनी ग्रामीण, जंगलाजवळच्या आयुष्याचा स्वीकार केला. लेखनकामाठी तर त्या वयाच्या चौदाव्या वर्षांपासूनच करीत होत्या. त्यांच्या लघुकथा वॉशिंग्टन पोस्ट मध्ये प्रकाशित व्हायच्या. नंतर काही काळ त्यांनी पत्रकारिताही केली. शहरी आयुष्यात जीव रमेनासा झाल्यावर त्यांनी फ्लोरिडात स्थलांतर करण्याचा निर्णय घेतला. पतीसह त्या शेतीवाडीवर रवाना झाल्या आणि सत्तावन्नाव्या वर्षी शेवटचा श्वास घेईपर्यंत तिथंच रमल्या.

रॉलिंग्ज यांच्या नावावर आठ-नऊ पुस्तकं असली तरी खऱ्या अर्थांनी गाजलं ते द *इयरलिंग*. १९३८मध्ये प्रकाशित झालेल्या या पुस्तकानं अमेरिका आणि जगभरातील साहित्यविश्वाचं लक्ष वेधलं. एकाच वर्षांत या पुस्तकानं अडीच लाख प्रतींचा तडाखेबंद खप नोंदवला. या विक्रमावर पुढच्याच वर्षी प्रतिष्ठेच्या पुलित्झर पुरस्कारानं अक्षरशः कळस चढवला. एखाद्या पुस्तकाच्या लोकप्रियतेमागं लेखकाबरोबरच संपादकाचंही किती योगदान असतं, हे मॅक्सवेल पार्किन्स यांच्या संपादन-कौशल्यावरून ध्यानात यावं. हे महाशय अर्नेस्ट हेमिंग्वे, थॉमस वूल्फ यांच्यासारख्या दिग्गजांच्या पुस्तकांवर संपादनसंस्कार करायचे, यावरून त्यांची थोरवी लक्षात यावी. रॉलिंग्ज यांनी विविध विषयांवरील लिखाणाचे अनेक खर्डे पार्किन्स यांना सादर केले. त्यांनी ते सारे नाकारले आणि स्वतःच्या अनुभवातलं अस्सल काही तरी लिही, असा सल्ला दिला. त्यातून जन्म झाला द *इयरलिंग* चा. निसर्गाशी अखंड झगडा करत जंगलात शेती करणाऱ्या काही कुटुंबांशी रॉलिंग यांचा परिचय झाला होता. त्यांच्याबरोबर राहून जंगलातलं आयुष्य त्या प्रत्यक्ष जगल्या. मासेमारी कशी करायची, हिंस्र श्वापदांपासून बचाव कसा करायचा, पशू, पक्षी, वनस्पती कशा ओळखायच्या हे सारं त्या शिकल्या. या अनुभवांतून द *इयरलिंग* ची कथावास्तू साकारली – म्हटलं तर खरीखुरी, म्हटलं तर काल्पनिक!

आपल्यापैकी प्रत्येकाच्या मनात एक हरीण पाडस बागडत असतं. व्यवहारी जग त्याचा जीव घेण्यासाठी आसुसलेलं असतं. आपण मात्र लळा लागलेला हा निरागस मृदुमुलायम कोवळा जीव जिवापाड जपण्याचा प्रयत्न करत राहतो. एक वेळ अशी येते, की जग आपल्या भावविश्वावर स्वार होतं आणि पाडसाचा बळी जातो. मग आपण 'शहाणे' होऊन जगरहाटीचा भाग होतो, कुटुंबासाठी कमावते म्हणून रूक्ष आयुष्य स्वीकारतो. असं लहानपणीचं सानुलं भावविश्व उद्ध्वस्त होऊन व्यवहारी बनण्याचा प्रवास म्हणजे द *इयरलिंग*. १२-१३ वर्षांच्या कोवळ्या पोरानं, ज्योडीनं हौसेनं सांभाळलेल्या पाडसाचा

बळी जाऊन तो कमावता बाप्या कसा होतो याची काळजाचा ठाव घेणारी ही कथा.

द *इयरलिंग* ची कथावस्तू तशी साधीच, माणसाच्या सनातन आदिम झगड्याला शब्दरूप देणारी - माणूस शिकारीच्या युगातून शेतीकडे वळत असताना दोन्ही करत होता, त्या स्थित्यंतराच्या काळातली. फ्लोरिडातील हिंस्र श्वापदांनी भरलेल्या जंगलात राहणारं आणि तिथं छोट्याशा वाडीत शेती करणारं गरीब बॅक्स्टर कुटुंब म्हणजे पेनी बॅक्स्टर, त्याची पत्नी ओरी आणि कळत्या- ना कळत्या वयाच्या उंबरठ्यावर असलेला त्यांचा मुलगा ज्योडी यांच्या जगण्याच्या संघर्षाभोवती कादंबरी फिरत राहते. रानटीपणानं वागणारं, प्रसंगी कमालीचं क्रौर्य दाखवायलाही कमी न करणारं पाच भावांचं फॉरेस्टर कुटुंब, शेजारच्या नदीकाठच्या व्हॉलोशिया गावात राहणारी प्रेमळ हुतो आजी, तिचा तरणाबांड देखणा पोरगा ऑलिव्हर, त्याची प्रेयसी, तिच्यावरून ऑलिव्हरचा फॉरेस्टर बंधूंशी सुरू असलेला वाद या साऱ्याचं मनोहारी, संघर्षमय चित्रण येत राहतं. यातलं सगळ्यात महत्त्वाचं पात्र म्हणजे निसर्ग. तो कधी क्रूर असतो, तर कधी दयाळू. वादळामुळे जंगलाची, बॅक्स्टरवाडीची झालेली हानी, थोट्या अस्वलाकडून बॅक्स्टर कुटुंबाच्या पशुधनाचं होत असलेलं नुकसान, त्याच्या शिकारीसाठी पेनी आणि ज्योडीनी राबवलेली दीर्घ संघर्षमय मोहीम हे सारं काही अत्यंत प्रवाहीपणानं, अकृत्रिमपणे कथेत येत राहतं.

मार्जोरी किनन रॉलिंग्ज

लेखिकेनं ज्योडीचं कोवळं भावविश्व अगदी निगुतीनं रंगवलं आहे. त्यातील बारकावे, हळुवारपणा थक्क करणारा, जिवाला भिडणारा आहे. श्रेष्ठ साहित्यकृती श्रेष्ठ का असते, हे समजून घ्यायचं असेल तर 'पाडस'मध्ये सहजपणे विहार करता आला पाहिजे. लेखिकेची चित्रदर्शी शैली चलत्चित्रपटासारखं आपल्याला बॅक्स्टर कुटुंबीयांचा निसर्गाशी सुरू असलेला संघर्ष दाखवत राहते आणि आपण या अद्भुत विश्वात पूर्णपणे रममाण होतो. बाप आणि मुलाच्या नात्याचं मनोज्ञ चित्रण लेखिका पानोपानी रंगवते. जंगलातील एका हरिणीचं कोवळं *पाडस* ज्योडी हट्टानं घरी आणतो. सतत खायचे वांदे असलेला मोडका संसार सावरताना घाईला आलेल्या ज्योडीच्या आईच्या दृष्टीनं हे पिल्लू म्हणजे 'दुष्काळात तेरावा महिना'. तरीही बापाच्या पाठबळावर ज्योडी त्याचे लाड पुरवित राहतो. जसजसं मोठं होत जातं, तसतसा पाडसाचा द्वाडपणा वाढीस लागतो. ज्या तुटपुंज्या शेतीवर बॅक्स्टर कुटुंबाची कशीबशी गुजराण होते त्या शेतीचा ते काळ ठरू पाहतं. पिकांचं अतोनात नुकसान करू लागतं. असं होणं म्हणजे बॅक्स्टर कुटुंबाचा मृत्युलेख लिहिण्यासारखंच! मुलाच्या मनातली कोवळीक कसोशीनं जपण्याचा प्रयत्न करणारा आजारी दरिद्री बाप

अखेरीस पापी पोटाच्या वास्तवापुढे पराभूत होतो. सततच्या ओढगस्तीच्या जिण्यामुळे करकरीत व्यवहारी बनलेली ज्योडीची आई ओरी निरागस पाडसाचा जीव घेण्यासाठी बंदूक हाती घेऊन उभी ठाकते. शेवटी आपल्या प्राणप्रिय पाडसावर बंदुकीचा अखेरचा बार टाकून जीव घेणारा ज्योडी वेडापिसा होतो. माणसाची भूक आणि त्यासाठी लागणारं अन्न हेच अंतिम सत्य आहे, याचं व्यवहारी भान ज्योडीला अखेर येतंच! पाडसाच्या हत्येमुळं संतापून घरातून परागंदा झालेला ज्योडी भुकेचं तीव्र वास्तव आकळल्यावर घरी परततो, तेव्हा त्याचा बाप पेनी म्हणतो...

> *'तुला मी काही गोष्टी सांगणार आहे. बाप्याबाप्यातल्या गोष्टी. मी तुझ्यावर उलटलो अशी तुझी कल्पना. प्रत्येक माणसाला केव्हा ना केव्हा समजावून घ्यावीच लागते अशी एक गोष्ट सांगतो तुला. प्रश्न फक्त माझ्यापुरताच नाही. तुझं हरीण मारावं लागलं एवढ्यापुरताही नाही. पोरा, सारं जीवनच आपल्यावर उलटत असतं. माणसांच्या दुनियेत काय चालतं ते पाहिलं आहेस. भूक आणि उपासमार म्हणजे काय, ते तुला कळलं आहे. जीवन सुंदर आणि सोपं असावं असं प्रत्येकाला वाटतं. जीवन सुंदर आहे, पोरा, फार सुंदर आहे. पण ते सोपं मात्र नाही...'*

द इयरलिंग कादंबरीचा सुरेख अनुवाद म्हणजे *पाडस*. *'मौज'* आणि *'सत्यकथा'*चे संपादक राम पटवर्धन यांनी मराठीत *पाडस* केलं. मराठी साहित्यातील अनुवादाचा सर्वोत्तम नमुना म्हणून या पुस्तकाचा उल्लेख करावा लागेल. १९६५ला *पाडस* मराठीत प्रथम अवतरलं. आजवर त्याच्या आठपेक्षा अधिक आवृत्त्या निघाल्या आहेत. समीक्षकांनीही हा अनुवाद डोक्यावर घेतला. उत्तम संपादक उत्तम अनुवादकही कसा असू शकतो हे राम पटवर्धनांनी *पाडस* मधून दाखवून दिलं. किंबहुना मराठी किती समृद्ध, संपन्न, नादमधुर भाषा आहे याचा प्रत्यय घ्यायचा असेल तर *'पाडस'*वाचलंच पाहिजे. ते वाचताना ही कथा दूर कुठे तरी अमेरिकेत नव्हे तर आपल्याच परिसरात घडत असल्यासारखी वाटते. म्हणून 'पाडस' आणि पेनी बॅक्स्टर, ज्योडी ही पात्रं आपलीशी वाटतात. आपल्या भावविश्वातही ती तरंग उमटवत राहतात. 'पाडस' चं अस्सलपण हेच आहे. या कादंबरीत फारशा उत्कंठावर्धक घटना नाहीत, कथानकाला वेग नाही, रहस्यं नाहीत, चमत्कार नाहीत. तरीही *'पाडस'* मनाचा ठाव घेतं. जंगलातलं ऐसपैस, सैलसर आणि संथ आयुष्य, हातातोंडाची नियमित गाठ पडावी म्हणून निसर्गाशी अव्याहत सुरू असलेला झगडा, तत्कालीन लोकजीवन, शिकारीचे किस्से सारंच आपल्याला एका वेगळ्या जगात घेऊन जातं.

निसर्गवर्णनांनी खच्चून भरलेलं हे पुस्तक एकदा हातात घेतलं की खाली ठेववत नाही. विसेक वर्षांपूर्वी निसर्गप्रेमी मित्र संजय करकरे याच्याकडून पहिल्यांदा हे पुस्तक

पिता-पुत्रातील हळवे नाते : 'द इयरलिंग' चित्रपटात ग्रेगरी पेक (पेनी बॅक्स्टर) आणि क्लॉड जार्मन (ज्योडी बॅक्स्टर) पाडसासह.

मला वाचायला मिळालं. कोल्हापूरहून मेळघाटच्या जंगलात जाण्यासाठी आम्ही रेल्वेने अमरावतीला जात होतो. या पूर्ण प्रवासात मी फ्लोरिडातल्या जंगलात भटकंती करत होतो. तेव्हापासून ज्योडी आणि त्याचं *पाडस* माझ्यासमवेत आहे. आठवण आली की *पाडस* किमान चाळतो, अधलीमधली पानं उघडून पुन्हा पुन्हा वाचत राहतो. *पाडस*मधील सुरेख निसर्गवर्णनं वाचण्याचा आनंद केवळ अवर्णनीय. वानगीदाखल छोटासा उतारा...

> *त्या रात्री पावसाच्या हलक्या सरी पडल्या. दुसऱ्या दिवशीची सकाळ स्वच्छ आणि उजळ अशी उजाडली. शेतात मक्याच्या ताटांवरची कोवळी पानं ताठ आणि कोचदार झाली होती. ताटं कित्येक अंगुळं उंच झाली होती. पलीकडच्या वाफ्यात घेवडा जमिनीतून डोकावू लागला होता. पिंगट जमिनीतून उसाच्या पोपटी सुया वर आल्या होत्या. ज्योडीला गंमत वाटायची- एखाददुसरा दिवस दुसरीकडे राहून घरी आलं की नव्या नव्या गोष्टी नजरेत भरायच्या. कॅरोलयनामधल्या त्याच्या आजोळच्या नातेवाइकांनी भेट म्हणून पाठवलेल्या स्कपरनॉंग जातीच्या द्राक्षवेलीवर प्रथमच फुलोरा आला होता - नाजूक कशिद्यासारखा. रानटी मधमाश्यांना त्याचा पत्ता लागला होता आणि फुलावर उलट्या उभ्या राहून त्यांतला मोजका मध त्या गोळा करीत होत्या.*

प्रगत, सुसंस्कृत, विचारी समाज एखाद्या कलाकृतीला, तिच्या कर्तीला किती डोक्यावर घेतो हे पाहायचं असेल तर रॉलिंग्ज आणि त्यांच्या *द इयरलिंग* च्या निर्मितीनंतरच्या

प्रवासाकडे पाहावं लागेल. या महान कलाकृतीला 'पुलित्झर' तर मिळालंच, पण पाठोपाठ १९४५ साली *द इयरलिंग* वर त्याच नावाचा हॉलिवूडपट आला. आघाडीचा अभिनेता ग्रेगरी पेक यानं त्यात पेनी बॅक्स्टरची भूमिका वठवली होती. ज्योडीची भूमिका करणाऱ्या क्लॉड जार्मन या बालकलाकाराला त्या वर्षीचं 'ऑस्कर' मिळालं. याच पुस्तकावर वृत्तपत्रांत चित्रकथा प्रसिद्ध झाल्या. संगीतिका अन एक नाटकही बेतलं गेलं. १९८३ मध्ये खुद्द रॉलिंग्ज यांच्या आत्मकथेवर आणि त्यांना *द इयरलिंग*ची कथा कशी सुचली हे सांगणारा *क्रॉस क्रीक* हा चित्रपट आला. दूरचित्रवाणीच्या छोट्या पडद्यावरही 'द इयरलिंग' अवतरले. *द इयरलिंग* चित्रपटाचे चित्रीकरण जेथे झाले त्या फ्लोरिडातील ओक्ला राष्ट्रीय उद्यानातील ठिकाणं आता पर्यटनस्थळं बनली आहेत. 'द इयरलिंग' चे चाहते काल्पनिक बॅक्स्टर कुटुंबाच्या आठवणी शोधत या परिसरात मनसोक्त भटकत राहतात. रॉलिंग्ज यांचं *क्रॉस क्रीक*मधील घरही राष्ट्रीय स्मारक म्हणून संरक्षित केलं गेलं आहे. त्यांच्या नावानं सोसायटीही स्थापन केली गेली आहे. त्यांच्या या शेतघरात 'द इयरलिंग'चं लिखाण केलं तो टाईपरायटर, या पुस्तकाचा पहिला खर्डा पर्यटकांना पाहायला मिळतो. याच घराशेजारी 'द इयरलिंग' नावाचं उपाहारगृहही चालवलं जातं. आपल्याकडे किती लेखकांच्या, त्यांच्या साहित्यकृतींच्या वाट्याला असं भाग्य आलं? किंबहुना आपल्याकडे या तोडीच्या किती साहित्यकृती जन्मल्या, असाही प्रश्न विचारता येईल. खरं तर अशा व्यवहारी प्रश्नांच्या भेंडोळ्यात अडकूच नये माणसानं! त्यापेक्षा *पाडस* वाचत फ्लोरिडातील जंगलात ज्योडी बॅक्स्टरबरोबर मनमुराद भटकंती करणं कधीही श्रेयस्कर, नाही का?

लेखक परिचय

आदिनाथ चव्हाण हे गेली पस्तीस वर्षं पत्रकारितेत आहेत. सकाळ माध्यम समूहात बातमीदारपदापासून सुरू झालेली त्यांची वाटचाल या समूहाच्या 'ॲग्रोवन' या कृषिविषयक दैनिकाच्या संपादक संचालक पदापर्यंत पोहोचली. कोल्हापूर जिल्ह्यातील शिरोळ हे त्यांचं मूळ गाव. इथूनच त्यांचा बहुआयामी वाचनप्रवास सुरू झाला. बातमीदार म्हणून त्यांनी लातूर परिसरात झालेल्या भूकंपाचं प्रभावी वार्तांकन केलं. निवडणुकांच्या वार्तांकनासाठी त्यांनी विविध राज्यांचा दौरा केला. चंदन तस्कर वीरप्पनच्या जंगलातील गावात जाऊन केलेलं विशेष वार्तांकन गाजलं. याशिवाय कृषी क्षेत्रात आघाडीवर असलेल्या इस्राईलला सन २०१२ आणि २०१५ मध्ये अभ्यास दौऱ्याद्वारे त्यांनी भेट दिली.

पत्रकारितेच्या प्रदीर्घ कारकीर्दीत त्यांना अनेक मानसन्मान, पुरस्कार लाभले. देशाचे पहिले कृषिमंत्री डॉ. पंजाबराव देशमुख यांनी स्थापन केलेल्या भारत कृषक समाजातर्फे कृषी पत्रकारितेतील उल्लेखनीय कार्याबद्दल विशेष पुरस्कार देवून गौरव करण्यात आला. डॉ. वसंतराव नाईक कृषी प्रतिष्ठानचा उत्कृष्ट कृषी पत्रकारिता पुरस्कार, डाळींब संघाच्या वतीने 'डाळींब मित्र' पुरस्कार, दूरदर्शनचा रत्नदर्पण पुरस्कार, पुणे नवरात्रौत्सव समितीचा उत्कृष्ट पत्रकारितेसाठीचा पुरस्कार असे विविध सन्मान त्यांना प्राप्त झाले आहेत. त्याचबरोबर त्यांच्या नेतृत्वाखाली 'ॲग्रोवन'ला राष्ट्रीय पातळीवरील विविध सन्मान, पुरस्कार लाभले.

अलंकारिकता टाळणारी साधी प्रवाही भाषा, मनात घर करणारी चपखल शब्दयोजना हे त्यांच्या लिखाणाचं वैशिष्ट्य. हे पुस्तक वाचताना वाचकांना त्याचा पदोपदी प्रत्यय यावा!

@ adinathchavan@gmail.com

www.ingramcontent.com/pod-product-compliance
Lightning Source LLC
Chambersburg PA
CBHW031339230926
51848CB00002B/308
9788119311026